సన్యాసిని అడగండి

ముంబై చౌపట్టి ఇస్కాన్ శ్రీశ్రీ రాధాగోపీనాథ్ ఆలయంలో ఉంటూన్న అనుష్ఠాన సన్యాసి నిత్యానంద్ చరణ్‌దాస్- తృప్తికరమైన ప్రయోజనాత్మక జీవితం గడపడానికి ప్రజలకు చేయూతనిచ్చి, ప్రస్తుత అర్బన్ సినేరియో నగర జీవనదృశ్యాన్ని విప్లవాత్మకంచేయాలని ఆశించే విజనరీ దార్శనికుడు. తమ మూలాలతో పునరను సంధానమై, నిరాడంబర ఆనందమయ జీవితం సాగించడానికి పిల్లలూ, టీనేజర్స్ తో సహా నేటి యువతకు దారిచూపడంలోనూ ఆయన ప్రత్యేక కృషి చేస్తున్నారు.

ఆయన ఇరవైఒకటవయేట కళాశాల విద్యార్థిగా ఉన్నప్పుడు ఆయనకు ప్రప్రథంగా ఇస్కాన్‌తో పరిచయం కలిగింది. ఇరవై నాలగవయేట ఇంజనీరింగ్ డిగ్రీ పూర్తిచేశాక అందులో ఫుల్‌టైమ్ మాంక్‌గా చేరారు. లౌకికంగా మాత్రమే కాకుండా ఆధ్యాత్మికంగానూ పురోగమించడానికి దోహదం చేసే సమతుల జీవితం గడపడం మీద ఆయన దృష్టి సారిస్తున్నారు.

ప్రతి ఒక్కరికీ చేరువై వారిలో ప్రతిస్పందన కలిగించడానికి అనువుగా - పవిత్రబోధనలను సరళీకరించడంలో ఆయన ప్రత్యేక కృషి చేస్తున్నారు. ఆయన సందేశం చాలా సింపుల్:

ఆధ్యాత్మిక జీవితం అంటే జీవితాన్ని నిరాకరించడం కాదు. ఉన్నత జీవితంతో అనుసంధానం కావడం.

మనం దేనినీ వదులుకోవలసిన అవసరంలేదు. మన జీవితాలకు ఈ విలువైన డైమెన్షన్ పరిమాణాన్ని కలుపుకుంటేచాలు.

దీనికితోడు ఆయన తరచూ పవిత్రక్షేత్రాల యాత్రలు; ప్రత్యక్ష ఆధ్యాత్మిక అనుభూతులు పొందటానికి ఆధ్యాత్మిక శిబిరాలు నిర్వహిస్తూ ఉంటారు. భారతదేశం ముఖ్య నగరాలలోనూ, ప్రపంచవ్యాప్తంగా యాభైకిపైబడిన దేశాలలోనూ ఆయన ప్రసంగాలు వినబడుతూ, దివ్యతేజస్సు ఉనికిని చాటుతూ ఉంటాయి. ఈయన జాతీయస్థాయిలో బెస్ట్ సెల్లర్‌గా పేరొందిన ఐకాన్స్ ఆఫ్ గ్రేస్: ట్వంటీ ఒన్‌లైవ్స్ దట్ డిఫైన్డ్ ఇండియన్ స్పిరిచ్యు వాలిటీ మరియు బౌండ్ బై లవ్ గ్రంథాల రచయిత కూడా.

సన్యాసిని అడగండి

జీవితానికి సంబంధించిన అత్యంత ఆసక్తికరమైన ప్రశ్నలకు సమాధానాలు

నిత్యానంద్ చరణ్ దాస్

MANJUL
మంజుల్ పబ్లిషింగ్ హౌస్

First published in India by

MANJUL

Manjul Publishing House

Corporate and Editorial Office

• 2nd Floor, Usha Preet Complex, 42 Malviya Nagar, Bhopal 462 003 – India

Sales and Marketing Office

• C-16, Sector 3, Noida, Uttar Pradesh, 201301 – India

Website: www.manjulindia.com

Distribution Centres

Ahmedabad, Bengaluru, Chennai, Kochi, Kolkata,
Hyderabad, Mumbai, New Delhi, Pune

Ask The Monk by Nityanand Charan Das – Telugu edition

Telugu edition first published in 2025

ISBN 978-93-5543-737-2

Cover photograph by Ria Saraf
Cover design by Antra K

Translation by: A.R. Balasubrahmanyam

Printed and bound in India by Gopsons Papers Pvt. Ltd.

తమ ప్రగాఢజ్ఞానం, సునిశిత తర్కం ద్వారా
మాయతెరను తొలగించి మన ఆలోచనా ప్రక్రియకు
ప్రస్ఫుటమైన స్పష్టతను తీసుకువచ్చిన
బ్రహ్మ – మాధ్వ – గౌడీయ – గురు – శిష్య పరంపరకు

విషయ సూచిక

పరిచయం

నిజాయితీపరులైన ఆరుగురు సహాయకులు నావెంట
(నాకు తెలిసినవన్నీ వారే బోధించారు)
ఏమిటి? ఎందుకు? ఎప్పుడు? ఎలా?
ఎక్కడ? ఎవరు? అన్నవే వారి పేర్లు!

– రుడ్యార్డ్ కిప్లింగ్

ప్రశ్నలు అడగడం తెలివికి గుర్తు. ప్రశ్నించడం మేథస్సుకు చిహ్నం.

ప్రశ్నలు అడిగేశక్తి, మన వృత్తిజీవితాల్లోనూ, వ్యక్తిగత జీవితాల్లోనూ మన జీవితాల సకల పార్శ్యాలనూ ఎంతగానో ప్రభావితం చేస్తుంది. నిజానికి, ఒక్కసారి వెనక్కు తిరిగి చూస్తే, మనం ఇంతవరకు నేర్చుకున్నది అంతా కూడా ప్రశ్నలు అడగడం ద్వారానే మనకు లభ్యమయిందని తెలియవస్తుంది.

మన బాల్యంలో, చుట్టూవున్న ప్రపంచంతో పరస్పర సంబంధాలలో, చర్యలలో ప్రశ్నలు, ఆసక్తి సహజ అంతర్భాగం. ఎల్లప్పుడూ పిల్లలు 'ఎందుకు' 'ఎలా' అనే ప్రశ్నలు పెద్దలు ఆశ్చర్యపడేలా అడుగుతూ ఉంటారు. పెరిగేకొద్దీ, కాలక్రమేణా మనలో ఆ ఆసక్తి తగ్గుముఖం పడుతుంది. పరీక్షలయినా, ఇంటర్వ్యూలైనా, సంభాషణలయినా మనం సమాధానాలు చెప్పడం మరింత ముఖ్యం అన్న భావాన్ని సమాజం మనలో కలిగిస్తుంది. పెద్దవాళ్ళయ్యాక అఖరికి ప్రశ్నలు అడగడం ఆపేసి అలవాటుగా చేసే పనుల్లో కూరుకుపోతాం.

పిల్లలు మాత్రం, తమ చుట్టూ ఉన్న ప్రపంచాన్ని అర్థం చేసుకోవడానికి తమకు తృప్తి కలిగే వరకు పెద్దలు ఆశ్చర్యపడే విధంగా 'ఎందుకు' అని మాటిమాటికీ మనల్ని అడగడానికి ఏమాత్రం వెనుకాడరు.

వాళ్ళ నుంచి ఈ ఒక లక్షణాన్ని గ్రహించి, విమర్శనాత్మకంగా ప్రశ్నించడం అలవరచుకోవడంలో మనజీవితాలను విప్లవాత్మకం చేసే శక్తి ఇమిడి ఉంది. మన 'ఎందుకు'ను నిర్వచించుకోవడం అత్యంత ప్రధానం. 'ఎందుకు' అని మళ్ళీ మళ్ళీ అడగలేదంటే, 'ఏమి' లో ఎన్నటికీ విజయం సాధించలేము.

మానవజాతికి మార్గదర్శక గ్రంథాలయిన వేదశాస్త్రాలు, మానవజీవితాలు ఆరంభమయిన నాటి నుంచి మనల్ని ప్రశ్నించమని ప్రోత్సహిస్తునే ఉన్నాయి.

అయితే, ఏరకం ప్రశ్నలను అడగాలి?

వేదాంత సూత్రం (1.1.1) సమాధానం ఇస్తుంది:

అథతో బ్రహ్మ జిజ్ఞాస

"(ఈ మానవజన్మ లభించింది గనక) ఇప్పుడు పరిపూర్ణ సత్యం గురించి అడగవలసిన, విచారించవలసిన సమయం."

అడగడం అన్నది కేవలం మన భౌతిక అవసరాలైన తినడం. నిద్రపోవడం తిరగడం మొదలైన విషయాల గురించి కాదు.

అవి చాలా సాధారణమైనవి. జంతువులు కూడా ఆ పనులు చేస్తాయి. ఒక పక్షి వేకువతో నిద్రలేచి "ఆహారం ఎక్కడ?" అని ప్రశ్నించడం మొదలెడుతుంది.

ఉన్నతమైన వాటికోసం ప్రశ్నించే ప్రత్యేకసామర్థ్యమే మనల్ని ఇతర జీవరాసుల నుంచి వేరుచేస్తుంది.

అందువల్ల మన ప్రాథమిక అవసరాలకు మించిన వాటి గురించి ప్రశ్నలు అడగడం మన నైతిక బాధ్యత అవుతుంది:

'నేను ఎవరిని?'
'నేను ఎక్కడినుంచి వచ్చాను?'
'నేను ఎక్కడికి వెళతాను?'
'జీవిత ప్రయోజనం ఏమిటి?'

'దేవుడు ఎవరు?'
'ఆయనతో నా సంబంధం ఏమిటి'
'ఆ సంబంధాన్ని మళ్ళీ ఎలా పొందగలను?'
'వద్దనుకున్నా బాధలు ఎందుకు అనుభవిస్తున్నాను?'

ఈ కిందివైదిక శ్లోకం దీనినే ధ్రువపరుస్తుంది:

ఆహార నిద్రా భయమై థునంచ
సామాన్యం ఏతత్ పశుభిర్ నరానామ్
ధర్మోహి తేశం అధిక విశేషో
ధర్మేనహీనః పశుభిః సమానా

"తినడం, నిద్రించడం, కలవడం, కాపాడుకోవడం వంటి
కార్యకలాపాలను జంతువులూచేస్తాయి మనుషులూ చేస్తారు.
అయితే, మానవుల ప్రత్యేక గుణం ఆధ్యాత్మిక జీవితం సాగించడం.
అందువల్ల, ఆధ్యాత్మిక జీవితం లేని మానవులు జంతువులకు
సమానమే." (హితోపదేశ 25)

ఉన్నతమైన ఆత్మాన్వేషణ, ఆత్మజ్ఞాన సముపార్జన ప్రయాణం చేపట్టాలనుకునే జిజ్ఞాసువులకు ఎదురయ్యే చాలా కీలకమైన డెబ్భైకి పైబడిన ప్రశ్నలకు సమాధానాలు ఇచ్చే అనుష్ఠానశీలి అయిన ఒక సన్యాసి వినయపూర్వక ప్రయత్నమే ఈ *'సన్యాసిని అడగండి'* పుస్తకం.

తొమ్మిదేళ్ళ కుర్రాడి నుంచి ఎనభైయేళ్ళ వృద్ధుల వరకు, గత కొన్ని సంవత్సరాలుగా నన్నీ ప్రశ్నలను అడుగుతున్నారు. ఆ విధంగా ఈ పుస్తకం పిల్లలకూ, నవయువకులకూ, మధ్యవయస్కులకూ, వృద్ధులకూ, అందరికీ ఉద్దేశింపబడినది.

రామాయణం, మహాభారతం వంటి గ్రంథాలలో చోటుచేసుకున్న కొన్ని విషయాల పట్ల సరైన అవగాహన కొరవడడం వల్ల పుట్టుకువచ్చే గందరగోళాలు. సందేహాలు, సాధారణ దురభిప్రాయాలు; పరస్పర విరుద్ధ భావనలు; మనల్ని సత్యాన్ని చేరుకోనివ్వకుండా చేసి మన అభ్యున్నతిని

అడ్డుకుంటూన్న క్రతువులు, విధి, కర్మ, మనసు మొదలైన వాటికి సంబంధించిన అనేకవిషయాల గురించి ఈ పుస్తకం చర్చించి విపులీకరిస్తుంది.

ఒక అంశాన్ని నిరూపించడానికి అవసరమయ్యే సైన్సు, తర్కం, వేదశాస్త్రాలు అనే మూడు పార్శ్వాల సాయాన్నీ తీసుకున్నాం.

ఆత్మాన్వేషణ ప్రయాణం సాగిస్తూన్న చిత్తశుద్ధి గల పాఠకులకు ముఖ్యమైన ఆయా విషయాలలో తాము వెదుకుతూన్న స్పష్టతను సమకూర్చి వారి హృదయాలలోని సందేహ పిశాచాలను నాశనం చేయడానికి ఈ పుస్తకం సాయపడగలదని విశ్వసిస్తున్నాము.

వాటిని నాశపరచకపోతే, అవి మనల్ని నాశనం చేసేస్తాయి.

సంతోషంగా చదవండి! ప్రశ్నలు అడుగుతూ ఉండండి!

ప్ర. 1

ప్రతి ఒక్కటీ విధినిర్ణయమేనా? అన్నీ ముందుగానే నిర్ణయించబడతాయా? హస్త సాముద్రికం, అదృష్ట సంఖ్యలు, జ్యోతిషం వంటి వైదికశాస్త్రాలు సాయపడతాయా?

మనుషులు తమ భవిష్యత్తును తెలుసుకోవడానికి అత్యుత్సాహం కనబరుస్తారు. హస్తసాముద్రికం, అదృష్ట సంఖ్యలు, జ్యోతిషంలాంటి వైదిక శాస్త్రాలు ఒకమనిషికి జరగబోయేవి ఏమిటో ముందుగానే తెలియజేసి ఆ ఉత్సాహానికి ఆజ్యం పోస్తాయి. ఈ జోస్యాలు మామూలుగా సంతోషం కలిగిస్తాయి. అయితే, చెప్పేవిషయాలు ఆ వ్యక్తి ఎదురుచూసేవీ, ఆశించేవీ కానప్పుడు విచారం కలిగిస్తాయి. ఈ జోస్యాలను అలాగే నమ్మడం వల్ల, మితిమించిన విశ్వాసానికీ లేదా తీవ్రమైన నిరాశకూ లోను కావలసివస్తుంది. అయినప్పటికీ, తరుణోపాయం ఉంది!

మనం ప్రోగ్రామ్ చేయబడిన రోబోలు కాము! మనకు ఇష్టమైన వాటిని ఎంచుకునే శక్తి కలిగిన మానవులం!

ప్రతి ఒక్కటీ ముందుగానే రాయబడి ఉన్నట్టయితే అసలు పనిచేయడం ఎందుకు? మనకు ఎల్లప్పుడూ కావలసిన దానిని ఎంచుకునే స్వేచ్ఛ ఉంది. దేవుడు సైతం జోక్యం చేసుకోలేని స్థితి అది. మనకు జరిగేది విధి నిర్ణయం. అయితే, ఆ జరిగిన దానికి మనం ఎలాస్పందిస్తాం అన్నది పూర్తిగా మన ఇచ్ఛికం. మన ఎంపికల ద్వారా మన భవిష్యత్తును కాంతివంతం చేసుకోవచ్చు లేదా చీకటిమయం చేసుకోవచ్చు.

భవిష్యత్తును గురించి తెలుసుకునే ఏ విధానమైనా ప్రధానంగా వాతావరణ సూచనలాంటిదే. 'రేపు వర్షం కురుస్తుంది' అన్నది మాత్రమే వాతావరణ సూచన. వర్షంలో తడవడమా వద్దా అన్నది మనం నిర్ణయించుకుంటాం. గొడుగు పట్టుకుని, రెయిన్‌కోట్ వేసుకుని వెళితే, వర్షం కురిసినా తడవకుండా చూసుకోవచ్చు.

మన శారీరక లక్షణాలు లేదా మన జనన సమయంలో గ్రహస్థితి లేదా పుట్టిన తారీఖు, సమయం ఆధారంగానే వేదవిజ్ఞానం వివిధ శాఖలు భవిష్యత్తును తెలియజేస్తాయి. అయితే, అవన్నీ సూచికలు, సంకేతాలే తప్ప జరిగితీరాలన్న నిర్బంధాలు కావు. ఏరకమైన జోస్యమైనా సరే ఏం జరగవచ్చని చెబుతుందే తప్ప, జరిగే దానికి మన స్పందన గురించి ఇదమిత్థంగా చెప్పదు. మన స్పందనను నిర్ణయించజాలదు. అందువల్ల, విధి ప్రధానంగా 'మనకు ఏం జరుగుతుంది' అన్న దానిని సూచిస్తుంది. స్వేచ్ఛాసంకల్పం ప్రధానంగా 'మనం ఎలా స్పందిస్తాం' అన్న దానిని సూచిస్తుంది.

జ్యోతిష్కులు, అదృష్టసంఖ్యానిపుణులు కూడా పరిహారాలను చెబుతారు. ఫలానా రంగు రాళ్ళను ధరించండి, కొన్ని పూజలు, వ్రతాలు చేయండి అని చెబుతూ ఉంటారు. అంటే సరైన చర్యలు తీసుకోవడం ద్వారా పరిస్థితులను మార్చవచ్చని వాళ్ళుకూడా నమ్ముతున్నారని ఇది తెలియజేస్తోంది కదా. నిజమైన జ్యోతిష్కుడు తారసపడతాడా అన్నది మన అదృష్టం మీద ఆధారపడివుంటుంది. కానీ, పరిస్థితులను మార్చవచ్చు అన్నది మాత్రం దీని ద్వారా సుస్పష్టం.

విధి బలీయమైనదే. వర్షం వస్తుందని వాతావరణ సూచన హెచ్చరిస్తున్నప్పటికీ, మనల్ని వెలుపలికి వెళ్ళేలా ఉసిగొల్పుతుంది. అయినా, దానికి లొంగకుండా నిలబడడాన్ని ఎంచుకునే వివేచన, శక్తి మనలో ఉన్నాయి. ఆఖరి ఎంపిక మన చేతుల్లోనే ఉంటుంది. మన వ్యక్తిగతమైన అభివృద్ధికి దోహదం చేసే పనిని మనం ఎంచుకోవాలి. ఆ సామర్థ్యం, మనం సజ్జన సాంగత్యంలో ఉన్నప్పుడు ఇనుమడిస్తుంది. ఆధ్యాత్మికంగా పరిణతి చెందిన వారి సాహచర్యంలో ఉన్నప్పుడు మరీ ప్రస్ఫుటంగా తెలియవస్తుంది.

బ్రహ్మసంహిత (95.27) లో బ్రహ్మదేవుడు ఇలా మనకు చెబుతాడు:

కర్మణి నిర్దహతి కింతు చ భక్తి భజాం
గోవిందం ఆదిపురుషం తం అహం భజామి

'భక్తితో కొలిచేవారి కర్మలన్నింటినీ సమూలంగా దహించే
ఆదిపురుషుడైన గోవిందుని నేను భజిస్తున్నాను.'

సాక్షాత్తు శ్రీకృష్ణ పరమాత్మ భగవద్గీతలో (18.66) ఇలా చెబుతాడు:

సర్వ ధర్మాన్ పరిత్యజ్య
మామేకం శరణం వ్రజ
అహం త్వా సర్వ పాపే భ్యో
మోక్ష ఇష్యామి మా శుచః

'సకల విధాల ధర్మాలనూ వదిలిపెట్టి నన్నే శరణుపొందుము.
నేను నీకు సకల పాప ఫలితాలనుంచి విముక్తి కలిగిస్తాను.
భయపడవద్దు.'

తీవ్రమైన నేరం చేసి, చట్టం చేత శిక్ష విధించబడిన వ్యక్తిని సరైన కారణం గనక ఉన్నట్టయితే, ఆ దేశానికి రాజు లేదా దేశాధ్యక్షుడు క్షమించి శిక్ష నుంచి కాపాడవచ్చు. ఒక మానవ మాత్రుడికే ఆ అధికారం ఉన్నప్పుడు. సర్వశక్తి సమన్వితుడైన భగవంతుడు – మనం నిజంగానే పశ్చాత్తాపపడి, మన ప్రవర్తనను సరిదిద్దుకోవడానికి పూనుకున్నప్పుడు మనల్ని క్షమించదని ఎందుకు అనుకోవాలి?

భగవంతుణ్ణి భక్తితో సేవించే వారు ఎవరైనా సరే, ఏ సమయంలోనైనా సరే తమ విధిని మార్చుకోగలుగుతారు. మనమే దానిని మార్చలేము. అయితే, మన ఎంపికలద్వారా, భగవంతుని కరుణను పొందగలిగినట్టయితే, ఆయన మన కోసం ఆ పనిని చేయగలడు.

అందువల్ల, నిరంతరం భక్తితత్పరులుగా ఉండడం ఉత్తమ మార్గం. పవిత్రమైన భగవన్నామాలను జపించడం, గానం చేయడంతో దానిని ప్రారంభించవచ్చు. (హరే కృష్ణ హరే కృష్ణ; కృష్ణ కృష్ణ హరే హరే హరే; హరే రామ హరే రామ, రామ రామ హరే హరే). భగవద్గీత, భాగవతం వంటి పవిత్ర గ్రంథాలను చదవడం, వినడం క్రమం తప్పకుండా చేయవచ్చు. ఇలాంటి అభ్యాసాలు, మనబుద్ధి పదునెక్కి, సునిశితమై జీవితంలో సరైన నిర్ణయాలు తీసుకుకోవడానికి దోహదం చేస్తాయి.

మన జీవితాలు మార్చలేని రాతలు అయినట్టయితే, భగవంతుడు మనకు ఇన్ని శాస్త్రాలను, పురాణాలను ప్రసాదించడం; మనకు మంచి చెడ్డలను విడమరిచి చెప్పి, విధి నిషేధాలను తెలియజేసి దారిచూపే ఆధ్యాత్మిక గురువులను, సాధుసన్యాసులను ఈలోకానికి పంపడంలో అర్థం ఉండదు. శ్రీకృష్ణ పరమాత్మ భగవద్గీతలో వివిధ ఎంపికల గురించీ, వాటి పర్యవసానాల గురించీ విస్తారంగా వివరించాక, 'ఇప్పుడు నీకు ఇష్టమైన దానిని చెయ్' అని చెప్పడం– అన్నీ తెలుసుకున్నాక ఆఖరి ఎంపిక మన చేతుల్లోనే ఉందన్న వాస్తవాన్ని తేటతెల్లం చేస్తుంది.

హస్తసాముద్రికం, అదృష్ట సంఖ్యాశాస్త్రం, జ్యోతిషం ఎంత గొప్పగా, ప్రస్ఫుటంగా ఉన్నప్పటికీ వాటి పరిమితులు వాటికి ఉన్నాయి. ఇస్కాన్ వ్యవస్థాపక ఆచార్యులు శ్రీల ప్రభుపాద భగవన్నామావళిని కీర్తిస్తూ, కీర్తనలను గానం చేస్తూ చేతులు తట్టినట్టయితే, మన అరచేతిలోని రేఖలన్నీ మారిపోతాయని సెలవిచ్చారు. ఆవిధంగా చిత్తశుద్ధితో భక్తి సేవలను శ్రవణ మననాలతో (ముందు సూచించిన విధంగా) ప్రారంభించినట్టయితే, విధి తప్పకుండా మెరుగయిన పరిస్థితులకేసి మలుపు తిరుగుతుంది. ప్రతిక్షణమూ ఐచ్ఛికమైన ఎంపికే; ప్రతి ఎంపికా బలమైన మార్పును తీసుకువస్తుంది.

ప్ర. 2

కృష్ణ భగవానుడు / దేవుడు ఎందుకు నీలం / పచ్చ రంగులతో ఉన్నాడు?

కృష్ణ భగవానుడు శ్యామల వర్ణుడు. ఎందుకంటే ఆయన వ్యక్తి గనక. ప్రతివ్యక్తీ ఎంచుకోవడానికి అనుమతించబడతాడు.ఆయన నీలవర్ణం కావాలనుకున్నాడు. అందుకే నీలంరంగుతో ఉన్నాడు.

ఆయన వివిధ అవతారాలలో దిగివచ్చేప్పుడు వివిధ వర్ణాలు కలిగివుంటాడు. శ్రీకృష్ణుడు వరాహ అవతారం దాల్చినప్పుడు తెల్లగానూ, ఎరుపురంగుతోనూ రెండు యుగాలలో వేరు వేరు రంగులతో ఉన్నట్టు శ్రీమద్భాగవతం చెబుతోంది. శ్రీరాముడు పచ్చరంగుతోనూ, చైతన్య మహాప్రభు బంగారు రంగుతోనూ అవతరించారు. అందువల్ల ఏ రంగులో ఉండాలన్నది భగవానుడి అభీష్టం మేరకు ఉంటుంది. సందర్భానికి తగ్గట్టు వివిధ రంగుల దుస్తులు ధరించడానికి మనుషులు ఇష్టపడడం లాంటిదే ఇది. నిజానికి, వేదాంత సూత్రాలలోని ప్రధమ సూత్రమే 'జన్మాది అస్యయతః ' అని అంటే ఎవరినుంచి సర్వం ఆవిర్భవిస్తుందో ఆయనే అత్యున్నత భగవంతుడు అని వివరిస్తుంది. అంటే, మనం కలిగివున్న రకరకాల అభిరుచులన్నీ కూడా భగవంతుడినుంచే మనకు సంక్రమిస్తాయి. తండ్రి లక్షణాలే పిల్లలకు వస్తాయి కదా. ఆయనకు ఇష్టాలు, అయిష్టాలు ఉన్నట్టే మనకూ ఉంటాయి ఎందుకంటే మనం ఆయనలోని అంతర్భాగాలమే గనక.

వేరొకరి వ్యక్తిత్వం గురించి తెలుసుకోవడానికి మనం తర్కాన్ని ఉపయోగించలేము. భగవంతుడి విషయంలో మరీను. ఈ ప్రపంచంలో సైతం, ప్రతి ఒక్క దాన్నీ తార్కికంగా వివరించలేము.

వేదాంత సూత్రం (1.1.3) 'శాస్త్రయోనిత్వాత్' అని అంటుంది. అంటే, భగవంతుణ్ణి శాస్త్రం ద్వారానే తెలుసుకోగలం. అనుమానం ద్వారా, తర్కం ద్వారా సాధ్యం కాదు అన్నది దీని అర్థం. మనం రెవిలేషన్ వెలువరింపు మీదే ఆధారపడతాం.

తర్కాతీతంగా ఉన్నదాన్ని, తర్కం మనకు ఇష్టం కదా అని తర్కం పరిధిలోకి తీసుకురాలేము. వాస్తవాన్ని, సత్యాన్ని మన అవగాహనలో బిగించడానికి సరిపోయేలా కుదించకూడదు. దానికి మారుగా సత్యాన్నీ, వాస్తవాన్నీ గ్రహించడానికి అనువుగా మన అవగాహనను వ్యాకోచింపచేసుకోవాలి.

తర్కం అన్నది ఉపయోగకరమైన పరికరంలాంటిది. అయితే, అన్ని పరికరాల్లా దానికీ పరిమితులు ఉంటాయి. దేవుడి వ్యక్తిత్వం, స్వభావం, రూపలావణ్యాలు, లక్షణాలు మొదలైన వాటిని అర్థం చేసుకోవడానికి తర్కం లేదా హేతుబద్ధమైన ఆలోచన మాత్రమే చాలదు. అందుకు మనకు వెలువరింపు ప్రకటన అవసరమవుతుంది. అంటే, శాస్త్రాల నుంచి నేర్చుకుని, నేర్చుకున్న దానిని ఉపయోగించి అవగాహనను పెంచుకోవలసిన అవసరం ఎంతైనా ఉంది.

ప్ర. 3

శ్రీకృష్ణ భగవానుడికీ, పరమ శివుడికీ మధ్య ఉన్న బాంధవ్యం ఏమిటి?

పరమశివుడూ, కృష్ణభగవానుడూ ఒక్కరే, అయినా వేరు వేరయినవారు! దీనిని బ్రహ్మదేవుడు బ్రహ్మసంహిత (5.45) లో (సృష్ట్యాదిలో పరిపూర్ణ సత్యం ద్యోతకమయ్యాక ఆయన చేసిన ప్రార్థన) ఒక అందమైన ఉపమానం ద్వారా ఇలా వివరించాడు:

క్షీరం యథా దధి వికార – విశేష యోగాత్
సంజాయతే నహి తథా పృథగ్ అస్తి హేతోవా
యః శంభు తం అపి తథా సముపైతి కార్యాద్
గోవిందం ఆదిపురుషమ్ తం అహం భజామి.

'మజ్జిగచుక్క కలయికతో ఆమ్లాల చర్య ద్వారా పాలు పెరుగుగా
మారినప్పటికీ కార్యం (పాల) కారణం కన్నా భిన్నంగా ఉండదు.
అలాగే, సంహార కార్యం కోసం శంభుడిగా మారిన
ఆదిపురుషుడైన గోవిందుని భజిస్తున్నాను.'

ఆమ్లాల కలయికతో మార్పుచెందిన పాలరూపం తప్ప, పెరుగు వేరుకాదు. అయితే, అదే సమయంలో పెరుగుకు మూలం పాలు. కృష్ణ భగవానుడు పాల వంటివాడు. పరమశివుడు పెరుగు. కృష్ణభగవానుడు స్వచ్ఛమైన ఆత్మ. ఆయన ప్రపంచ సృష్టిని కలిసినప్పుడు, భిన్నతత్వంగా అంటే, శివతత్వంగా వ్యక్తమవుతాడు. అయితే, పాలనుంచి పొందే ప్రయోజనాలను పెరుగు నుంచి

మనం పొందలేని విధంగా కృష్ణభగవానుని పూజించడం వల్ల పొందే ప్రయోజనాలను పరమ శివుణ్ణి పూజించడం ద్వారా పొందలేము.

ఆ విధంగా కృష్ణభగవానుడు విస్తరించుకున్న, పొడిగించుకున్న రూపాలలో ఒకటి- సంహార కార్యం కోసం సంతరించుకున్న పరమశివుడి రూపం. అంటే, కృష్ణభగవానుడు సంహారశక్తి రూపం దాల్చినప్పుడు పరమశివుడవుతాడు.

అయినప్పటికీ, పరమశివుడు చాలా మార్మిక గుణధాముడు. సృష్టిలో, విభిన్నమైన పాత్రలు పోషిస్తాడు.

మామూలు దేవతలలో ఒకడుగా కనిపిస్తాడు. అయితే, బ్రహ్మదేవుడిలా, ఇంద్రుడిలా మరీ సాధారణమైన దేవుడు కాదు. వారికన్నా ఉన్నతుడు. అయితే, పూజింపబడడు. తనను పూజించడం ఇష్టపడడు. సర్వోన్నత భగవానుడి భక్తుడిగా తనను పిలవడంలోనే ఆనందం పొందుతాడు.

భాగవతపురాణంలో (12.13.16) ఇలా చెప్పబడినది:

నిమ్నగనాం యథా గంగా
దేవానాం అచ్యుతో యథాః
వైష్ణవానాం యథా శంభుః
పురాణానాం ఇదం తథాః

'నదులన్నిటిలో గొప్పనది గంగానది అయినట్టు, అచ్యుత (కృష్ణ) భగవానుడు దేవతలలో అత్యున్నతమైనవాడు. శంభు (శివ) దేవుడు వైష్ణవులలో గొప్పవాడు. పురాణాలన్నింటిలోకీ గొప్ప పురాణం భాగవతపురాణం.'

సాక్షాత్తు పరమశివుడే శ్రీమద్ భాగవతం (4-24-28) లో ఇలా అంటాడు:

యః పరం రంహసః సాక్షాత్
త్రి గుణాజ్జీవ – సంజ్ఞితత్
భగవంతమ్ వాసుదేవం
ప్రపన్నాః సప్రియోహిమే

'సకల చరాచరాలను నియంత్రించేవాడూ,
సర్వ వ్యాపీ, సర్వోన్నత భగవానుడూ అయిన శ్రీకృష్ణుని
శరణుపొందినవాడు నాకు అత్యంత ప్రియమైనవాడు.'

పరమశివుడు తనను కొలిచేవారికి లౌకిక సంపదలను ప్రసాదిస్తాడు. అయితే, పవిత్ర హృదయం కలిగి తన నుంచి ఏమీ కోరని భక్తుల పట్ల ఆయనకు పరమ ప్రీతి. తనకెంతో ప్రీతిపాత్రమైన దానిని వారికి అనుగ్రహిస్తాడు. అదే కృష్ణ భగవానుణ్ణి భక్తిశ్రద్ధలతో సేవించడం. అలాంటి వారిని ఆయన శ్రీకృష్ణ భగవానుడి సేవాప్రాంగణంలోకి తీసుకువస్తాడు.

వల్లభాచార్యులు శివకేశవుల పరమభక్తుడు. జీవితంలోని ఒడిదుడుకులకు తట్టుకోలేక ఒకసారి ఆయన శివాలయానికి వెళ్ళి ప్రార్థించడం మొదలుపెట్టాడు. ఆయన ప్రార్థనలకు సంతోషించిన పరమశివుడు ప్రత్యక్షమై ఏమి వరం కావాలో కోరుకోమన్నాడు. సంభ్రమాశ్చర్యాలకులోనైన వల్లభాచార్యులు ఎలాంటి ఐహిక సుఖాలనూ కోరకుండా 'నీకు అత్యంత ప్రీతి పాత్రమైన దానిని అనుగ్రహించు ప్రభూ' అని వేడుకున్నాడు. మందహాసం చేసిన పరమశివుడు ఆయనకు కృష్ణ విగ్రహాన్ని ప్రసాదించాడు. అప్పటి నుంచి వల్లభాచార్యులు కృష్ణభగవానుని పూజించసాగాడు. అయినా, పరమశివుణ్ణి వదలలేదు. నిజానికి ఆయన పరమశివుణ్ణి తన గురువుగా భావించాడు.

ఆ విధంగా పరమశివుడూ, శ్రీకృష్ణభగవానుడూ ఒక్కరే అయినా భిన్నమైనవారు. ఒకే పరిపూర్ణ సత్యం యొక్క రెండు వ్యక్తీకరణలు, రూపాలు అన్న అర్థంలో వారు ఒకరే.

అయినప్పటికీ, మన విశ్వాసం ప్రకారం మనం ఎవరిని పూజించినప్పటికీ, వారికి అత్యంత ప్రీతిపాత్రమైన దానిని ప్రియమైనదానిని ప్రసాదించమని ప్రార్థించవచ్చు.

అప్పుడు ఉత్తమమైనది ఏదని మనకు తెలియకపోయినప్పటికీ, మనం వల్లభాచార్యులలాగా ఉత్తమమైన దానికేసి నడిపించబడతాం.

ప్ర. 4

ఈ జన్మ గురించి ఆలోచించడంతోపాటు వచ్చే జన్మ గురించి ఎందుకు విచారపడాలి?

ఇది ఒక్కటే మన జన్మకాదు. మనం ఇష్టపడకపోయినా ఏదో ఒకరోజు ఈలోకాన్ని వదిలిపెట్టవలసిందే. ఈ జన్మలో చేసే కర్మల మీదే మన వచ్చే జన్మ ఆధారపడి ఉంటుంది.

జీవితం ఒక్కరోజుతో ముగిసే ఒన్‌డే మ్యాచ్ కాదు. మల్టీ ఇన్నింగ్స్ టెస్ట్ మ్యాచ్. ఈ ఆట ఎంత బాగా లేదా ఎంత హీనంగా ఆడామన్న దాన్ని బట్టే తరవాతి ఇన్నింగ్స్ ఉంటాయి. ఎక్కడ వదిలామో అక్కడే మొదలుపెడతాం. అందువల్ల భవిష్యత్తులో బాధలను నివారించుకుని మెరుగైన వచ్చే జన్మ పొందాలంటే, దానిని గురించి ఈ జన్మలోనే ఆలోచించవలసిన అవసరం ఉంది.

ఆధ్యాత్మిక విషయంలోనే కాకుండా, నిత్య జీవితంలోనూ ఈ విధానాన్ని అనుసరిస్తున్నామా, లేదా? మన పిల్లల భవిష్యత్తును గురించి ఆలోచించి వాళ్ళను ఉత్తమ విద్యాలయాలకు పంపి, మెరుగైన ఉద్యోగాలు కావాలని శ్రద్ధగా చదవమని ఉత్సాహపరుస్తున్నామా లేదా? మన భవిష్యత్తు భద్రత కోసం, ఏవైనా అవసరాలు, అత్యవసర పరిస్థితులు రాగలవని సొమ్ము ఆదాచేసి వివిధ పెట్టుబడులు పెడుతున్నామా లేదా? ఇవి స్వల్పకాలిక పెట్టుబడుల కిందికి వస్తాయి. మానవ జాతికి మార్గం చూపే మన శాస్త్రాలు, మత గ్రంథాలు ఈ శరీరానికి తరవాత కూడా కొనసాగే దీర్ఘకాలిక పెట్టుబడులు చేయమని ప్రోత్సహిస్తాయి.

భగవద్గీతలో (2.13) శ్రీకృష్ణ పరమాత్మ సెలవిచ్చినట్టు:

దేహినోస్మిన్ యథా దేహే
కౌమారం, యౌవనం, జరా

తథా దేహాంతర ప్రాప్తిర్
ధీరస్ తత్ర నముహ్యతి

'శరీరంచేత కప్పబడిన ఆత్మ–బాల్యం, యౌవనం, వార్ధక్యం గుండా కొనసాగినట్టే, శరీరం మరణించాక అది వేరొక శరీరంలోకి ప్రవేశిస్తుంది. సత్యమెరిగిన ఆత్మస్వరూపులు, ధీరులు అటువంటి మార్పుకు భయపడరు'.

ఇంకా, ఆయన భగవద్గీత (2.27) లోనే

జాతస్యహి ధ్రువో మృత్యుర్
ధ్రువం జన్మ మృతస్యచ
తస్మాద్ అపరిహార్యార్థే
నత్వం శోచితుం అర్హసి

'జన్మించినవారికి మృత్యువు తప్పదు; మరణించిన వారికి జన్మించక తప్పదు. అందువల్ల తప్పించుకోలేని దానిని గురించి నువ్వు శోకించడం తగదు,' అని ఉపదేశిస్తాడు.

అందువల్ల మనం శాశ్వతమైన వారమనీ, ఈ జీవితం మరణంతో ముగిసి పోకుండా కొనసాగుతుందనీ గుర్తించి, మరుజన్మకు ఆయత్తం కావాలి. పునర్జన్మలకు సంబంధించి బలమైన వైజ్ఞానిక సాక్ష్యాధారాలు ఉన్నాయి. ఈ విషయం మీద అధ్యయనం జరిపిన శాస్త్రవేత్త డా.ఇయాన్ స్టీవెన్ సన్ ప్రపంచవ్యాప్తంగా (దాదాపు 3000) పిల్లలను విచారించి వివరాలు సేకరించాడు. ఆ విధంగా ఒకవైపు మతగ్రంథాలు, మరోవైపు సైన్సు ఈ జన్మ తరవాత మరో జన్మ ఉందని ఉద్ఘాటిస్తున్నాయి. అందువల్ల, దానికి సంసిద్ధమై తయారుకావడం వివేకం. ఆరునెలల తరవాత పరీక్షలు వస్తాయని తెలిసిన విద్యార్థిలాగా, మనం మరో జన్మకు ఆయత్తమయ్యే బాధ్యతను చేపట్టాలి.

ప్ర. 5

వైదిక సాహిత్యం మాంసభక్షణను అనుమతిస్తుందా?

సమాధానం చిన్న అవును పెద్ద కాదు.

దీనిని అర్థం చేసుకుందాం.

వైదికసాహిత్యం మనుషులను విడగొట్టి వేరుచేసేది కాదు; కలుపుకుని వెళ్ళేది: ఒకే విధమైన మనుషులు ఉండరు. రకరకాల మనుషులు ఉంటారు. ఏ రకం వారు అన్నది వారి చైతన్య పరిణామస్థాయి మీద ఆధారపడిఉంటుంది. వారు ఏ దశలో, ఏ స్థాయిలో ఉన్నప్పటికీ, వారిని క్రమంగా పైకి తీసుకువచ్చి, జీవిత అత్యున్నత జీవిత లక్ష్యాన్ని చేరుకునేలా చేయడమే వేదాల లక్ష్యం. మనం ఎవరు? భగవంతుడు ఎవరు? ప్రేమతో ఆయనను సేవించడం ఎలా? మొదలైన విషయాలను తెలుసుకోవడమే జీవితలక్ష్యం అని వేదాలు ఘోషిస్తున్నాయి.

ప్రధానంగా వైదిక సాహిత్యం శాకాహారాన్ని ఉద్బోధిస్తుంది. మాంసాహార ప్రస్తావన చాలా అరుదుగానే కనిపిస్తుంది.

మాంసాహారాన్ని అంగీకరించని, తిరస్కరించి నిందించే కొన్ని వైదిక సూక్తులను ఇప్పుడు చూద్దాం.

మను సంహిత (మానవజాతి స్మృతి గ్రంథం)

'సజీవమైన జంతువులను చంపకుండా మాంసం లభించదు. ప్రాణంతో ఉన్న జీవరాసికి హానికలిగించడం స్వర్గసుఖాలకు దూరం చేస్తుంది. అందువల్ల

మాంసభక్షణకు దూరంగా ఉండాలి. జీవరాసులను దారుణంగా హింసించి, వధించి మాంసాన్ని పొందడం వల్ల, మాంసం తినడం పూర్తిగా వదిలివేయాలి.' (మనుసంహిత 5.48–49).

'ఒక జంతువును చంపడానికి అనుమతించేవాడు, కోసేవాడు, చంపేవాడు, మాంసాన్ని అమ్మేవాడు, కొనేవాడు, వంటచేసేవాడు, వడ్డించేవాడు, తినేవాడు వీరందరినీ కూడా ఆ జంతువును చంపిన వారుగానే పరిగణించాలి.ఇతర జంతువుల మాంసంతో తన శరీరంలోని మాంసాన్ని పెంచుకోవడానికి ప్రయత్నించే పాపాత్ముడు– దేవతలను, పితృదేవతలను పూజింపని పాపాత్ముడిని మించిన ఘోరపాపి అవుతాడు.' (మను సంహిత 5.51–52)

'(మాంసం) తినాలన్న బలమైన కోరిక ఉన్నట్టయితే స్వచ్ఛమైన వెన్నతోగాని, పిండితోగాని జంతువు బొమ్మను చేసి దానిని తినవచ్చు. అంతేగాని (ధర్మబద్ధమైన) కారణం లేకుండా ఎప్పుడుగాని జంతువును చంపకూడదు. (ధర్మబద్ధమైన) కారణం లేకుండా జంతువును చంపినవాడు, రాబోయే జన్మలలో ఆ జంతువుకు ఉన్న రోమాలన్ని హింసాయుత మరణాలతో బాధపడతాడు.' (మను స్మృతి 5.37 –38)

'తన ఆనందం కోసం సాధుజీవులకు హానికలిగించేవాడు, ఈ జన్మలోగాని, వచ్చే జన్మలోగాని సంతోషం పొందలేడు.' మను సంహిత (5.45)

'మాంసాహారాన్ని పూర్తిగా త్యజించినవాడు పొందే గొప్ప పుణ్యాన్ని – కేవలం ఫలాలు, కందమూలాలతో సరిపెట్టుకుని అడవులలో సాధు సన్యాసులు తీసుకునే ఆహారాన్ని తీసుకునేవాడు కూడా పొందలేడు. (మను సంహిత 5.54–55)

'ప్రాణులను చంపకుండా ఉండేవాడే, మోక్షానికి అర్హుడవుతాడు' మను సంహిత (6.60).

మహాభారతం

'మాంసాన్ని తినడం ద్వారా తన శరీరంలోని మాంసాన్ని పెంచుకోవడానికి

ఇతర ప్రాణులను కోరుకునేవాడు, మరుజన్మలో ఏ ప్రాణిగా జన్మించినా బాధలతోనే బతకవలసి వుంటుంది.' (మహాభారతం అను. 115.47).

'మాంసాన్ని కొనేవాడు ఆ జంతువును తన సంపదతో హింసిస్తాడు. మాంసం తినేవాడు రుచికోసం హింస చేస్తాడు. కసాయివాడు జంతువును చంపి చేతులారా హింస చేస్తాడు. ఆ విధంగా చంపడంలో మూడు రూపాలు ఉన్నాయి. జంతువును అమ్మేవాడు, చంపేవాడు, మాంసం కొనేవాడు, కొని వండి తినేవాడు – వీరందరూ కూడా మాంస భక్షకులుగానే పరిగణించబడతారు.' (మహాభారతం, అను. 115. 40)

జంతువులను హింసించడం వల్ల కలిగే పాపాలు ఆ నేరం చేసినవాడి ఆయువును తగ్గిస్తాయి. అందువల్ల, తమ సొంత క్షేమం కాంక్షించేవారు సైతం మాంసభక్షణకు దూరంగా ఉండాలి. (మహాభారతం, అను.115.33)

'ఇతర జంతువుల మాంసం తినడం ద్వారా తనమాంసాన్ని పెంచుకోవాలని ఆశించేవాడు సర్వనాశనమవుతాడు అని హెచ్చరించాడు ధర్మజ్ఞుడైన నారద మహాముని.' (మహాభారతం, అను 115.9 - 12)

'జీవితం పట్ల ప్రేమతో తిరుగాడే అమాయకమైన ఆ ప్రాణులను చంపి జీవించవలసిన అవసరం ఏమిటి? అది పాపాన్ని ఒడిగట్టుకోవడమే అవుతుంది. అందువల్ల రాజా! మాంసాహారాన్ని త్యజించడం అత్యున్నతమైన మతం. దివ్యలోకాలను చేరి సుఖసంతోషాలను అనుభవించే మార్గం. ఇతరులకు హానికలిగించి బాధపెట్టకుండా ఉండడమే అత్యున్నతమతం. అదే అత్యున్నత తపస్సు. అత్యున్నత సత్యమైన దాని నుంచే సకల ధార్మిక బాధ్యతలు, కర్తవ్యాలు ఆవిర్భవిస్తాయి.' (మహాభారతం, అను. 115.21–23)

'పచ్చగడ్డి నుంచి కాని, కొయ్యనుంచిగాని, రాతి నుంచి గాని మాంసాన్ని పొందలేము. ప్రాణంతో ఉన్న జీవిని చంపితే తప్ప మాంసం లభించదు. అందువల్లే మాంసాన్ని భుజించడం అపరాధమవుతుంది. జిహ్వాచాపల్యాన్ని నాలుకమీది రుచి మొగ్గలను సంతృప్తి పరచడానికి హింసకు పూనుకునే మనుషులను తమోగుణంనిండిన రాక్షసులుగానే, మాంసాహారులైన రాక్షసులుగానే భావించాలి. (మహాభారతం అను. 115.24 –25)

'మాంసం తినేవారు లేకపోయినట్టయితే, జంతువులను చంపేవారు కూడా ఉండరు. మాంసం తినేవారి కోసమే జంతువులను చంపే వృత్తిని చేపడతారు. మాంసాన్ని ఆహారంగా భావించనప్పుడు, ప్రాణంతో ఉన్న జీవులను చంపే ప్రసక్తే ఉండదు. ప్రపంచంలో తినేవాళ్ళకోసమే జంతువులను చంపేపని జరుగుతోంది.జంతువులను చంపేవారు, వాటిని చంపడానికి కారణంగా ఉండే వారి వల్లే వాటి ఆయువు అర్ధంతరంగా ముగిసిపోతుంది. అందువల్ల ధార్మిక జీవితం ఆశించేవారు మాంసాహారాన్ని పూర్తిగా త్యజించాలి. సజీవమైన జంతువులను హింసించే దుర్మార్గులను వాళ్ళకు అవసరమైనప్పుడు రక్షించడానికి ఎవరూ ఉండరు. అటువంటి వారు తీవ్రంగా శిక్షింపబడాలి.' (మహాభారతం, అను. 115. 29- 32)

'రాజాధిరాజా! నేను చెప్పేది శ్రద్ధగా విను. మాంసం భుజించకుండా ఉండడంలో పరిపూర్ణమైన ఆనందం ఉంది. మాంసం ముట్టుకోనివాడు వందేళ్ళు తీవ్రమైన వ్రతాలు ఆచరించిన పుణ్యాత్ముడితో సమానుడు. ఇది నా అభిప్రాయం.' (మహాభారతం అను.115.52-53)

'ధర్మరాజు చెప్పాడు: అయ్యో, వివిధరకాలైన ఇతర ఆహారాల పట్ల శ్రద్ధ చూపకుండా, మాంసం మాత్రమే కావాలని కోరుకునేవారు (మాంసభక్షకులైన) క్రూరులైన రాక్షసులతో సమానులు.' (మహాభారతం, అను. 116.1)

'భీష్ముడు చెప్పాడు: 'మరో ప్రాణిమాంసం తినడం ద్వారా తన మాంసాన్ని పెంచుకోవాలని కోరుకునేవాణ్ణి మించిన హీనుడూ, క్రూరుడూ మరొకడు ఉండడు. ఈ ప్రపంచంలో ఒక జీవికి తన ప్రాణానికి మించిన ప్రియమైనది వేరొకటి ఉండదు. అందువల్ల తన ప్రాణం పట్ల చూపే శ్రద్ధను ఇతర ప్రాణుల పట్ల కూడా చూపాలి. అందువల్ల నాయనా, మాంసం ప్రధాన బీజం నుంచే రూపొందుతుంది. దానిని తినడం మహాపాపం, తినకుండా ఉండడం గొప్ప పుణ్యం' (మహాభారతం, అను. 116.11-13).

'అందువల్ల పవిత్రమైన ఆత్మగల మానవుడు సకల జీవరాసుల పట్ల కరుణతో ఉండాలి. రాజా! పుట్టుకనుంచి ఎలాంటి మాంసమూ భుజించని మానవుడు స్వర్గంలో సకల సుఖాలనూ అనుభవిస్తాడు. జంతుమాంసాన్ని భక్షించాలని ఆశించేవాడు తరవాతి కాలంలో ఆ జంతువుల చేతే

భక్షింపబడతాడు. ఇది నా అభిప్రాయం. వాడు నన్ను భక్షించడం వల్ల, దానికి ప్రతి చర్యగా నేను వాణ్ణి భక్షిస్తాను. మాంసం మాంసాన్నే కోరుకుంటుంది. నా శపరచేవాడు నాశమవుతాడు. తిన్నవాడు తినబడతాడు. ఇది తప్పించుకోలేని విధి.' (మహాభారతం, అను. 116, 32 –35)

భాగవతపురాణం

'నిజమైన ధర్మం అంటే ఏమిటో తెలియని అజ్ఞానులు, దుర్మార్గులు, గర్విష్ఠులు అయిన వారు తమను ధర్మజ్ఞులని భావించి ఎలాంటి దయా దాక్షిణ్యాలూ, పాపభీతీ లేకుండా జంతువులను చంపుతూ ఉంటారు. అలాంటి పాపులు రాబోయే జన్మలలో, తాము ఇప్పటి జన్మలో చంపిన జంతువుచేతనే భక్షింపబడతారు.' (భాగవత పురాణం, 11. 5.14)

పైన పేర్కొన్న ఉదాహరణ సూక్తులను అనుసరించి చూసినట్టయితే, వైదిక సాహిత్యం మాంసాహారాన్ని తీవ్రంగా ఖండిస్తుందని స్పష్టంగా తెలుస్తోంది.

మరి మాంసం తినవచ్చనే అభిప్రాయాలు కూడా అక్కడక్కడ కనిపిస్తుంది కదా. వాటి మాటేమిటి?

ఆ అభిప్రాయాలు సిఫార్సులు కావు. కేవలం రాయితీలు మాత్రమే. అయినప్పటికీ, ఇలాంటి మాటలూ ఉన్నాయి అని, తమ మాంసాహార అలవాట్లను సమర్థించుకునేందుకు అలాంటి వాళ్ళు వీటిని ఉటంకిస్తూ ఉంటారు. అయితే, మనం వీటిని జాగ్రత్తగా పరిశీలించినట్టయితే, ఇవన్నీ కూడా యజ్ఞ యాగాలు చేసే సమయంలో చెప్పబడినవే. అవన్నీ కూడా నిబంధనలతో కూడుకున్నవే.

సరే. కొన్ని సందర్భాలలో మాంసం తినడాన్ని వైదిక సాహిత్యం ఎందుకు అనుమతిస్తుంది?

వైదికసాహిత్యం ఒకే రూపంలో ఆధ్యాత్మికతను అందించడం లేదు. రకరకాల మానవులు రకరకాల పరిణామ స్థాయిలలో ఉన్నారని వైదికసాహిత్యం

గుర్తించింది. అలాంటి వారు ఆధ్యాత్మిక జీవితాన్ని కూడా తమ శక్తి సామర్థ్యాలను బట్టి అనుసరించవలసివుంటుందని గుర్తించింది. వారి శక్తి సామర్థ్యాలను అనుసరించి వివిధ స్థాయులతో వారికి విధించిన నియమాలను, సిఫార్సులను అనుసరిస్తారు. అందుకే, మాంసాహారానికి అలవాటు పడిపోయినవారికి, అది కొన్ని నిర్ణీత పరిస్థితులలో అనుమతించబడింది. అందువల్ల శాస్త్రాలలోని ఈ మాటలను రాయితీలుగా మాత్రమే తీసుకోవాలి. సిఫార్సులుగా కాదు.

రాయితీకీ, సిఫార్సుకూ మధ్య ఉన్న తేడా ఏమిటి? ఒక వ్యక్తి మధుమేహ బాధితుడని నిర్ధారించాక, వైద్యుడు మందులు వాడమనీ, పంచదారను తీసుకోవద్దనీ చెబుతాడు. ఇది సిఫార్సు. అయితే, ఆ రోగి, 'నేను తీపి తినకుండా ఉండలేను, ఏదైనా తినితీరాలి' అంటాడు. అప్పుడు వైద్యుడు,'అలా అయితే ఒకే ఒక తీపి తిను బండారం తిను. అదీ వారానికి ఒక్క సారి మాత్రమే ' అని సలహా ఇస్తాడు. ఇది రాయితీ అయితే. ఆ రోగి అది సిఫార్సూ, సలహా కానప్పటికీ, రాయితీ మాత్రమే అయినప్పటికీ, 'డాక్టర్ నన్ను తీపి పదార్థాలు తినమన్నాడు,' అని చెప్పుకుంటాడు. రాయితీ అంటే అసలు మంచిది కాకపోయినప్పటికీ, ఒకరికి మరీ కావలసినప్పుడు మాత్రమే తీసుకోవడానికి అనుమతించబడేది.

అందువల్ల, వైదిక సాహిత్యం శాకాహారాన్ని మాత్రమే సిఫార్సు చేస్తుంది.అయితే, కొన్ని ప్రత్యేక పరిస్థితులలో మాంసాహారులుగా ఉండవచ్చని రాయితీ ఇస్తుంది. ఏమిటా ప్రత్యేక పరిస్థితులు? మనం కొన్ని పవిత్రమైన రోజులలో యజ్ఞం చేసేప్పుడు జంతువును బలి ఇచ్చి కాళీమాతకు లేదా వేరొక దేవతకు సమర్పించి ఆ మాంసాన్ని తీసుకుంటాం. ఇలాంటి ముఖ్యమైన పవిత్రమైన రోజులు తరచుగా రావు. ఇందులోని అంతిమలక్ష్యం జంతువులపట్ల క్రౌర్యాన్ని నిరుత్సాహ పరచడమే. అయితే, తమకు కావలసినది ఇస్తే తప్ప ముందుకు సాగలేము అనే కొందరికి, 'సరే. మీకున్న తినేహక్కును కాదనడం లేదు. ఈ రోజుల్లో హాయిగా తినవచ్చు,' అంటాయి శాస్త్రాలు, పంచదార తినడం పూర్తిగా మానిపించడం తన ఉద్దేశం అయినప్పటికీ కొద్దిగా తినవచ్చునని వైద్యుడు చెప్పినట్టు.

కాళీమాతకు బలులిచ్చినప్పుడు- ఆమె వైష్ణవి, పరమదయాళువైన పరమశివుడి అర్ధాంగి గనక, వాటిని స్వీకరించదు. అయితే, ఆమెను కొలిచేవారు మాంసాన్ని కోరుకుంటారు. మనుషులు తమ కోర్కెలను నెరవేర్చుకోవడానికే బలులు ప్రారంభించబడ్డాయి. అయితే, అలాంటి బలులు సైతం వైదికసంస్కృతిని వ్యవస్థీకరించి పునరుద్ధరించడానికి అవతరించిన మధ్వాచార్యులు, రామానుజాచార్యులు వంటి ఆధ్యాత్మిక గురువుల ద్వారా నివారించబడ్డాయి. ఈనాడు ప్రపంచవ్యాప్తంగా మాంసాహారం వల్ల కలిగే పర్యావరణ సమస్యల కారణంగా శాకాహారం విలువ గుర్తించబడుతోంది. అందువల్ల, మాంసాహారాన్ని సమర్థించుకోవడానికి మారుమూల ఎక్కడోవున్న ఒకటీ అరా శ్లోకాలను వెలికి తీయడంమాని, వైదిక సంప్రదాయాన్నీ, అది ప్రబోధించే శాకాహారం విలువనూ గుర్తిద్దాం. శాకాహార పద్ధతి ఈ భూగోళం, మానవజాతి మనుగడ కొనసాగడానికి కేవలం ప్రత్యామ్నాయంగా మాత్రమే కాకుండా తప్పనిసరి నిర్బంధంగా మారుతూన్న ప్రస్తుత కాలంలో మన సంప్రదాయం తక్కిన ప్రపంచానికి చక్కటి ఉదాహరణగా ఉంటోంది.

వైదిక సాహిత్యాన్ని ఉటంకించేప్పుడు - మనం చేసే పనులను సమర్థించుకోవడానికి ఉటంకిస్తున్నామా లేక నిజంగానే అందులోని ముఖ్యమైన సూత్రాల సారాన్ని గ్రహించడానికి ఆ పనిచేస్తున్నామా అని మన హృదయాలలోకి చూసుకోవాలి. సిఫార్సులు కోకొల్లలు. అయితే, రాయితీలు ఒకటీ అరా. మనం వేటిమీద దృష్టిని కేంద్రీకరించాలి? సిఫార్సుల మీదా? రాయితీల మీదా?

ప్ర. 6

హింసకు పాల్పడకూడదు అన్న కారణంతో మాంసాహారాన్ని వదిలి పెడతాం. మరి కాయకూరలను తినడంలో హింసలేదా?

వేదశాస్త్రాలు, పురాణాలు 'జీవో జీవస్య జీవనం' (శ్రీమద్ భాగవతం 1.13.47) అని చెబుతాయి. అంటే, ఒక ప్రాణి మరో ప్రాణికి ఆహారం అని అర్థం. అంటే, ఒక ప్రాణి జీవనాధారం మరో ప్రాణి. హింసను పూర్తిగా వర్జించడం అన్నది సాధ్యంకాని పని. అయితే, సాధ్యమైనంతవరకు తక్కువగా చేయడమే మనం చేయవలసిన పని.

మొక్కలకూ, కూరగాయలు, ఫలాల నిచ్చే చెట్టు చేమలకూ తప్పకుండా చైతన్యం ఉంటుంది. అయితే, అది మిగతా ప్రాణులకు లాగా పరిణతి చెందివుండదు. అందువల్ల వాటికి కలిగే బాధ తక్కువగా ఉంటుంది.

ఒక ప్రాణి అనుభవించే బాధ, ఆ ప్రాణిలో అభివృద్ధి చెందిన నాడీవ్యవస్థ మీద ఆధారపడి ఉంటుంది. మొక్కలలో చెట్టు చేమలలో అది అంతగా అభివృద్ధి చెంది ఉండదు గనక, వాటికి కలిగించే బాధ తక్కువ స్థాయిలో ఉంటుంది. జంతువులను చంపేటప్పుడు కలిగే బాధ అంతటి భయంకరమైన బాధ ఉండదు.

సృష్టింపబడినవి సకలమూ అవి మనుషులయినా, జంతువులైనా, చెట్టు చేమలయినా భగంతుని సంతానమే. అందువల్ల వేటినీ హింసించకుండా ఉండడమే ఉత్తమ ఆదర్శం. అయితే, మనం బతకాలి కదా. అందువల్ల తక్కువ హింసతో సరిపెట్టుకోవలసిన అవసరం ఉంది.

చెట్టుచేమలనుంచి పండ్లను, కాయకూరలను కోయడంతో– కబేళాలో జంతువులను చంపడాన్ని ఒకసారి పోల్చిచూడండి. జంతువులను చంపేప్పుడు అవి భయంతో అరిచే భీకరమైన అరుపులూ, మూలుగులూ వినిపిస్తాయి. తీవ్రమైన రక్తపాతం జరుగుతుంది. కాయగూరలను కోసుకునేప్పుడు అలాంటి ఘోరాలు ఏవీ కనిపించవు. వినిపించవు. రెండింటికీ మధ్య వున్న తేడాను ఎవరైనా గుర్తించవచ్చు.

పండ్లు, కాయగూరలు తినడానికి చేసే తక్కువస్థాయి హింసాయుత కర్మ మాటేమిటి? దీనికి శ్రీకృష్ణభగవానుడు భగవద్గీతలో (3.13) పరిష్కారం చూపిస్తాడు:

యజ్ఞ – శిష్టాసినః సంతో
ముచ్యంతే సర్వ కిల్బిషైః
భుంజతే తేత్వఘంపాపా
యే పచంతి ఆత్మ కారణాత్

'భగవంతుడి భక్తులు మొదట యజ్ఞానికి సమర్పించబడిన ఆహారాన్నే
తీసుకుంటారు గనక, సకల విధ పాపాల నుంచి విడుదల
చేయబడతారు. వ్యక్తి గతమైన ఇంద్రియభోగాలకోసం ఆహారాన్ని
తయారుచేసుకునేవారు పాపాన్ని మాత్రమే భజించిన వారవుతారు.'

మీరు భుజించే ముందు ఆహారాన్ని దేవుడికి సమర్పించండి!

అలా చేయడం వల్ల, కూరగాయలను కోసి తినడం వల్ల వాటిల్లే స్వల్ప చెడు కర్మఫలం సైతం తొలగిపోతుంది.

శాకాహార పద్ధతిని దాటి, రకరకాల కర్మ సంబంధమైన, పాపకార్యాల పర్యవసానాల నుంచి పూర్తిగా బయటపడే మార్గం ఇక్కడ బోధించబడింది.

అయితే, కృష్ణభగవానుడు చెబుతున్నట్టు, ఆహారాన్ని దేవుడికి సమర్పించని వారు అది శాకాహారమే అయినప్పటికీ దానిని తయారుచేయడంలో కలిగే పాపఫలితాలను అనుభవిస్తారు. అందువల్ల, సాధ్యమైనంతవరకు తక్కువ హింసతో లభించే ఆహారాన్ని మాత్రమే

తీసుకుంటూ, తినడానికి ముందు భగవంతునికి భక్తితో సమర్పించడమే ఉత్తమమార్గం. ఎందుకంటే అది కేవలం శాకాహార విధానం లేదా కర్మ విముక్తి మార్గం మాత్రమే కాదు; నిర్మలమైనదీ, నైర్మల్యాన్ని సమకూర్చేదీ గనక.

ప్ర. 7

ఆత్మ పరిమాణం ఎంత?

శ్వేతస్వతార ఉపనిషత్తు (5.9) ధృవపరుస్తోంది:

బలాగ్ర – శత – భాగస్య
శతధా కల్పితస్య చ
భగోజీవః స విజ్ఞేయః
చనంత్యాయ కల్పతే

'ఒక వెంట్రుక కొసను వందభాగాలుగా చీల్చి, అందులోని ఒక భాగాన్ని మళ్ళీ వందభాగాలుగా చీల్చినట్టయితే, అందులోని ఒక భాగం కొలత అంత వ్యాసం కలిగి వుంటుంది ఆత్మ.'

భాగవతంలోనూ అదే చెప్పబడింది:

కేశాగ్ర – శత – భాగస్య
శతాంశ – సదృశాత్మాకః
జీవః– సూక్ష్మ స్వరూపోయామ్
సంఖ్యాతితో హి చిత్ – కణః

'వెంట్రుక కొసను వంద భాగాలుగా విభజించి, అందులోనుంచి ఒక భాగాన్ని తీసుకుని దాన్ని మళ్ళీ వందచీలికలుగా విభజించినట్టయితే, ఆ సూక్ష్మ మైన ముక్క పరిమాణం. అది అంసఖ్యాకమైన జీవకణాలు.

అవన్నీ కూడా చిత్కణాలు లేదా ఆధ్యాత్మిక శకలాలు. పదార్థాలు కావు.'

ఆ విధంగా ఆత్మ వెంట్రుకకొనసపదివేలవ వంతు ప్రమాణంలో ఉంటుంది.

అయినప్పటికీ భగవద్గీత(2.18) ఆత్మను 'అప్రమేయం'గా అంటే కొలవలేనిదిగా నిర్వచిస్తుంది. దీన్ని మనం ఎలా అర్థంచేసుకోవడం?

అంటే, ఆత్మ ఆధ్యాత్మికమైనది. లౌకికమైన కొలబద్దలతో కొలవలేనిది.

అయినప్పటికీ, అది పరిమాణాలూ, రూపమూ కలిగివుంటుంది.ఆ విధంగా

శాస్త్రాలు దాని పరిమాణం గురించి మాట్లాడతాయి.

ఆధ్యాత్మిక పరిమాణం లౌకిక కొలతలకన్నా భిన్నమైనది గనక, లౌకిక కొలమానాలు ఆత్మవిషయంలో ఉపయోగకరం కావు. గుండెను వెంట్రుకపది వేల వంతును కొలవగల సూక్ష్మదర్శినితో పరీక్షించినా ఆత్మను పసిగట్టలేము. ఎందుకంటే, మన భౌతిక భావనలు ఆత్మ విషయంలో పనిచేయవు, పనికిరావు. ఆ అర్థంలో ఆత్మ కొలవలేనిది. అయితే, అదే సమయంలో ఆత్మకు రూపం ఉంది. రూపానికి పరిమాణాలు ఉన్నాయి. ఆ ఆధ్యాత్మిక పరిమాణం ప్రస్తుతం శరీరంలో ఒక బీజరూపంలో కొలువై ఉంది.

దాని ప్రభావాన్ని మనం ఎలా గ్రహించగలం? మనకున్న స్థూల మొద్దుబారిన భౌతిక కొలమానాలతో, మలిన ఇంద్రియాలతో గ్రహించడం అసలు సాధ్యంకాదు.

ముండక ఉపనిషత్తు (3.1.9) ఇలా వివరిస్తుంది:

ఈషోణుర్ ఆత్మ చేతసా వేదితవ్యో
యస్మిన్ ప్రాణః పంచధా సవివేషా
ప్రాణిష్ చిత్తం సర్వం ఓతమ్ ప్రజానామ్
యస్మిన్ విశుద్ధే విభవతి యేష ఆత్మా

'ఆత్మ అణువు ప్రమాణంలో ఉంటుంది. నిర్దుష్టమైన మేధస్సు దానిని గ్రహించగలుగుతుంది. ఈ అణురూపమైన ఆత్మ

పంచవాయువులలో (ప్రాణ, అపాన, వ్యాన, సమాన, ఉదాన)
తేలుతూ హృదయస్థానంలో ఉంటూ, ప్రాణుల శరీరమంతటా తన
ప్రభావాన్ని వ్యాపింపజేస్తూ ఉంటుంది. లౌకికమైన పంచవాయువుల
సకల మలినాల కలయిక నుంచి పరిశుభ్రమయినప్పుడు దాని
ఆధ్యాత్మిక ప్రభావం ప్రదర్శితమవుతుంది.'

ప్ర. 8

దేవుడు రూపరహితుడా? రూపం కలవాడా?

'దేవుడు' అంటే పూర్తిగా పరిపూర్ణంగా ఉన్న మూర్తి, ఎలాంటి అసంపూర్ణానికీ ఏమాత్రం ఆస్కారం లేని మూర్తి అని అర్థం. ఆయనకు ఒక రూపం ఉన్నది అని చెప్పామంటే రూపం లేని వాటికి చెందనివాడన్న పరిమితిని ఆయనకు ఆపాదించినట్టవుతుంది. ఆయన దేవుడు, సర్వశక్తి సంపన్నుడు. రూపరహితుడు గానూ ఎందుకు ఉండలేడు? ఆయన ఇష్టానుసారం ఎలాగైనా ఉండగలడు. ఆయన రూపరహితుడు, రూపం పొందలేడు అని చెప్పడం కూడా ఆయన్ను పరిమితం చేయడమే అవుతుంది. అందువల్ల, ఈ సమస్యను పరిష్కరించడానికి శాస్త్ర గ్రంథాలను సంప్రదించడం ఒక్కటే మార్గం. ఎందుకంటే దేవుణ్ణి గురించిన జ్ఞానం వాటి నుంచే వస్తాయిగాని, సామాజిక మాధ్యమాలనుంచి రాదు. అది మన ఒక్కరి పరిమిత గ్రహింపు ద్వారాగానీ, అధికసంఖ్యాకుల అభిప్రాయం నుంచిగానీ వచ్చేది కాదు.

శ్రీమద్భాగవతం (1.1.12) ఇచ్చే సమాధానం:

వదంతి తత్ తత్త్వ – విదాస్
తత్త్వం యజ్ఞానం అద్వయం
బ్రహ్మేతి పరమాత్మేతి
భగవాన్ ఇతి శబ్ద్యతే

'సంపూర్ణ సత్యాన్ని (దేవుణ్ణి) తెలుసుకున్న జ్ఞానులైన తత్త్వవిదులు
ఈ అద్వయ బ్రహ్మాన్ని– పరమాత్మ అనీ,
భగవానుడనీ పిలుస్తారు.'

దీని అర్థం దేవుడికి రూపం ఉంది; రూపం లేని పార్శ్వమూ ఉంది. ఈ రెండింటి మధ్యగానూ ఉంటాడు. అదే ఆయన్ను ఎందులోనూ వెలితీ కొరతా లేని పరిపూర్ణుడిగా చేస్తుంది.

అట్టడుగు స్థాయిలో బ్రహ్మం లేదా రూపరహిత పార్శ్వం, మునులు బ్రహ్మజ్యోతి అనిపిలిచే నీలివెలుగు. అంతకన్నా ఉన్నతమైన పార్శ్వం పరమాత్మ (చతుర్భుజుడైన విష్ణువు) ప్రతి హృదయంలోనూ కొలువుంటూ యోగుల చేత ధ్యానింపబడేది. అత్యున్నతమైన పార్శ్వం వ్యక్తిగత పార్శ్వం, మనకందరికీ తెలుసుకోతగ్గ సంపదలు, సౌందర్యం, జ్ఞానం, బలం, కీర్తి, త్యాగం అనే షడైశ్వర్యాలు ఆరువిధ సంపదలు కలిగిన భగవానుడు.

సూర్యరశ్మి, సూర్యగోళం, సూర్యదేవుడు ఈ మూడింటిని పోల్చి చూడడం ద్వారా దీనిని అర్థం చేసుకోవచ్చు. సూర్యరశ్మి సూర్యుడి బ్రహ్మం లేదా వ్యక్తి రహిత పార్శ్వాన్ని సూచిస్తుంది. సూర్యరశ్మిని అధ్యయనం చేయడంతోనే సూర్యుడి అధ్యయనం పూర్తికాదు. అది ప్రాథమికమైనది. మనం మరింత దగ్గరికి వెళ్ళినట్టయితే, సూర్యరశ్మి, సూర్యగోళం నుంచి వస్తున్నదని తెలుసుకోవచ్చు. ఇది పరమాత్మ పార్శ్వంలాంటిది. ఇందుకు కొంచెం మరింత లోతైన అధ్యయనం కావాలి. సూర్యగోళంలో ప్రవేశించినట్టయితే, అక్కడ సూర్యదేవుడు కొలువై, సూర్యగోళవ్యవహారాలను నడిపిస్తున్నాడని తెలియచేస్తుంది. అది దేవుడి భగవాన్ పార్శ్వం వంటిది. ఆయన ఈ రూపంలో సూర్యగోళం ప్రకాశించేలా చేస్తున్నాడు.

సూర్యరశ్మి సూర్యుడి నుంచి వెలువడుతున్నట్టే– దేవుడి రూపరహిత పార్శ్వం, రూపం నుంచి ఆవిర్భవిస్తున్నది. రూపరహితం నుంచి రూపం రావడం లేదు.

ఈ విషయం గురించి మరింత స్పష్టత రావాలంటే మన అత్యంత పవిత్రగ్రంథమైన భగవద్గీతను (12.1) సంప్రదించాలి. అందులో అర్జునుడు, శ్రీకృష్ణభగవానుని, 'కొందరు నీ రూపరహిత పార్శ్వాన్ని పూజిస్తారు. మరికొందరేమో నీ వ్యక్తిగత రూపాన్ని భక్తిశద్ధలతో సేవిస్తారు. ఈ ఇరువురిలో ఉన్నతులు ఎవరు?' అని ప్రశ్నిస్తాడు.

అందుకు శ్రీకృష్ణ భగవానుని సమాధానం ఇది:

శ్రీ భగవాన్ ఉవాచ
మయ్యావేశ్య మనో యే మామ్
నిత్యయుక్తా ఉపాసతే
శ్రద్ధయా పరయోపేతాస్తే
మే యుక్త - తమా మతః

'శ్రీకృష్ణ భగవానుడు చెప్పాడు: 'తమ మనసులను నా వ్యక్తిగత రూపం మీద నిలిపి నిరంతరం అత్యంత భక్తి శ్రద్ధలతో నన్ను పూజించేవారు నా చేత సర్వోత్కృష్టమైన వారుగా భావించబడతారు.'

విశ్వంలో ప్రప్రథమంగా సృష్టింపబడిన బ్రహ్మదేవుడు కూడా బ్రహ్మ సంహిత (5.40)లో ఈ విషయాన్ని స్పష్టపరుస్తాడు:

యస్య ప్రభ ప్రభవతో జగద్ - అండ - కోటి
కోటిషు అశేష - వసుధాది - విభూతి - భిన్నమ్
తద్ బ్రహ్మ నిష్కలమ్ అనంతమ్ అశేష - భూతమ్
గోవిందమ్ ఆదిపురుషమ్ తమ్ అహం భజామి

'ఉపనిషత్తులు ప్రస్తావించే నిరాకార బ్రహ్మనికి ఆధారభూతమైన ప్రకాశానికి - అశేష, అండకోటి ప్రపంచానికి భిన్నంగా భావించబడే నిష్కలం, అశేషం, అనంతం, పరిమితిలేని సత్యంగా కనిపించే - ఆదిపురుషుడైన గోవిందుని భజిస్తున్నాను'.

ఆ విధంగా, సర్వోన్నతుడైన భగవంతుడికి రూపం ఉందన్నది, ఆ రూపాన్ని పూజించడం సర్వోత్కృష్టమైనదనీ, ఆ రూపమే రూపరహిత పార్శ్వానికి మూలాధారమనీ - వెలుగుకు కారణం బల్బు తప్ప, బల్బుకు కారణం వెలుగు కాదనీ స్పష్టమవుతోంది.

మరి, కొన్ని శాస్త్ర గ్రంథాలు భగవంతుని నిరాకారుడనీ, నిర్గుణుడనీ చెబుతాయి కదా, వాటి మాటేమిటి?

అవును. కొన్ని గ్రంథాలు అలాగే పేర్కొంటున్నాయి. నిజమే. శాస్త్ర గ్రంథాలను అర్థంచేసుకోవడంలో ఒక సోపాన క్రమం ఉంటుంది. ఒక్కొక్క గ్రంథం ఒక్కొక్క స్థాయి ఆధ్యాత్మిక పరిణామ దశకు ఉపయోగపడేదిగా ఉంటుంది. భగవద్గీత, భాగవత గ్రంథాలు చాలా ప్రధానమైనవి. భగవంతుని గురించిన పరిపూర్ణ జ్ఞానాన్ని అందజేస్తాయి. ఇతర గ్రంథాలు అంతిమ అవగాహనను కలిగించాలన్న లక్ష్యానికి అనుగుణంగా ప్రాథమిక అవగాహనను మాత్రమే స్పృసిస్తాయి. అవి మనల్ని ఒక స్థాయి వరకు తీసుకువెళతాయి. మనం ఆ జ్ఞానంతో అక్కడే ఆగిపోయి ఉండిపోకుండా ముందుకు వెళ్ళవలసి ఉంటుంది.

పవిత్రగ్రంథాలు భగవంతుని నిరాకారుడని అభివర్ణిస్తున్నాయి అంటే, అది – సంకుచిత అవగాహనతో, దేవుణ్ణి కూడా తమ రూపంతో, తమచైతన్యాన్నే ఆయనకూ ఆపాదించి ప్రాపంచిక స్థాయికి దించేవారి కోసమే. అటువంటి అజ్ఞానపు ఆలోచనను అధిగమించడానికే గ్రంథాలు భగవంతుని నిరాకారుడు, నిర్గుణ బ్రహ్మ అని చెబుతాయి. తాత్విక దృక్పథంలో మార్పుతీసుకువచ్చి భగవద్భక్తి పెంచడానికి ఇది సాయపడుతుంది.

అందువల్ల, నిరాకారుడు అంటే, భగవంతుడు మనలాగా లౌకిక రూపం కలిగి వుండడు కానీ, ఆధ్యాత్మిక రూపం కలిగివుంటాడు అని అర్థం.

మళ్ళీ బ్రహ్మసంహితను(5.1) పరిశీలిద్దాం:

సత్ – చిద్ – ఆనంద విగ్రహః

విగ్రహః అంటే 'రూపము'.

విశ్వంలో ప్రప్రథమంగా సృష్టించబడినవాడు బ్రహ్మగనక, తక్కిన వారికన్నా ఎక్కువ తెలిసినవాడు. ఆయనే భగవంతుడికి రూపం ఉంది. దివ్యరూపం, సత్యం జ్ఞానం ఆనందం నిండిన రూపం (సచ్చిదానంద) అన్నాడు.

కొన్ని శాస్త్ర గ్రంథాలు నిర్గుణుడు అని ఉపయోగించినప్పుడు భగవంతుడికి అసలు గుణాలే లేవని కాదు. ఆయనకు మనలాగా ప్రాపంచిక

గుణాలు లేవని అర్థం. మూడు (సత్వ, రజో, తామస) గుణాలు మనల్ని బంధిస్తాయి. భగవంతుడు వీటికి అతీతమైనవాడు. ఆయన సర్వస్వతంత్రుడు. దేనిచేతా బంధింపబడని వాడు. అందువల్ల నిర్గుణుడు అయ్యాడు.

మన తండ్రికి రూపం ఉంది. తండ్రి తండ్రికి, అతని తండ్రికి రూపాలు ఉన్నాయి. అందువల్ల, మనం మూలాలను వెతుక్కుంటూ వెనక్కు వెళ్ళి వారి రూపాలను తెలుసుకుంటాం. భగవంతుడికి రూపం లేదని మనం అంటే అది సర్వోన్నత భగవంతునికి రూపం లేదని అర్థమా? అది అర్థం లేని తర్కం కాదా?

గడిచిపోయిన భూతకాలంలో భగవంతుడు చేసినవన్నీ రూపంతోనే. ఆయన ఇచ్చిన సలహాలన్నీ, చేసిన ఉపదేశాలన్నీ రూపాలతోనే.

అందువల్ల, రూపం వాస్తవమూ కాదు; అవరమూ లేదు అయినట్టయితే దానికి ఆయన ఎందుకు అంతప్రాముఖ్యతనివ్వాలి? ఆయన రూపం ఎందుకు ఈ ప్రపంచం కార్యకలాపాలకు ప్రధానమాధ్యమం అయింది?

ముక్తాయింపుగా- దేవుడికి రూపమేగనక లేనట్టయితే, ఆయనతో ఎలాంటి వ్యక్తిగత సంబంధమూ అసాధ్యమవుతుంది.

ప్ర. 9

దేవుడు సర్వాంతర్యామిగా ప్రతిచోటా ఉన్నప్పుడు గుడికి వెళ్ళవలసిన అవసరం ఉందా?

సమాధానం 'ఉంది' 'లేదు' రెండూను.

నీళ్ళు హైడ్రోజన్, ఆక్సిజన్‌ల కలయిక అని మనకు తెలుసు. హైడ్రోజన్, ఆక్సిజన్ ప్రతిచోటా ఉన్నాయి. మనకు దాహం వేసినప్పుడు, దప్పిక తీర్చుకోవడానికి మనం నోరు తెరిచి కొద్దిగా హైడ్రోజన్, ఆక్సిజన్ ఎందుకు పీల్చుకోలేకపోతున్నాం? అలా నీళ్ళను అందుకో కలిగిన శక్తి మనవద్ద లేకపోవడమే కారణం. ఆలాగే దేవుడు సర్వవ్యాపిగా ప్రతిచోటా ఉన్నప్పటికీ ఆయన కరుణను అందుకునేందుకు తగ్గరూపం కావలసివస్తోంది. గుడి అలాంటి రూపం కలిగిన ప్రదేశంగా ఉంటోంది. భగవంతుని భక్తి శ్రద్ధలతో, ఏకాగ్రతతో పూజించే ఆలయంలో ఆయన సర్వోన్నతమైన కరుణ, సౌందర్యం, దీవెనలు వెలువడుతూ ఉంటాయి. అవును, నిజం! దివ్యత్వంలో తడిసి, ఆశీస్సులు పొందడానికి మనం అటువంటి గుడిని క్రమం తప్పకుండా సందర్శించాలి.

అయినప్పటికీ, ఉన్నత ప్రమాణాలు పాటించని, భగవత్ సేవలను సక్రమంగా నిర్వర్తించని గుడిలో భగవంతుడి కరుణ వ్యక్తం కాదు గనక, ఆదర్శవంతమైన ఆలయాలలో లభించే దివ్యస్పర్శను అక్కడినుంచి అందుకోలేక పోతాం. అందువల్ల, అలాంటి స్థలాలకు వెళ్ళకూడదు. అయితే, దివ్యశక్తిని ప్రసరించే దేవాలయాన్ని సందర్శించడం అలవాటు చేసుకుని తరించాలి. తక్కినవారిని కూడా ప్రోత్సహించాలి.

మనమందరం కూడా అల్లకల్లోలమైన మనసులతో అల్లాడుతూ ఉంటాం. జబ్బు చేసిన మనసుకు గుడి వైద్యశాల వంటిది. గుడికి 'మన్' నుంచి వచ్చిన 'మందిర్' అనే మరొక పేరు కూడా హిందీలో ఉంది. 'మన్' అంటే మనసు అని అర్థం కదా. ఆ విధంగా 'మందిర్' అంటే మనసును శుద్ధిచేసుకునే స్థలం అని కూడా చెప్పవచ్చు.

ఇంకా, దేవాలయం బ్యాటరీ చార్జర్ లాగానూ పనిచేస్తుంది. వేగవంతమైన జీవితాలలో మనం రకరకాల సమస్యలతో సతమతమవుతూ హరించుకుపోతాం. ఆలయాలకు వెళ్ళడం ద్వారా రీచార్జ్ అయి నూతనశక్తిని పుంజుకుని ప్రాపంచిక బాధ్యతలను శక్తి వంతంగా నిర్వర్తించగలుగుతాం.

దేవాలయాలు మనకు ఆధ్యాత్మిక సంస్కృతిలో శిక్షణనిచ్చే విద్యా సంస్థలుగానూ పనిచేస్తాయి. వాటిని మనం మన కుటుంబ సభ్యులతో కలిసి అభ్యాసం చేయవచ్చు. 'కలిసి ప్రార్థనలు చేసే కుటుంబం, కలిసి ఉంటుంది' అన్న సూక్తి సుప్రసిద్ధం.

చివరగా, ఆలయాలు మానవజన్మ అంతిమ లక్ష్యాన్ని గుర్తు చేసి ఆత్మసాక్షాత్కారం లేదా భగవత్ సాక్షాత్కారం పొందేలా చేస్తాయి. దృష్టిలో లేనిది హృదయంలోనూ నిలువదు. మనం క్రమ తప్పకుండా దేవాలయ దివ్య వాతావరణంలో ఉన్నట్టయితే, మనం చేపట్టవలసిన పవిత్ర సిద్ధాంతాల పట్ల మెలకువతో ఉండడంతో పాటు, నిత్యకృత్యాలలో సైతం దైవస్పృహతో ఉంటాం. ఇది, ఈ ప్రాపంచిక బంధాలు లేకుండా ఉండడానికి సాయపడుతుంది. క్రమేణా మనం చేసే పనులే పూజలుగా పరిణమిస్తాయి.

ప్ర. 10

ఎలా ప్రార్థించాలి?

ఒక వ్యక్తి విధిని మార్చగలిగినంతగా ప్రార్థనలు శక్తివంతమైనవి. 'ప్రార్థన మన జీవితానికి స్టీరింగ్ వీల్‌లాగా ఉండాలి. స్పేర్ వీల్‌లాగా కాదు,' అని చెబుతారు. అది పగటి తాళంచెవిలాగానూ, రాత్రి తాళంకప్పగానూ ఉండాలి.

అయితే, మన ప్రార్థనలు నెరవేరడానికి ఏం కావాలి? ఈ పురాతన రహస్యం ఏమిటో అర్థం చేసుకుందాం.

మామూలుగా మనం దేవుడి ముందు నిలబడినప్పుడు మన బాధలను, లేదా కోరికలను వెళ్ళబోసుకుంటాం. అయితే, ప్రార్థంచవలసిన ఆదర్శ విధానం అది కాదు. భగవంతుడు మన ప్రార్థనలను స్వీకరించి కాలక్రమంలో నెరవేర్చాలంటే, వాటిని చేయవలసిన వరుసక్రమాన్ని శ్రీమద్భాగవతం వివరిస్తుంది.

మన కోర్కెలు తెలియజేయడానికి ముందు మనం హృదయపూర్వకంగా చేయవలసిన వరుసక్రమం ఇలా ఉండాలి:

1. **కీర్తించే ప్రార్థనలు:** సర్వోన్నత భగవంతుడు కీర్తి సంపన్నుడు. మన శాస్త్రాలలో, పురాణాలలో ఆయన అనంత మంగళ కల్యాణగుణాలు కోకొల్లలుగా వివరించబడ్డాయి. మనం ఉన్నతుడైన ఏ వ్యక్తి ముందుకు వెళ్ళినా, ఆయన్ను పొగుడుతూ ఏదైనా చెప్పాలి కదా. అదేవిధంగా భగవంతుడి సమక్షంలో, మొదట ఆయన పేరు ప్రతిష్ఠలనూ, సౌందర్యాన్నీ, కల్యాణ గుణగణాలనూ, అవ్యాజ కరుణనూ నోరారా కీర్తించాలి.

మన పురాణగ్రంథాలలో అటువంటి అందమైన ప్రార్థనలు చాలా ఉన్నాయి. అలాంటి వాటిని చదివి కంఠస్థం చేసుకోవచ్చు. అలా కానప్పుడు మన సొంత పదాలతో పొగడవచ్చు. హృదయ పూర్వకంగా కీర్తించడమే ప్రధానం. కావలసింది అదే.

కీర్తించే ప్రార్థనకు ఒక ఉదాహరణ:

నమః పంకజ నాభాయ నమః పంకజమాలినే
నమః పంకజనేత్రాయ నమస్తే పంకజాంఘ్రయే

'నాభివద్ద తామర పువ్వు చిహ్నం కలిగిన, ఎల్లప్పుడూ తామర పువ్వుల మాలతో శోభిల్లే, తామరపువ్వుల గుర్తులు కలిగిన పాదపద్మాలు కలిగిన భగవంతుడా! నీకు నా హృదయపూర్వక నమస్కారం!'

2. **కృతజ్ఞతలు చూపే ప్రార్థనలు:** రెండవదిగా భగవంతుడు మనకు ప్రసాదించిన వాటికి మన హృదయపూర్వక కృతజ్ఞతలు తెలియజేయాలి. ఒక్కసారి కలయజూస్తేచాలు – ఈ శరీరం, చక్కటి కుటుంబం, ఇల్లూ వాకిలీ, ఆహారం, బంధుమిత్రులు ఇలా భగవంతుడు మనకు ప్రసాదించినవి ఎన్నో కనిపిస్తాయి.

పుచ్చుకున్న వాటికి కృతజ్ఞతలు తెలియజేయడం సంస్కృతికి చిహ్నం. ఎవరైనా లోటా నీళ్ళిస్తే 'థాంక్స్' చెబుతాం. మరి మన జీవితానికి ఇన్నింటిని సమకూర్చిన ఆ దేవుడికి, వాటిని గుర్తించి ఆయనకు తరచూ కృతజ్ఞతలు తెలియజేయడం మన కర్తవ్యం కాదా!

కృతజ్ఞతాపూర్వక ప్రార్థనకు ఉదాహరణ:

ప్రతిజ్ఞా తవ గోవిందా నమే భక్తాః ప్రణష్యతి
ఇతి సమ్స్మృత్య సమ్స్మృత్య ప్రాణన్ సాంధరయామి అహమ్

'గోవిందా! నీ భక్తుడు ఎన్నడూ నాశనం కాకూడదు అన్నది నీ ప్రతిజ్ఞ. దానిని మళ్ళీ మళ్ళీ గుర్తుచేసుకుంటూ, నా ప్రాణాన్ని నిలుపుకో గలుగుతున్నాను.'

3. **క్షమాభిక్షను కోరే ప్రార్థనలు:** తప్పు చేయడం మానవనైజం. తెలిసో, తెలియకో చాలా తప్పులు, పొరబాట్లు చేస్తూ ఉంటాం. మన ఆలోచనలతో, మాటలతో, చేతలతో ఇతర ప్రాణులకు హానిచేస్తూ ఉంటాం. దోచుకుంటూ ఉంటాం. కొన్ని సమయాలలో అలాంటి ఉద్దేశం లేకుండానే ఆ పనులు చేస్తూ ఉంటాం. చేసిన అపరాధాలన్నిటికీ మనం భగవంతుని నుంచి వినయంగా క్షమాపణలు వేడుకుని తీరాలి. క్షమించడం దైవగుణం. మన వినయమే ఆయన హృదయాన్ని కరిగిస్తుంది. మనం ఎలాంటి అపరాధం చేసి ఉన్నప్పటికీ పశ్చాత్తాపంతో, వినయంతో క్షమాభిక్ష కోరుకున్నట్టయితే, దయామయుడైన ఆయన మనల్ని తప్పక క్షమిస్తాడు. అయితే, మన పశ్చాత్తాపం, క్షమాభిక్ష వేడుకోవడం మనః పూర్వకంగా ఉండాలి. అలాంటి అపరాధం మళ్ళీ చేయకుండా ఉండడమూ అత్యంత అవసరం.

   క్షమాపణ వేడుకునే ప్రార్థనకు ఉదాహరణ:

అపరాధ సహస్రాణి
క్రియంతే, హర్నిశం మయా
దాసోహం ఇతిమామ్ మత్వా
క్షమస్వ మధుసూదన

'రాత్రింబవళ్ళు వేలకొలది అపరాధాలు చేసినవాణ్ణి. అయినా, నన్ను నీ సేవకుడిగా భావించి, నా తప్పులను కరుణతో క్షమించు మధుసూదనా!'

చివరగా –

4. **కోరికలను తెలియజేసే ప్రార్థన:** ఇంతవరకు భగవంతుని కీర్తించాం. ఆయన దీవెనలను గుర్తించి కృతజ్ఞతలు తెలియజేశాం. తెలిసీతెలియకుండా చేసిన అపరాధాలను క్షమించమని వేడుకున్నాం. ఇప్పుడు మన కోరికలను విన్నవించుకునే సమయం. ఎవరైనా సరే సంతోషంగా ఉన్నప్పుడు మనం అడిగే కోరికలను తీర్చే అవకాశం

ఎక్కువగా ఉంటుంది. పై మూడు రకాల ప్రార్థనలతో భగవంతునికి సంతోషం కలిగించి ప్రసన్నుణ్ణి చేసుకుంటాం. ఇప్పుడు మనం కోరుకునే కోరికలను, ఆయన సరైన సమయం అని భావించినప్పుడు తీరుస్తాడు. ఆయన మన కోరికలకు ప్రతిస్పందించే సమయం, విధానం ఎల్లప్పుడూ నిర్దుష్టంగా ఉంటాయి. అయితే, అన్నిటికన్నా ముఖ్యమైనది, మన ప్రార్థనను ఈవాక్యంతో పూర్తిచేయడం: 'నా ప్రియమైన భగవాన్! నాకూ, నా కుటుంబానికీ ఉత్తమమైనదని నీవు భావించే దానిని ప్రసాదించు తండ్రీ! ' మనకు ఉత్తమమైనది ఏమిటో మనకన్నా ఆయనకు బాగా తెలుసుగనక, దానినే తప్పక ప్రసాదిస్తాడు. శ్రీమద్భాగవతంలో ఆయన, 'నా మీద ప్రేమను పెంచుకున్నవారి కోరికలను తప్పక తీర్చగలను' అని మాట ఇచ్చాడు. అందువల్ల, భగవంతుని తిన్నగా అడగకుండా ఆయన్ను సంతోషపరచే విధంగా ప్రార్థించి, ప్రసన్నంచేసుకుని, మన పట్ల ప్రేమతో ఉన్నప్పుడు కోరుకున్నట్టయితే, కరుణతో తీరుస్తాడు.

ప్ర. 11

మనకెందుకు గతజన్మల జ్ఞాపకం లేదు?

మొదటిదిగా, మరిచిపోవడం అన్నది మన సహజ స్వభావం. ఒక యేడాది పూర్వం, ఒక నెల క్రితం లేదా కనీసం ఒక వారం ముందు ఇదే క్షణంలో మనం ఏం చేస్తున్నామన్నది జ్ఞాపకం చేసుకోగలమా? చెప్పడం కష్టం. అదేవిధంగా గత జన్మలను గుర్తుంచుకోవడం చాలా కఠినం; అసాధ్యం కాకపోయినా. అయితే, ఒక గత సంఘటనను జ్ఞాపకం ఉంచుకోలేకపోయినంత మాత్రాన, ఆ సంఘంటన జరగలేదని చెప్పడానికి లేదు.

ఇంకొక విషయం, బాధాకరమైన సంఘటనలను మరిచిపోవడం మన సహజాతమైన సైకలాజికల్ డిఫెన్స్ మెకానిజం, మానసిక పరిరక్షణా ప్రక్రిమ.ఈ జన్మలోనే ఎన్నో మానసిక గాయాలను, క్షోభలను కాలక్రమేణా మరవడం ద్వారా వాటి నుంచి బయటపడగలుగుతున్నాం. మన ప్రస్తుత, గతజన్మలకు మధ్య మరణం అనే గాయం ఉంది. మనం ఒక కారు ప్రమాదంలో మరణించి ఉండి, అది జ్ఞాపకం ఉన్నట్టయితే ఏమయ్యేది? మన జీవితాంతం కార్ల పేరనాయిడ్ మనోవిదళనంతో హడలిపోయేవారం కదా! అటువంటి మానసిక క్షోభ నుంచి మనల్ని రక్షించడానికే, ప్రకృతి మన గతజన్మల స్మృతులు లేకుండా చేస్తోంది.

ఇక్కడి సుఖసంతోషాలను అనుభవించడానికే ఆత్మ ఈ ప్రపంచంలోకి వస్తుంది. అందుకు పాత అనుభవాలను మరిచిపోవడం అవసరం. ఈ ప్రపంచంలో ఎన్ని జన్మలెత్తాము? ఎన్ని ఘోరమైన అనుభవాలకు, బాధలకు లోనయ్యాము? ఎంత మందిని బాధలకు గురిచేశాము? అన్న లెక్కలు

మనవద్దలేవు. మనం పెట్టిన, అనుభవించిన ఒక్క బాధగురించి తెలిసినా, ఆపూట మనం సరిగ్గా తినలేము. నిద్రపోలేము. సుఖాలను అనుభవించలేము. అలాంటిది ప్రతిఒక్కదాన్నీ జ్ఞాపకం చేసుకోవడం, చేసిన పొరబాట్లను గుర్తుచేసుకోవడం ఆరంభించినట్టయితే, మనం గతంలోనే జీవిస్తూ కుంగుబాటుకు లోనవుతాం. అక్కడి నుంచి ముందుకు కదలడం, నూతన జీవితాన్ని అనుభవించడం సృజించడం దుస్సాధ్యమవుతుంది.

ఈ శోపనిషత్తు (ప్రార్థన) చాటుతున్నట్టు భగవంతుని సృష్టి పరిపూర్ణమైనది:

ఓం పూర్ణం అదః పూర్ణం ఇదం పూర్ణాత్ పూర్ణమ్ ఉదచ్యతే
పూర్ణస్య పూర్ణం ఆదాయ పూర్ణం ఏవావశిష్యతే

'భగవంతుడి స్వరూపం నిర్దుష్టమైనది, పరిపూర్ణమైనది. ఆయన పరిపూర్ణుడు కావడం వల్ల, ఆయన నుంచి ఆవిర్భవించే ఈ ప్రపంచం వంటివి పరిపూర్ణమైనవి. పరిపూర్ణం నుంచి ప్రభవించినవన్నీ పరిపూర్ణమైన మొత్తాలు. ఇన్ని పరిపూర్ణ స్వరూపాలు వెలువడినప్పటికీ ఆయన పరిపూర్ణ తౌల్యంగానే ఉంటాడు.'

భగవంతుడి సృష్టిలో లోసుగులు అంటూ ఉండవు. అందువల్ల, ఆయన ఏదైనా తప్పును, లేదా అవరోధాన్ని ప్రవేశపెట్టాడంటే అందుకు ఒక కారణం ఉండి తీరుతుంది.

ప్రతి ఒక్కరికీ గత జన్మల స్మృతులు కలిగాయంటే ఏర్పడగల గందరగోళాన్ని ఒక్కసారి ఊహించి చూడండి. ఒకడికి పక్కింటి వాణ్ణి చూడగానే గత జన్మలో తనను హత్యచేసినవాడు వాడే అని తెలిసిరావచ్చు. మరొకడికి ఎదురింటావిడే గత జన్మలో తన భార్య అని తెలుస్తుంది. ఇలా గతజన్మలన్నీ జ్ఞాపకం వస్తే బతుకులు సజావుగా సాగుతాయా? పిచ్చెక్కి తిరగవలసిన పరిస్థితులు ఏర్పడక తప్పుతాయా?

నూతన ఆరంభాలకు గతాన్ని మరవడం అవసరం. పునర్జన్మల విశేషాలు, కొందరు పిల్లలు తమ పూర్వజన్మల గురించి జ్ఞాపకం చేసుకున్న

ఉదంతాలు, చాలా ఉన్నాయి. అవి వినడానికి ఆసక్తికరంగా ఉంటాయి. అలాంటి పిల్లలను అప్పటి అనుభవాల గురించి అడిగితే, అవి చాలాబాధాకరం అని చెబుతారు. ఎందుకంటే, వారు జంట జీవితాలు జీవించవలసి ఉంటుంది.. వెనక్కు తిరిగి వెళ్ళలేని గతం జ్ఞాపకం వస్తుంది. ప్రస్తుత జీవితానికి గతంతో సంబంధం ఏర్పరచుకోలేని పరిస్థితి. అందువల్ల, భగవంతుడు ఏర్పాటు చేసిన వ్యవస్థను విశ్వసించి, భగవంతుడు ఎటువంటి పరిస్థితిలో మనలను ఉంచినా అది మన అభివృద్ధికి ఉత్తమమైనదని గుర్తుంచుకుని మన జీవితాలను కొనసాగిద్దాం.

ప్ర. 12

ఎవరు సర్వోన్నతుడు: మహావిష్ణువా? కృష్ణభగవానుడా?

మౌలికంగా వారు రెండు వేర్వేరు పాత్రలలో ఒకే స్వరూపులు. మహావిష్ణువు కార్యాలయంలోని దేవుడు. కృష్ణభగవానుడు ఇంట్లోని దేవుడు. అయితే, వారిలో ఒకరు మరొకరి మూలాధారమవుతారు.

చాలామంది కృష్ణభగవానుడితో సహా అన్ని అవతారాలకూ మూలాధారం మహావిష్ణువు అని విశ్వసిస్తారు. అయితే, మనం ఇంతకు ముందే ప్రస్తావించినట్టు, అటువంటి విషయాల గురించిన మన సమాచారం సాధికారికంగా ఉండాలి. అది పవిత్ర మతగ్రంథాల నుంచి వచ్చినదై ఉండాలి. అంతర్జాలం నుంచిగాని సామాజిక మాధ్యమ వేదికల నుంచిగానీ వచ్చినవిగా ఉండకూడదు.

సకల అవతారాలకూ ఆధారంగా పవిత్ర గ్రంథాలు కృష్ణభగవానుని పేర్కొంటాయి.

అలా అయితే, ఇందులో మహావిష్ణువు స్థానం ఏది? చైతన్య చరితామృతం (చై.చ.) అనే మహాగ్రంథంలో ఈ సోపాన క్రమం ఇవ్వబడినది:

మూలాధారం కృష్ణుడు ఆ తరవాత బలరాముడిగా విస్తరిస్తుంది.

వైభవ ప్రకాశ కృష్ణేర – శ్రీ బలరామ

(చై.చ. మధ్య లీల 20.174)

'కృష్ణుడి ప్రథమ వైభవ స్వరూపం శ్రీ బలరాంజీ.'

బలరామ భగవానుడు తదనంతరం ప్రథమ నాలుగింతల వ్యాపకంగా చెప్పబడే ఈ నాలుగు రూపాలుగా విస్తరిస్తాడు: వాసుదేవ1, సంకర్షణ 1, ప్రద్యుమ్న1, అనిరుద్ధ1.

ప్రభవ – విలాస – వాసుదేవ సంకర్షణ, ప్రద్యుమ్న,
అనిరుద్ధ ముఖ్యచారి – జన
(చై.చ.మధ్య 20.186)

'ప్రధాన నాలుగురెట్ల వ్యాపకాలు వాసుదేవ, సంకర్షణ, ప్రద్యుమ్న, అనిరుద్ధ నామాలతో ఉంటాయి. వీటిని ప్రభవ విలాస అంటారు.

కృష్ణభగవానుడు మళ్ళీ రెండు రూపాలుగా వ్యాకోచిస్తాడు.

1. నారాయణ – ఆయన మహావిష్ణువు వైకుంఠం (ఆధ్యాత్మిక దివ్య ఆకాశం)లోని అసంఖ్యాకమైన సకల స్వరూపాలకూ కారణమవుతాడు.
2. రెండవ నాలుగింతల విస్తరణ (ప్రథమ నాలుగింతల విస్తరణ వ్యాపకాలు) – వాసుదేవ2. సంకర్షణ2. ప్రద్యుమ్న 2. అనిరుద్ధ 2

పునః కృష్ణ చతుర్వ్యూహాలై యాన్ పూర్వ – రూపే
పరవ్యోమ – మధ్యేవైసే నారాయణరూపే
(చై.చ.మధ్య 20.192)

కృష్ణభగవానుడు మళ్ళీ విస్తరించి, పరవ్యోమం అంటే ఆధ్యాత్మిక దివ్య ఆకాశంలోపల, ప్రథమ చతుర్ వ్యూహ రూపాలతో కలిసి నాలుగు చేతుల నారాయణుడిగా పూర్తిగా శోభిల్లుతాడు.

తన్హా హైతే పునః చతుర్ వ్యూహ – పరాకాశ
ఆవరణ – రూపే చారి – దికే యాన్ర వస
(చై.చ.మధ్య 20.193)

'ఆ విధంగా ఆది నాలుగింతల రూపాలు మళ్ళీ రెండవ నాలుగింత
రూపాలుగా తమను వ్యక్తీకరించుకుంటాయి: వాసుదేవ2
సంకర్షణ2, ప్రద్యుమ్న 2 అనిరుద్ధ 2

సంకర్షణ 2 భగవానుడి నుంచి రెండు రూపాలు వస్తాయి. సదాశివ (అసలు శివుడు) భగవాన్ మహావిష్ణువు.

విష్ణోస్తు తృణి రూపాణి
పురుషాఖ్యాని అధోవిదుః
ఏకమ్‌తు మహతః శ్రస్తర్
ద్వితీయం త్వ ఆనంద సంస్థితమ్
తృతీయం సర్వ – భూతస్థమ్
తాని జ్ఞాత్వా విముచ్యతే
(చై.చ.మధ్య 20.251)

'విష్ణువుకు పురుషాలనే మూడు రూపాలు ఉన్నాయి. మొదటిది
మహావిష్ణువు – సకల పదార్థ శక్తి సృష్టికర్త (మహత్). రెండవది
గర్భోదశాయి, ప్రతి విశ్వంలోపల కొలువుండే రూపం. మూడవది
క్షీరోదశాయి, ప్రతిప్రాణి హృదయంలో కొలువుండేది.ఈ మూడింటినీ
తెలుసుకున్నవారు మాయాబంధాల నుంచి విముక్తులవుతారు.'

మహావిష్ణ భగవానుడు తరవాత, ఆయన శరీరం నుంచి అసంఖ్యాకమైన విశ్వాలను సృష్టిచేసే బాధ్యతను స్వీకరించి, ప్రతి విశ్వంలోనూ ప్రవేశించి, విశ్వానికి అడుగున గర్భోదక్ అనే మహాసముద్రంలో పవళించడానికి వీలుగా తనను తాను విస్తరింపజేసుకుంటాడు.

గర్భోదకశాయి అనబడే ఈ రెండవ విష్ణ భగవానుడి నాభినుంచి పద్మం పుట్టుకొస్తుంది. అందులోంచి బ్రహ్మదేవుడు ఆవిర్భవిస్తాడు. ఆయన ఉత్తర సృష్టికర్తగా విశ్వంలో ప్రాణి కోటిని సృష్టిస్తాడు.

గర్భోదకశాయి విష్ణు తరవాత, విష్ణు భగవానుడి మరో రూపమైన పాల సముద్రంలో పవళించే క్షీరోదక శాయిగా తనను విస్తరించుకుంటాడు. తాను కొలువుండే విశ్వాలను పరిరక్షించడం ఆయన బాధ్యత.

అవసరమయినప్పుడల్లా, ధర్మాన్ని ఉద్ధరించడానికి క్షీరోదకశాయి విష్ణువు విశ్వాలలో అవతరిస్తూ ఉంటాడు.

ఈ సమాచారమంతా- మనకు ఉన్నది ఒక మహావిష్ణువు కాదనీ, అనంతకోటి విశ్వాలు ఉన్నట్టే అసంఖ్యాకమైన మహావిష్ణు భగవానులు ఉన్నారనీ తెలియచేస్తోంది. నిజానికి ప్రతి విశ్వంలోనూ మహావిష్ణువు రెండు రూపాలు ఉన్నాయి. అందరికీ తెలిసిన పరిరక్షించేమహావిష్ణువురూపం అంటే క్షీరోదకశాయి రూపం తరవాతే వస్తుంది. అవతారాల అత్యున్నత మూలాధారమైన శ్రీకృష్ణభగవానుడికి అరవైనాలుగు మూలాధారగుణాలు ఉన్నాయి. మహావిష్ణువు అరవై గుణాల విస్తరణ.

శతనామ స్తోత్రం ఇలా చెబుతుంది:

విష్ణోర్ ఏకైకం నామపి సర్వవేదాధికం మతం
తదృక్ నామ సహస్రేన రామనామ సమం స్మృతం

వేదాలన్నిటినీ అధ్యయనం చేయడం కన్నా, మహావిష్ణువు
ఒక్కనామాన్ని జపించడం ఎక్కువ ప్రయోజనం కలిగిస్తుంది. ఒక్క
రామనామం మహావిష్ణువు వేయినామాలకు సమానం.

ఇంకా, బ్రహ్మాండపురాణంలో ఇలా చెప్పబడింది:

సహస్రనామం పుణ్యానాం త్రిర్ ఆవృత్యతు యత్ ఫలం
ఏకవృత్య తు కృష్ణస్య నామైకం తత్ ప్రయచ్ఛతి

'పవిత్రమైన విష్ణు సహస్రనామాలను మూడుసార్లు పఠిస్తే వచ్చేఫలం
ఒక్క శ్రీకృష్ణనామం జపించడం ద్వారా సిద్ధిస్తుంది.'

మొత్తంమీద దీని భావం ఏమిటి అంటే – మహావిష్ణువు వెయ్యి నామాలు శ్రీరామ అనే ఒక్క నామానికి సమం. మహావిష్ణువు మూడు వేల నామాలు, లేదా శ్రీరాముడి మూడు నామాలు శ్రీకృష్ణభగవానుడి ఒక్కనామానికి సమానం. శ్రీకృష్ణ భగవానుడి నామాన్ని ఒక్కసారి జపించడం శ్రీరామ నామాన్ని మూడు సార్లు జపించిన ఫలితాన్ని ఇస్తుంది.

అవతారాలన్నిటికీ మూలాధారం శ్రీకృష్ణభగవానుడు కావడం వల్లే ఈ ఫలితం కలుగుతోంది.

శ్రీమద్భాగవతంలో వివిధ అవతారాల జాబితా ఉంది. అందులోనూ శ్రీకృష్ణ భగవానుడు మళ్ళీ 'స్వయం భగవాన్' అని చెప్పబడింది అంటే, భగవానుడి విష్ణువు, వరాహ, నరసింహ, రామ, వామన మొదలైన అన్ని రూపాలకూ మూలాధారమైనవాడు, అని కీర్తించబడ్డాడు.

యేతే చంశ – కాలాః పుంసాః
కృష్ణస్తు భగవాన్ స్వయం
ఇంద్రా రి – వ్యాకులం లోకం
మృదయంతి యుగేయుగే

'పైన చెప్పబడిన అవతారాలన్నీ కూడా శ్రీకృష్ణభగవానుడి మొత్తం భాగాలు, లేదా మొత్తం భాగాల, భాగాలు. శ్రీకృష్ణ భగవానుడే అసలైన అత్యున్నత భగవత్ స్వరూపం. నాస్తికులు సృష్టించే అల్లకల్లోలాలు చెలరేగినప్పుడల్లా ఆస్తికులను కాపాడడానికి అవతరిస్తూ ఉంటాడు.'

బ్రహ్మ సంహిత (5.1) లో బ్రహ్మ దేవుడు ఇలా చెబుతాడు:

ఈశ్వరః పరమః కృష్ణః
సచ్చిదానంద విగ్రహః
అనాది రదిర్ గోవిందః
సర్వ కారణ కారణం

'గోవిందుడనే కృష్ణుడే సర్వోన్నతుడైన ఈశ్వరుడు, భగవంతుడు.
ఆయన శాశ్వతమైన ఆనంద స్వరూపుడు. అందరికీ ఆద్యుడైనవాడు.
ఆయనకు పుట్టుకలేదు. అనాది అయినవాడు. అన్ని కారణాలకూ
ప్రధాన కారణమైన మైనవాడు.'

పవిత్ర శాస్త్ర గ్రంథాలలో ఇంత విస్తారంగా, పవిత్రంగా చెప్పబడి ఉన్నప్పటికీ, మహావిష్ణువు, కృష్ణభగవానుడి స్థానాల గురించి ఎందుకు ఇంత గందరగోళం?

కారణం చాలా సాధారణం.

మహావిష్ణువు విశ్వ పరిరక్షణా బాధ్యత కలవాడు. ఆయన ప్రపంచరక్షణ పట్ల అప్రమత్తతగా ఉంటూ అప్పుడుప్పుడూ తరచుగా అవతరిస్తూ ఉంటాడు.

ఇది ఒక ఫ్యాక్టరీలో కార్మికులు తమ మేనేజరు నుంచి ఆనతులు, జీతాలు అందుకోవడం వంటిది. వారికి ఆయనే వారి నాయకుడు. వాటంతటికీ బాధ్యతవహించే ఫ్యాక్టరీ యజమాని ఒక రోజు ఫ్యాక్టరీ చూడడానికి వచ్చి మేనేజరు పక్కన కూర్చున్నాడంటే, కార్మికులు ఆయన్ను అంతకుమందు చూసి ఎరుగరు గనక, యజమాని అని గుర్తించలేరు.

అదేవిధంగా, ఈ ప్రపంచాన్ని పరిరక్షించడానికి తరచూ అవతారాలెత్తి వచ్చేది మహావిష్ణువు. శ్రీకృష్ణభగవానుడు తన దివ్యధామం గోలోక బృందావనం నుంచి తన పరివారంతో ఎప్పుడో గాని దిగిరాడు. వచ్చే ముందు ఆ విషయాన్ని మహావిష్ణువు ద్వారా ప్రకటించి, ఆయన ద్వారానే ప్రవేశిస్తాడు.

ఐదువేల సంవత్సరాలకు పూర్వం, భూ ప్రపంచం రాక్షస శక్తులతో భారమై, దుర్భరమయిపోగా- బ్రహ్మదేవుడు, భూదేవి, పరమశివుడు మొదలైన దేవతలు క్షీరోదకశాయి విష్ణువును ప్రార్థించడానికి క్షీరసాగర తీరానికి వెళ్ళారు. భగవానుడి కరుణకోసం వారు ప్రార్థించిన అనంతరం ఆయన నుంచి బ్రహ్మదేవుడు తాను అందుకున్న సందేశాన్ని తక్కిన వారికి ఇలా తెలియజేశాడు:

వాసుదేవ గృహే సాక్షాత్
భగవాన్ పురుషః పరః
జనిష్యతే తత్ ప్రియార్థం
సంభవంతు సురః స్త్రియః

(శ్రీమద్భాగవతం 10.1. 23)

'సర్వోన్నత పురుషుడూ, సర్వశక్తి సంపన్నుడూ అయిన శ్రీకృష్ణ భగవానుడి స్వయంగా వసుదేవుని కుమారుడిగా జన్మిస్తాడు. అందువల్ల దేవతల భార్యలందరూ ఆయన్ను సేవించడానికి పుట్టాలి.'

ఆ విధంగా శ్రీకృష్ణ భగవానుడు ఎప్పుడో ఒకప్పుడు కనిపిస్తాడు. అయితే, మహావిష్ణువు అనేక సమయాల్లో కనిపిస్తాడు గనక, మహావిష్ణువే శ్రీకృష్ణ భగవానుడికి మూలాధారమని ప్రజలు అపోహపడతారు. అయితే, కృష్ణ భగవానుడే మహావిష్ణువుకు మూలాధారమన్నదే నిజం.

ప్ర. 13

శ్రీకృష్ణ భగవానుడికి 16, 108 మంది భార్యలు ఎందుకు?

కృష్ణభగవానుడు భగవద్గీతలో, 'నన్ను శరణు పొందిన వారందరినీ తగిన విధంగా కాపాడుతాను,' అని అన్నాడు.

భగవానుడు గనక, తనను శరణు పొందిన ప్రతి ఒక్కరి కోరికలనూ తీర్చడం, అడిగిన ఆశ్రయమివ్వడం ఆయన బాధ్యత.

కొన్ని యుగాలకు పూర్వం 16,100మంది రాకూర్తెలు నరకాసురుడు అనే రాక్షసుడిచేత అపహరించబడి చెరబెట్టబడ్డారు. చెరలో ఉన్నప్పుడు ఆ యువరాణులు తమను రక్షించేవారు వేరు ఎవ్వరూ లేరు గనక, తమను కాపాడమని భగవంతుని నిరంతరం ప్రార్థించసాగారు. సర్వాంతర్యామి అయిన శ్రీకృష్ణభగవానుడు, ఆ సమయంలో ద్వారక నుంచి వారి మొరను విన్నాడు. ఆయన నరకాసురుని సంహరించి రాకుమార్తెలను రక్షించాడు.

తాము రక్షింపబడ్డాక రాకుమార్తెలు తమను స్వీకరించమని శ్రీకృష్ణుని వేడుకున్నారు. అసురిడి చేత అపహరించబడి సుదీర్ఘకాలం అక్కడ ఉన్న కారణం చేత, కొన్ని సంప్రదాయాలకు కట్టుబడి అప్పటి సమాజం వారిని స్వీకరించడానికి అంగీకరించదు.

కరుణామయుడైన కృష్ణభగవానుడు వారి ప్రతిపాదనను అంగీకరించడం వల్ల వారందరినీ వివాహమాడాడు.

ఆయనకున్న రుక్మిణి, సత్యభామ, జాంబవతి, కాళింది నాగ్నాజితి, భద్ర, మిత్రవింద, లక్ష్మణ అనే అష్టమహిషలలో ఏ ఒక్కరినీ తనను

వివాహమాడమని కృష్ణభగవానుడు కోరలేదు. వారే ఆయనను పరిణయమాడమని భక్తిప్రేమలతో ప్రార్థించడం వల్ల, భగవానుడికి భక్తుల మన్నించవలసిన బాధ్యత ఉన్నది గనక వివాహమాడాడు.

ఆవిధంగా కృష్ణభగవానుడు 16, 108 రాణులను వివాహమాడడం జరిగింది. అయితే, ఒక విషయం గుర్తుంచుకోవాలి. వారు ఆయనను వివాహమాడమని ప్రార్థించడం వల్లే ఆయన వివాహమాడాడు. ఆయన ఆత్మారాముడు. అంటే, స్వయంసంతృప్తి కలిగినవాడు. ఆయన తృప్తి చెందడానికి బాహ్యం నుంచి ఏవీ అవసరం ఉండదు.

ఆయన ఇటువంటి విషయాలతో వ్యవహరించడం చూసినప్పుడు ఒక ఉన్నత సూత్రం పనిచేస్తోందని గ్రహించాలి. సర్వోన్నత భగవానుడు, తన ప్రియభక్తులకు ఆనందం కలిగించే లీలాక్రీడలుగా, వినోదాలుగా, వాటిని అర్థంచేసుకోవాలి. ఆయన భావ – గ్రాహి. మన ఉద్దేశాలను అంగీకరించి వాటికి అనుగుణంగా స్పందిస్తాడు.

ప్ర. 14

కృష్ణభగవానుడు నడిరేయివేళ గోపికలతో నాట్యం చేస్తూ రాసలీలలో ఎందుకు పాల్గొన్నాడు?

కృష్ణభగవానుడి రాసలీలను అభివర్ణించే అదే పవిత్ర గ్రంథం ఆయన్ను అసాధ్యాలను సుసాధ్యం చేసే ఘటనాఘటన సామర్థ్యం గల సర్వోన్నత ప్రభువుగానూ కీర్తిస్తోంది. భక్తుడు ఆయనతో తనకు ఇష్టమైన ఏ సంబంధాన్నయినా పెంచుకోవచ్చు. అందుకు తగ్గట్టు ఆయన ఎల్లవేళలా ప్రతిస్పందిస్తాడు.

ఒక్కొక్క భక్తుడు భగవంతుని ఒక్కొక్క మనోభావంతో కొలుస్తాడు. కొందరు భక్తులు ఆయన్ను తమ యజమానిగా భావిస్తారు. మరికొందరు సుబల, శ్రీదామ, అర్జునుడు మొదలైన వారిలా స్నేహబంధాన్ని ఏర్పరచుకుంటారు. ఇంకా కొందరు యశోదా – నందులలాగా, దేవకీ వసుదేవులలాగా తల్లి దండ్రుల వాత్సల్యంతో సేవించడానికి ఆశిస్తారు. వేరు కొందరు గోపికల్లాగా ప్రియసఖుడిగా ఇష్టపడతారు. కృష్ణభగవానుడు తన ప్రియ భక్తుల మనోభీష్టానుసారం ప్రతి స్పందిస్తూ ఉంటాడు. అదేవిధంగా బృందావనంలోని నెమళ్ళను, చిలుకలను పరామర్శించడం, రక్తకుడి వంటి సేవకులనుంచి సేవలను అందుకోవడం, యశోదానందుల వంటి వారినుంచి వాత్సల్యం అందుకోవడం, బృందావన గోపికలతో ఆనంద నృత్యం (రాసలీల) చేయడం వీటిమధ్య ఎలాంటి భేద భావాన్నీ పాటించడు. అందరినీ ఒకేవిధంగా, సమానంగా చూస్తాడు. ఎందుకంటే, భక్తుల కోరికలకు తగ్గవిధంగా ప్రతిస్పందించడం తప్ప ఇందులో వేరొకటి లేదు.

ఆయన రాసలీలను విమర్శించడానికి బదులు, కరుణామూర్తి అయిన మన దేవుడు, భక్తుల కోరికలను మన్నించడానికి ఏ స్థాయికైనా దిగిరాగలడనీ, మనం కూడా ఎలాంటి కోరిక కోరినా తప్పక ప్రతి స్పందించగలడనీ అర్థంచేసుకుని ఆనందించాలి. అందువల్ల, భగవంతుడి రాసలీల మనల్ని విశ్వాసంతో నింపాలి కాని, పశ్చాత్తాపంతో కాదు.

పైగా, రాసలీల గోపికలు సామాన్య యువతులు కారు. కృష్ణభగవానుడి వినోద క్రీడకోసం ఆయనతో పాటు దివ్యలోకం నుంచి దిగివచ్చిన ఆయన సొంత శక్తులు. ఆవిధంగా, ఆయన తన సొంత శక్తులతో నృత్యం చేయడం వల్ల ఎలాంటి హానీ వాటిల్లదు.

ఇంకా, ఈ వినోదం పలువురు భావించేవిధంగా అనైతికం అయినట్టయితే, అది శ్రీమద్భాగవతం వంటి మహద్ గ్రంథంలో స్థానం ఎలా పొందగలిగింది? రాసలీలను అభివర్ణించే అధ్యాయాలు అత్యుత్తమంగా, పవిత్రంగా ఎందుకు భావించబడుతున్నాయి?

రాసలీల గనక అనైతికం అయినట్టయితే శుక దేవుడు, గోస్వామి మొదలైన వారు దానిని గురించి ఎందుకు ప్రస్తావించారు? గొప్పగా కీర్తించారు? అసలు వాస్తవం ఏమిటి అంటే, కృష్ణుడి వినోదక్రీడ లేదా లీల ఆధ్యాత్మిక వేదికమీద ఆవిష్కరించబడినది. దానిని ప్రాపంచిక, ఐహిక స్థాయినుంచి చూసి అర్థం చేసుకోవడం బహుకఠినం. కృష్ణభగవానుడు భగవద్గీతలో (4.9) సెలవిచ్చినట్టు

జన్మ కరచ మేదివ్యం
ఏవంయో వేత్తి తత్వతః
త్వక్త్వా దేహం పునర్జన్మ
నైతిమామ్ ఏతి సోర్జున

'ఓ అర్జునా, నా అవతారం, మహిమ కార్యకలాపాల
దివ్యస్వభావాలను ఎరిగిన తత్వవిదులు, ఈ దేహాన్ని వదిలాక
మళ్ళీ ఈ ఐహిక ప్రపంచంలో జన్మించరు. నా శాశ్వత ధామాన్ని
చేరుకుంటారు.'

కృష్ణభగవానుడి లీలలవెనక ఉన్న సత్యాన్ని అర్థం చేసుకోగలిగిన వారు మోక్షం సాధించగలరు. వాటిని అర్థంచేసుకోవడం అంత సులభంకాదు. పైన వివరించిన విధంగా ఎంతో లోతుకు వెళ్ళవలసి ఉంటుంది.

రాసలీల పట్ల అంత ఆతురత ఆయనకు ఉన్నట్టయితే, గోపికలు సూక్ష్మ ఆధ్యాత్మిక దివ్య ప్రమోద అతిశయం పెంపొందించుకోగానే ఎందుకు అదృశ్యమైనపోవాలి? గోపికలు ప్రార్థించడం వల్ల పాల్గొన్నాడే తప్ప, ఆయనకు అందులో ఎలాంటి ఆసక్తీలేదని స్పష్టంగా సూచించాడు.

రాసలీలలో పాల్గొనడం కృష్ణభగవానుడి తప్పు అయినట్టయితే పరమశివుడు, నారదముని, మహాలక్ష్మి వంటి దేవతలు దానిని తిలకించడానికి ఎందుకు వచ్చారు? ఒక వేడుకలో అటువంటి గొప్పవారు పాల్గొన్నారు అంటేనే, అది మహత్తరమైన వేడుక అని తెలుస్తోంది కదా.

కృష్ణభగవానుడి రాసలీల కారణంగా ఆయన్ను నీతిమంతుడు కాడని తప్పుబట్టే ప్రబుద్ధులు ఒక్క విషయం గుర్తుంచుకోవాలి. ఆయన రాసక్రీడలను తెలియజేసే పవిత్రగ్రంథాలే ఆయన గోవర్ధనగిరిని చిటికెన వేలితో ఎత్తిపట్టి ఆశ్రితులను పరిరక్షించిన గోవర్ధనలీలను, వేయిపడగల మీద నృత్యంచేసిన కాళీయ మర్దనం ఇంకా– మూడు రోజుల శిశువుగా ఉన్నప్పుడే పూతనను, ఆటలాడే బాలుడిగా పలువురు భయంకర రాక్షసులను తుదముట్టించిన ఉదంతాలనూ, ఆయన దివ్య విలాసాలనూ అభివర్ణిస్తున్నాయి. అయితే, కొందరు భగవంతుని కించపరచడానికి వీలుగా వాటిలోంచి ఒక్క ఉదంతాన్ని మాత్రం తీసుకుని తమ నాస్తికవాదాన్ని వినిపిస్తారు. ఇంకా కొందరు 'పర్వతాన్ని ఎలా ఎత్త గలడు?' అని విమర్శిస్తారు. మనకు అసాధ్యమైనది అందరికీ అసాధ్యం అని చెప్పకూడదు. సర్వశక్తి సమన్వితుడైన సర్వోన్నత భగవంతునికి అసాధ్యమన్నది ఏదీ ఉండదు. ఒక గ్రంథంలో ఒక భాగాన్ని అంగీకరించినట్టయితే తక్కిన భాగాలను కూడా అంగీకరించాలి. ఒక గొప్ప సాధువు అన్నట్టు, 'వేడిగా ఉండు. లేదా చల్లగా ఉండు.వెచ్చగా ఉంటే బయట ఉమ్మేస్తాను.' ఒకటి మనం గ్రంథాలను పూర్తిగా నమ్మాలి. లేదా మొత్తం ఏదీ నమ్మకూడదు.

భగవంతుడు మనకు అర్థంచేసుకోవడానికి అసాధ్యంగా ఉన్న లీలలో పాల్గొంటున్నాడు అంటే, అందుకు ఆయన్ను నిందించడానికి బదులు, మన

జాతకచక్రానికి తలఒగ్గి,'అయ్యో! భగవంతుడు ఈ పనిచేస్తున్నాడని తెలుసుకోలేని అజ్ఞానంలో ఉన్నానే!' అని అణకువతో ఆలోచించాలి. మరో అడుగుముందుకువేసి, భగవంతుడి లీలా విలాసాలను నిజమైన భగద్భక్తులే అర్థంచేసుకుని సత్యాన్ని వివరించగలరు గనక, వారిని సందర్శించి వివరించమని వేడుకోవాలి.

శ్రీమద్భాగవతం (7.15.28) ఇలా వివరిస్తుంది:

యస్యదేవే పరాభక్తిర్
యథాదేవే తథా గురౌ
తస్యైతే కథితాహ్యైహై అర్థః
ప్రకాశంతే మహాత్మనః

'దేవుడి పట్ల, ఆధ్యాత్మిక గురువు పట్ల అచంచలమైన
విశ్వాసంగల మహాత్ములకే వేదజ్ఞాన అర్థాలు సహజంగా
బహిర్గతమై ప్రకాశిస్తాయి.'

సారం ఏమిటి అంటే – రాసలీల వినిర్మల ఆధ్యాత్మికం,భగవానుడికీ ఆయన ప్రియ భక్తులకూ మధ్య మన పరిమిత, సాధారణ అవగాహనకు అందని వేదికమీద ఆవిష్కరింపబడిన పరస్పర అనురాగ పరివర్తన.

ప్ర. 15

రామాయణంలో శ్రీరాముడు వాలిని చెట్టు చాటు నుంచి ఎందుకు వధించాడు?

శ్రీరాముడు వాలిని వధించడం గురించి వాల్మీకి రామాయణంలో వివరంగా చర్చించబడింది. పలువురు గొప్ప ఆధ్యాత్మిక గురువుల చేత అది విశ్లేషించబడింది.

విడదీయలేని అన్నదమ్ములైన వాలిసుగ్రీవుల మధ్య అపార్థం చోటు చేసుకున్న కారణంగా – పెద్దవాడూ, బలశాలీ అయిన వాలి, సుగ్రీవుని తమ రాజ్యం నుంచి తరుమగొట్టి, వాణ్ణి శాశ్వతంగా తుదముట్టించడానికి ప్రయత్నిస్తూ ఉంటాడు. వనవాసానికి వచ్చిన శ్రీరాముడు– జీవితంలో శాంతి సమకూరుస్తానని అభయమిచ్చేంత వరకు సుగ్రీవుడు భయంతోనే గడిపాడు. అతనికి శాంతి సమకూర్చడం అన్నది, సయోధ్య సమకూర్చే ఇతరప్రయత్నాలన్నీ అప్పటికే విఫలం కావడం వల్ల, వాలి వధ ద్వారానే అది సాధ్యం. శ్రీరాముడి ఏర్పాటు ప్రకారం, సుగ్రీవుడు మల్లయుద్ధానికి రమ్మని వాలిని సవాలు చేశాడు. అయితే, జరిగిన ద్వంద్వయుద్ధంలో చిత్తుగా ఓడిపోయి, చావుతప్పి ప్రాణాలతో బయటపడ్డాడు. శ్రీరాముడి కోరికమేరకు, సుగ్రీవుడు మళ్ళీ అన్నకు సవాలు విసిరాడు. ద్వంద్వయుద్ధం జరుగుతూండగా, రాముడు చెట్టుచాటునుంచి వాలిని గురిపెట్టి బాణం వదిలాడు. బాణం దెబ్బకు తట్టుకోలేక వాలి నేలకు ఒరిగాడు. తనమీదికి పిరికిపందలా చాటునుంచి బాణం వదిలినందుకు ఆగ్రహంతో, రాముణ్ణి తనమీదికి చాటునుంచి అలా బాణం వేయడానికి ఏ యుద్ధధర్మం అనుమతిస్తుందని నిలదీశాడు.

ధర్మస్వరూపుడైన రాముడి ప్రవర్తనలో ఈ ఒక్కచర్య మాయని మచ్చలా కనిపిస్తుంది. అయితే, రామాయణం శ్రీరాముడి ఈ చర్యకు వెనకవున్న కారణాన్ని వివరిస్తుంది.

బాణం తగలగానే బాధతో వాలి నేలకు ఒరిగిపోయి చుట్టుపక్కల కలయజూస్తాడు. శ్రీరాముడు చిరుదరహాసంతో తన కేసి రావడం చూస్తాడు. అమితమైన బాధతో, పట్టరాని ఆగ్రహంతో వాలి, 'నువ్వు ధర్మాత్ముడివని తలిచానే, ఇంత దారుణమైన పనిని ఎలా చేశావు? దుర్మార్గుడైన ఈ సుగ్రీవుడితో చేరడం వల్ల నీకీ దుర్బుద్ధి కలిగిందని అనుకుంటాను,' అన్నాడు.

శ్రీరాముడు అదే మందహాసంతో, 'వాలీ శరీరం బలహీనపడడంతో నీ బుద్ధి కూడా మందగించినట్టుంది. ధర్మసూక్ష్మాలను అర్థం చేసుకోలేక నీతి లేనివాడినని నువ్వు నన్ను నిందిస్తున్నావు. నేను ఈ ప్రపంచానికి పాలకుడైన భరతుడి సేవకుడను. నేను రాజవంశానికి చెందినవాడనూ, రాజుకు సేవకుడనూ అయినందువల్ల, ధర్మాత్ములను రక్షించడమూ అధర్మపరులనూ, దుర్మార్గులనూ శిక్షించడమూ నా బాధ్యత. నువ్వు నిష్కారణంగా విశ్వాసపాత్రుడైన నీ తమ్ముడిని హింసించి బాధలకు గురిచేస్తున్నావు. అతడి తప్పు లేకపోయినప్పటికీ, అతణ్ణి నువ్వు అవమానించావు, వేధించావు, చంపుతానని భయపెట్టి రాజ్యం నుంచే తరుమగొట్టావు. ఇవన్నీ చాలవని అతని భార్యను, నీ భార్యగా చేసుకున్నావు. ఈ కారణాలన్నిటివల్ల నువ్వొక దురాక్రమణదారుడివి', అన్నాడు.

వేద శాస్త్రాలు ఆరు విధాల దురాక్రమణలను చెబుతాయి. వాటిని చేసిన వాళ్ళు ధర్మరక్షకులచేత చంపబడినా చంపినవారికి ఎటువంటి పాపమూ అంటదు. వారు వేరొకడి భార్యను అపహరించినవాడు, విషం పెట్టిన వాడు, భయంకరమైన ఆయుధాలతో హింసించేవాడు, ఇళ్ళను తగలబెట్టేవాడు, ఇతరుల ఆస్తులను, సంపదలను దొంగిలించేవాడు. నేరస్థులను, రక్షకభటులు ఖైదు చేసినప్పుడు చట్టం వారిని శిక్షించదు కదా. క్షత్రియులు రక్షక భటుల వంటివారు. దురాక్రమణ దారులు నేరస్థులు. ఏకారణం లేకుండానే వాలి, తమ్ముడిని హింసించి తీరని వేదన కలిగించాడు. అలాంటి వాణ్ణి హతమార్చి సుగ్రీవుడికి న్యాయం సమకూర్చడం శ్రీరాముడి బాధ్యత. ఆవిధంగా రాముణ్ణి చంపినమార్గం న్యాయసమ్మతమే అవుతుంది.

ఇంకా శ్రీరాముడు ఇలా అన్నాడు: 'నువ్వు వానరానివి. ఒక వేటగాడిగా నేను జంతువును ప్రత్యక్షంగా ఎదుర్కోకుండానే పొదచాటునుంచి, చెట్టుపై నుంచి చంపవచ్చు. క్షత్రియ ధర్మాలు అలా చేయడానికి అనుమతిస్తాయి. అందుకే నేను అలా చంపాను. అందులో తప్పేమీలేదు.'

శ్రీరాముడు చివరగా, 'వాలీ, ఇంకా నేను నీ పట్ల తప్పు చేశానని నువ్వు భావించినట్టయితే, ఇప్పుడే నీ ప్రాణాన్ని నీకు తిరిగి ఇవ్వగలను,' అన్నాడు.

అయితే, శ్రీరాముడు చెప్పినవన్నీ విన్న వాలి, తన పాపాలను అంగీకరించి సిగ్గుతో తలదించుకున్నాడు. సుగ్రీవుడికి అన్యాయం చేశానని తనకు అప్పుడప్పుడు అనిపించేదే అయినా క్షమాపణ చెప్పడానికి అతని అహం అనుమతించలేదు. భగవంతుడి సమక్షంలో తాను తన తనువు చాలించడానికి సంతోషం వ్యక్తం చేశాడు. తను సుగ్రీవుడిపట్ల నడుచుకున్న తీరుకు బాధ వ్యక్తం చేస్తూ ప్రాణాలు విడిచాడు.

వాలి శక్తికి మూలాధారం అతడు మెడలో ధరించిన ప్రత్యేక హారం. అది అతని మెడలో ఉన్నంతవరకు మరణం ఉండదు. రామబాణం గుండెల్లో చొచ్చుకుపోయినప్పటికీ అతని ప్రాణాలు పోకుండా ఉండడానికీ, శ్రీరాముడితో అంతసేపు సంభాషించగలగడానికీ అదే కారణం. వాలి ఆ హారాన్ని తీసి తన సొంత కొడుకు అంగదుడికి ఇవ్వకుండా సుగ్రీవుడికి ఇచ్చాడు. దాన్ని తన తనయుడికి ఇవ్వడమే సహజం. పుత్రవాత్సల్యం ఉంటుంది. హారం అతణ్ణి అజేయుణ్ణి చేస్తుంది. అలాచేసి ఉన్నట్టయితే ఎవరూ వాలిని తప్పు పట్టలేరు. అయితే, శ్రీరాముడి సమాధానం వినడం వాలి మనసులో పెద్ద మార్పు తీసుకువచ్చింది. సుగ్రీవుడికి చేసిన తప్పుకు పశ్చాత్తాపపడ్డాడు. క్షమాపణ వేడుకున్నాడు ప్రత్యేకహారాన్ని తమ్ముడికి ఇచ్చి, కుమారుడు అంగదుడితో, 'సుగ్రీవుడి పట్లా, శ్రీరాముడిపట్లా పగ పాటించవద్దు. వాళ్ళు నన్ను చంపలేదు. నేను చేసిన తప్పుడు పనులే నా మరణాన్ని తెచ్చిపెట్టాయి. నువ్వు ఇంతవరకు నన్ను ఎలా సేవించావో, ఇకమీదట సుగ్రీవుణ్ణి అలాసేవించు. శ్రీరాముణ్ణి సర్వోన్నత భగవంతుడిగా భావించి ఆయనకు సేవలందించు,' అని హితవు పలికాడు.

మరొక్క ప్రశ్న ఇంకా మిగిలివుంది. శ్రీరాముడు వాలిని ప్రత్యక్ష యుద్ధంలో కాకుండా దొంగచాటుగా ఎందుకు చంపాడు? వాలి అంతకు

ముందే తపస్సు చేసి దేవతలనుంచి ఆశీస్సులు పొందాడు. మరణం లేని అమరత్వం కావాలని కోరాడు. దానిని వారు ఇవ్వలేమన్నారు. వాలి ఆలోచించి, తనతో ప్రత్యక్షంగా యుద్ధం చేసే వారి బలంలో సగం తనకు రావాలని వరం కోరాడు. దేవతలు ఇచ్చారు. ఆవిధంగా తనను యుద్ధంలో చంపేవారే ఉండరు గనక, మరణం లేకుండా ఉండవచ్చని ఆశించాడు, తెలివైన మెలిక ద్వారా. వాలి ఎవరితో యుద్ధం చేసినా తనే గెలిచేవాడు. శ్రీరాముడు సర్వోన్నత భగవంతుడు తలుచుకుంటే వాలిని ఎలాగైనా చంపగలడు. అయితే, వాలి ఎదుట నిలబడి పోరాడే వారి సగం బలం వాలిని చేరగలదన్న దేవతల వరాన్ని గౌరవించి, మానవరూపంలో వున్న తన మీద కూడా పనిచేయగలదని చూపడానికే, చెట్టు చాటు నుంచి బాణంవేసి వాలిని వధించాడు.

ప్ర. 16

మరణం తరవాత ఏం జరుగుతుంది?

మరణం ఒక వాస్తవం. దాన్ని గురించి మాట్లాడడానికి ఎవరూ ఇష్టపడరు. అయితే, ఎవరూ దాని నుంచి తప్పించుకోలేరు. మరణంతో జీవితం ముగిసిపోతుందని కొందరు నమ్ముతారు. మనకున్నది ఈ ఒక్క జన్మే అని అనుకుంటారు. అయినప్పటికీ, మనకు మార్గదర్శకాలూ, దేవుడి వాక్కులూ అయిన పవిత్ర శాస్త్ర గ్రంథాలు వేరువిధంగా చెబుతున్నాయి.

నిజానికి, ఇది కృష్ణభగవానుడు భగవద్గీతలో ప్రధానంగా చర్చించే విషయాలలో ఒకటి(2.13):

దేహినోస్మిన్ యథా దేహే కౌమారం యౌవనం జరా
త థా దేహాంతర – ప్రాప్తిర్ ధీరస్ తత్ర నముహ్యతి

'ఈ దేహంతో కప్పబడిన ఆత్మ, ఈ శరీరంలో బాల్యం నుంచి
యౌవనానికీ,, వార్ధక్యానికీ ఎలా మారుతుందో, అదేవిధంగా మరణం
తరవాత ఆత్మ మరో దేహంలోకి ప్రవేశిస్తుంది.
ఆ మార్పుకు ధీరుడైన వ్యక్తి విచారపడడు.'

ఆయన ఇంకా భగవద్గీతలోనే (2.27) ఇలా అంటాడు :

జాతస్యహిధ్రువో మృత్యుర్
ధ్రువమ్ జన్మ మృతస్యచ

తస్మాత్ అపరిహార్యార్థే
నత్వం శోచిత మర్హసి

'జన్మించినవారికి మరణం తప్పదు. మరణించినవారికి
ఆ తరవాత జన్మించక తప్పదు. అందువల్ల అనివార్యమైన
ఈమార్పును గురించి నువ్వు శోకించడం తగదు.'

ప్రతి క్షణం దేహం మార్పు చెందుతూ ఉంటుంది. మరణం ఆఖరి మార్పు. దాని తరవాత ఆత్మ వేరొక శరీరంలోకి ప్రవేశిస్తుంది. అయితే, ఏరకం శరీరంలో ప్రవేశిస్తుంది అన్నది, ఆ వ్యక్తి ఈ జన్మలో చేసిన పాపపుణ్యాలను అనుసరించి ఉంటుంది.

పద్మపురాణం ప్రకారం ఎనభైనాలుగు లక్షల జీవరాసులు ఉన్నాయి:

జలజ నవ లక్షాని, స్థావర లక్ష – వింశతి, క్రిమయో
రుద్ర సంఖ్యాకః, పక్షిణం దశలక్షనం, త్రిన్షల్
లక్షాని పశవః చతుర్ లక్షాని మానవః

జలజ (నీరు ఆధారంగా కలవి) – 9 లక్షలు
స్థావర మొక్కలు (చెట్లు వంటి కదలలేనివి) – 20 లక్షలు.
క్రిమయో (ప్రాకేవి) – 11 లక్షలు
పక్షినాం (పక్షులు) – 10 లక్షలు
పాశవః (భూచర జంతువులు) – 30 లక్షలు
మానవః (మానవులతో సహా మనుషుల్లాంటి జంతువులు) –
4లక్షలు.

మనం చేసే పనులు, పాల్గొనే కార్యకలాపాల ఆధారంగా, మనలో ప్రత్యేక రకమైన చైతన్యం అభివృద్ధి చేసుకుంటాం. దానిని అనుసరించి మన తరవాతి దేహాన్ని పొందుతాం. ఒకసారి మానవులుగా పుట్టినవారు ఎల్లప్పుడూ తప్పక మానవులగానే పుడతారని రూఢిగా చెప్పలేము.

ఈ ప్రపంచన్యాయవ్యవస్థలో మనకు సత్కారం, శిక్ష రెండూ ఉన్నట్టే – విశ్వ స్థాయిలోనూ అదే వ్యవస్థ ఉంది. సత్కర్మలు చేసినవారికి స్వర్గ సుఖాలు, తదనంతరం ఉత్తమ జన్మ సత్కారం. తెలిసో తెలియకో దుష్కర్మలు చెడుపనులు చేసిన వారికి నరకయాతనలు, ఆ తరవాత ఈ లోకంలో నీచజన్మలు శిక్ష అనుభవిస్తారు.

కృష్ణభగవానుడి భక్తి సేవలలో పాల్గొనే సద్భక్తుడికి– ఎలాంటి బాధలు, వృద్ధాప్యం, వ్యాధులు, మరణం లేని శాశ్వత ఆధ్యాత్మిక దివ్యలోకమే సత్కారంగా సిద్ధిస్తుంది.

గత జన్మలో మనం ఏవిధంగా ఎంత మంచిగా, ఎంతచెడుగా జీవించామన్న దానినుంచే ఈ జన్మ మొదలవుతుంది. ఈ కారణంగానే జీవితంలో ఒక్కొక్కరికి ఒక్కొక్క విధమైన ఆరంభస్థితి ఉంటుంది. కొందరు ధనికులుగా జన్మిస్తారు. కొందరు పేదలుగా పుడతారు. కొందరు ఆరోగ్యంగా జన్మిస్తే, మరికొందరు రోగాలతో అనారోగ్యంగా పుడతారు. కొందరు అందంగా, మరికొందరు అంత అందంలేకుండా పుడుతూ ఉంటారు.

ఆ విధంగా మరణం తరవాత జననం ఉంది. అందుకే మన పవిత్ర శాస్త్ర గ్రంథాలు మనల్ని మంచి మాటలతో, చేతలతో బాధ్యతాయుతమైన జీవితం గడపాలని పదే పదే ఆదేశిస్తాయి. మన మాటల మంచితనాన్నీ, ధర్మవర్తనాన్నీ సామాజికమాధ్యమాలూ, అధిక సంఖ్యాకుల అభిప్రాయాలూ నిర్ణయించకూడదు. వాళ్ళు చెబుతున్నవి సరైనవేనా, కావా అన్న విషయాన్ని పవిత్ర శాస్త్ర గ్రంథాల ఆధారంగా నిర్ణయించాలి.

ప్ర. 17

మంచివారికి చెడు ఎందుకు జరుగుతుంది?

మన గతకర్మలు అన్నది సంక్షిప్త సమాధానం. ఒక ఉదాహరణ ద్వారా దీనిని అర్థం చేసుకుందాం.

గ్రామాలలో పూర్వం ధాన్యాన్ని పెద్ద పెద్ద గాదెలలో భద్రపరిచేవారు. పైనుంచి ధాన్యాన్ని ఈ గాదెలలోకి పోస్తారు. ఆ తరవాత అందులోంచి కొంత ధాన్యాన్ని తీసుకోవాలనుకున్నప్పుడు, అడుగున ఉన్న చిన్న కన్నం ద్వారా తీసుకునేవారు. ఆ కన్నం అంతకుముందు మూయబడి ఉంటుంది.

గాదెలోకి వారం క్రితం 'డి' క్వాలిటీ ధాన్యాన్నీ, నాలుగు రోజుల క్రితం 'సి' నాణ్యతగల ధాన్యాన్నీ, రెండు రోజులకు ముందు 'బి' క్వాలిటీ ధాన్యాన్నీ, మూడు గంటల క్రితం 'ఏ' క్వాలిటీ ధాన్యాన్నీ పోశామనుకుందాం. ఉన్నట్టుండి మనకు 'ఏ' క్వాలిటీ ధాన్యం అవసరమవుతుంది. దాన్ని ఇప్పుడే ఇంతకుమందే గాదెలో పోశామన్న సంగతి కూడా మనకు తెలుసు. మనం ఆశతో గాదె కింది భాగంలో ఉన్న కన్నాన్ని తెరుస్తాం. అందులోంచి 'డి' నాణ్యత ధాన్యమే వస్తుంది. ధాన్యం తీసుకోవడం కొనసాగించామంటే ఆ తరవాత 'సి' నాణ్యత ధాన్యం వస్తుంది. 'ఏ' క్వాలిటీ ధాన్యం రాలేదేమిటా అని నిరాశచెందుతాం అసలు విషయం అర్థం చేసుకోకుండా. కొన్ని గంటల క్రితమే పోసిన 'ఏ' క్వాలిటీ ధాన్యం ఎందుకు రాలేదన్న విషయం అర్థం చేసుకోలేకపోతాం.

ఇదే విధంగానే కర్మసిద్ధాంతం పనిచేస్తుంది. భక్తితో జీవిస్తూ, ఎవరికీ ఎలాంటి హానీ తలపెట్టకుండా ఉత్తమంగా రోజులు గడుపుతున్నప్పటికీ,

ఒక్కొక్కసారి దారుణమైన బాధలు అనుభవించవలసి వస్తుంది. కారణం కనిపించదు. జీవితమంతా ధర్మబద్ధంగా నడుచుకున్నది ఇందుకా అన్న నిరాశా నిస్పృహలు తలెత్తుతాయి. ఏమాత్రం పాపభీతి లేకుండా దారుణాలకు పూనుకునే దగాకోరు ఎలా ఐశ్వార్యాలతో కులుకుతున్నాడు? ఎందుకిలా జరుగుతుంది?

గాదెలో మొదట పోసిన ధాన్యమే మొదట వెలుపలికి వస్తుంది. మొదట పోసిన ధాన్యం పూర్తిగా అయిపోయాకే, ఆ తరవాత పోసిన ధాన్యం వెలుపలికి వస్తుంది. అదే విధంగా, ఈ జన్మలో మన పూర్వజన్మకర్మలు మొదట పనిచేస్తాయి. ఆ కర్మల నిల్వ అయిపోయాక, ప్రస్తుత కార్యకలాపాల ఫలితాలు రూపుదాల్చడం, రావడం మొదలవుతుంది.

ఈ జన్మలో నిజాయితీగా బతుకుతున్నప్పటికీ సంతోషంగా జీవించలేక పోతున్నామే అని ఆశాభంగానికి లోనై నిరాశ చెందకూడదు.

అపమార్గంలో నడుస్తున్నప్పటికీ, ఎవళ్ళో గొప్పగా జీవిస్తున్నారు కదా అని వాపోతూ మనం నిరుత్సాహపడకూడదు. వాళ్ళు పూర్వజన్మల సత్కర్మల ఫలాన్ని ఇప్పుడు అనుభవిస్తున్నారు. త్వరలో నిల్వ అయిపోతుంది. వాళ్ళ బతుకులు తల్లకిందులైపోతాయి.

మనం చేసే ప్రతి పనీ ఒక విత్తనాన్ని విత్తడం లాంటిది. మనం విత్తినవాటినే ఊర్పిడి చేయగలం. అయినా, విత్తనాలు విత్తిన వెంటనే ఫలసాయాన్ని ఇవ్వవుకదా.

ప్ర. 18

మన ద్వేషాన్నీ, అహంకారాన్నీ నియంత్రించడం ఎలా?

మన శక్తి సామర్థ్యాలూ, ఇతరుల శక్తిసామర్థ్యాలూ దేవుడి నుంచే వస్తాయి. అందువల్ల అవి ఆయనకే చెందుతాయి అని అర్థం చేసుకోవడం ద్వారా మనలోని ద్వేషాహంకాలను నియంత్రించుకోవచ్చు. భగవద్గీతలో (10.42) శ్రీకృష్ణ భగవానుడు ఇలా అంటాడు:

యద్ యద్ విభూతిమత్‌సత్వం శ్రీమద్ ఊర్జితం ఏవవా
తత్ తద్ ఏవవా గచ్ఛ త్వం మమ తేజోంశ – సంభవమ్

'సుందరమైనవిగా, గొప్పవిగా, శక్తివంతమైనవిగా నువ్వు చూసేవన్నీ నానుంచే పుట్టుకువస్తాయని తెలుసుకో. అవి నా తేజస్సులో ఒక నిప్పు రవ్వ పరిమాణం మాత్రమే.'

మనకు ఉన్న మంచి అందం, మాటతీరు, జ్ఞాపకశక్తి, సంపద ఇలా ఎలాంటి వరాలైనా కృష్ణభగవానుడి నుంచి వచ్చినవే. దీనిని గనక గుర్తుంచుకున్నట్టయితే, మనం ఎల్లప్పుడూ వినయంగా ఉండగలుగుతాం. ఎలాంటి అహంకారమూ ఉండదు. భగవంతుడు మనకు ప్రసాదించిన వరాలకు ఆయన పట్ల కృతజ్ఞతగా ఉండాలి. మళ్ళీ ఆయనతో మనల్ని కలుపుకోవడానికి వాటిని నేర్పుతో ఉపయోగించుకోవాలి. ఈ వైఖరి మన

శక్తి సామర్థ్యాల గురించి మనమే గొప్పలు చెప్పుకుంటూ ఇతరులనుంచి గౌరవప్రశంసలు పొందడానికి ప్రయత్నించడం కన్నా ఎక్కువ సంతోషాన్నిస్తుంది.

ఎదుటివారిలో మంచి గుణాలు, శక్తి సామర్థ్యాలు చూసినప్పుడు కూడా అదే వాస్తవాన్ని, సిద్ధాంతాన్ని గుర్తుంచుకోవాలి. ఇవన్నీ కూడా భగవంతుడు వారిపట్ల చూపే కరుణ. మన ప్రియతమ ప్రభువు వారిగుండా ప్రకాశిస్తున్నాడు. వారి ద్వారా వ్యక్తమవుతున్నాడు. అందువల్ల, అలాంటి వారిపట్ల ద్వేషం పెంచుకోవడానికి బదులు, ఆ పరిస్థితిని దేవుణ్ణి స్మరించడానికి ఉపయోగించుకోవచ్చు. భగవంతుని గురించి ఎంత ఎక్కువ స్మరిస్తే అంత ఎక్కువ అహంకార ద్వేషాలు తొలగిపోయి మన హృదయాలు పరిశుద్ధమవుతాయి. ఆనందంతో పొంగి పొరలుతాయి. ఈ వ్యక్తిలో చాలా సుద్గుణాలు ఉన్నాయి. ఆ కారణంగానే ఈయన పట్ల అందరూ ఆకర్షింపబడుతున్నారు. అయినా, ఈ గుణాలన్నీ కూడా కృష్ణభగవానుడు కలిగివున్న మహావిభూతిలో రవ్వంత మాత్రమే. ఆ రవ్వంతతో ఈవ్యక్తి ఇంతమందిని ఆకర్షించి ఆకట్టుకోగలుగుతున్నాడు అంటే, కృష్ణభగవానుడు మరెంత ఆకర్షణీయంగా ఉండాలి?

మన కన్నా మెరుగ్గా, ఎక్కువగా ఉన్న వారిని చూసినప్పుడు కూడా వారు అందుకు తగ్గవారేనని మనం భావించాలి. అలాంటి వ్యక్తులు గత జన్మలో సత్కర్మలు చేసి ఉంటారు. ఈ జన్మలోనూ అందుకు తగ్గ కృషి, ప్రయత్నం, శ్రమ చేసి ఉంటారు. అందువల్ల వారు ప్రస్తుతం అందుకున్న వరాలకు అర్హులు. శ్రమకు తగ్గ ఫలితం లభిస్తుందని తెలియజేస్తుంది గనక, ఎదుటి వారికి స్ఫూర్తి దాయకంగానూ ఉంటుంది. మనమూ కృషి చేస్తే అలాంటి సత్ఫలితాలు పొందగలుగుతాం.

అలాంటి వ్యక్తి బతుకు సాగడానికి మనకన్నా ఎక్కువ అవసరాలు కావలసి ఉండవచ్చునన్న కోణంలోనూ మనం ఆలోచించాలి. ప్రతి ఒక్కరికీ బయల్పరచలేని విషయాలు ఎన్నో ఉంటాయి కదా.

ప్ర. 19

మత ప్రసక్తి లేకుండా నేను ఆధ్యాత్మికంగా ఉండగలనా?

ఆధ్యాత్మికం అంటేనే – ఆత్మ, దేవుడు, ఆధ్యాత్మిక దివ్యప్రపంచంలో నెలకొన్న వాస్తవాలను సూచిస్తుంది.

ఒకరు ఆధ్యాత్మిక ప్రపంచంలోకి రావడానికి సాయపడే ప్రక్రియలను, పనులను సూచిస్తుంది మతం.

ఆధునిక కాలంలో చాలామంది తాము మంచిగా హాయిగా అనుభూతి చెందడాన్ని ఆధ్యాత్మికత అనుకుంటారు. 'నేను కొండమీది విశ్రాంతి నిలయానికి వెళ్ళాను. అది ఎంతో ఆధ్యాత్మికతగల స్థలం.' ఎందుకు? 'అది నాకు ఎంతో హాయిని ఇచ్చింది.' ఇది కాదు ఆధ్యాత్మికత. మనం శరీరం కాదు- ఆత్మ అని అర్థం చేసుకోవడంతోనే ఆధ్యాత్మిక జ్ఞానం ఆరంభమవుతుందని భగవద్గీత వివరిస్తుంది. అందువల్ల, మొత్తం ఆధ్యాత్మిక ప్రపంచమే ఆత్మకూ, దేవుడికీ సంబంధించినది. ఆత్మకూ, దేవుడికీ మధ్య వున్న సంబంధం ఏమిటి? ఆ సంబంధాన్ని మళ్ళీ పునరుద్ధరించుకోవడం ఎలా అన్న విషయాలను తెలియజేసేది.

మతం అన్నది, ఉన్నత ఆధ్యాత్మిక వాస్తవాన్ని కలవడానికి సాయపడే కార్యకలాపాలకు సంబంధించినది. ఉదాహరణకు ప్రార్థన, భగన్నామ జపం, పూజలు, ఆయన రూపాన్ని ధ్యానించడం, అదే మార్గంలో పయనిస్తూన్న భక్తులతో సహవాసం మొదలైనవి – ఈ కార్యకలాపాలు వివిధ మతాలలో వివిధ రూపాలలో ఉంటాయి. హిందువులు చేతులు జోడించి ప్రార్థిస్తే,

ముస్లింలు చేతులెత్తి ప్రార్థిస్తారు. క్రైస్తవులు మాస్ సమయంలో చేత్తో ముఖాన్నీ, హృదయాన్నీ, భుజాలనూ స్పృశించి ప్రార్థిస్తారు. సైన్సుకు థియరీ–ఎక్స్‌పెరిమెంట్స్ అనే రెండు పార్శ్వాలు ఉన్నట్టే, ఆధ్యాత్మికతకు కూడా తాత్విక సిద్ధాంతం – మతం అనే రెండు పార్శ్వాలు ఉన్నాయి. మనం శరీరం కాదు, ఆత్మ అని తత్వం చెబుతుంది. ఆత్మ దివ్య ప్రేమతో దేవునితో అనుబంధంలో అత్యున్నత ఆనందాన్ని అనుభవించవచ్చు. అందుకు అవసరమైన ఆచరణీయ మార్గాలనూ, పద్ధతులనూ మతం అందిస్తుంది. వాటిని అనుసరించి చూసి ఆ తాత్విక సిద్ధాంతం ప్రతిపాదించే విషయాన్ని ధృవీకరించవచ్చు. లేదా తృణీకరించవచ్చు.

ఇవాల్టి రోజుల్లో, 'నేను ఆధ్యాత్మికం. అయితే, మతవాదిని కాను' అని చెప్పడం ఒక ఫ్యాషన్ అయికూర్చుంది. ఇది చాలా విశాలదృక్పథంతో, శాఖలకు అతీతంగా చెబుతూన్న మాటలుగా అనిపించవచ్చు. ఆధ్యాత్మిక అనుభూతిని పొందగల పద్ధతి లేకుండా ఇలాంటి మాటలు చెప్పడం అన్నది 'నేను సైంటిఫిక్. అయితే, ఎక్స్ పెరిమెంట్ చేయను. ప్రయోగాలుచేయను,' అన్నట్టు ఉంటుంది. ప్రయోగాలు లేకుండా విజ్ఞాన శాస్త్రం, ధృవీకరించబడని ఊహల క్షేత్రంలోనే ఉండిపోతుంది. అదేవిధంగా మత అభివ్యక్తి, వ్యక్తీ కరణ, కార్యకలాపాలు లేకుండా ఆధ్యాత్మికత కేవలం ఊహాజనిత తాత్వికతగానే, థియరిటికల్, హైపొథెటికల్ ఫిలాసఫీగానే మిగిలిపోతుంది.

ప్ర. 20

కృష్ణభగవానుడు. రాధారాణిని ఎందుకు వివాహమాడలేదు?

ఈ ప్రశ్నకు సమాధానం చెప్పేముందు రాధారాణి (రాధ) ఎవరు అన్నది అర్థంచేసుకోవాలి.

చాలామంది రాధారాణిని సాధారణ గోపికగా భావించి ఆమెను ఐహిక భావనతో అర్థం చేసుకోవడానికి ప్రయత్నిస్తూ ఉంటారు.

అయితే, రాధారాణి 'ఆదిశక్తి' కన్నా వేరుకాదు. అంటే, కృష్ణభగవానుడి అసలైన శక్తి. నిజానికి ఆమె ఆయన కన్నా భిన్నంకాదు. ఒక మాటలో ఆమె స్త్రీ రూపంలోని దేవత. కృష్ణభగవానుడు ఈ ప్రపంచానికి వచ్చినప్పుడల్లా, ఆమె అవతారాలే అయిన గోపికలతో కలిసి ఆయనకు అందమైన ప్రణయ వినోద కాలక్షేపం కలిగించడానికి ఆయన్ను వెన్నంటివస్తుంది.

చైతన్య చరిత్ర(1.5) ఇలా వర్ణిస్తుంది:

రాధాకృష్ణ – ప్రణయ – వికృతిర్ హ్లాదిని శక్తిర్ అస్మద్
ఏకాత్మనౌ అపి భువిపుర దేహ – భేదమ్ గతౌ తౌ

'రాధాకృష్ణుల ప్రణయ క్రీడలు భగవానుడి అంతర్గత ఆహ్లాదప్రదశక్తి భావాతీత దివ్య స్వరూపాలు. రాధాకృష్ణులు ఒకరే అయినప్పటికీ ఆ తరవాత వారికి వారుగానే విడిపోయారు.'

సర్వోన్నత భగవానుడే అయినప్పటికీ, కృష్ణభగవానుడు బృందావనంలో

గోపికలతో కలిసి హృదయాహ్లాదకరాలైన వినోదకాలక్షేపాలలో పాల్గొంటాడు. అప్పుడు రాధారాణి ఒక గోపిక అవుతుంది.

అయినా, ద్వారకలో రాజుగా మరింత హుందా గల పాత్రను పోషిస్తాడు. రాజుకు రాణి కావాలి. కాని ఎవరు బడితే వారు ఆయన రాణి కాలేరు. అందువల్ల, బృందావన గోపికలు, ఆయన్ను వివాహమాడడానికి ద్వారకకు రాణులుగా ఎలా వచ్చారన్నదాన్ని పురాణాలు వివరంగా వర్ణిస్తాయి. రాధారాణి సత్యభామ గానూ, చంద్రావళి అనే గోపిక రుక్మిణీ దేవిగానూ ద్వారకకు వచ్చారు.

ఇంకా మనం బృందావన విశేషాలను పరిశీలించామంటే – బ్రహ్మవైవర్త పురాణం (అధ్యాయం.15) బృందావనంలోని ఒక వటవృక్షం కింద జరిగిన రాధాకృష్ణుల వివాహాన్ని స్పష్టంగా వివరిస్తుంది. ఆ వటవృక్షం బృందావనంలో ఇంకావుంది. వివాహాన్ని బ్రహ్మదేవుడే పురోహితుడుగా వచ్చి జరిపించాడు. అయితే, అది బహిరంగంగా జరగలేదు. అతిసన్నిహితులైన గోపికలకే ఆ అద్భుత దృశ్యాన్ని తిలకించే భాగ్యం కలిగింది.

ఈ గ్రంథాల ఆధారాలను నమ్మము అనే వారికి ఒకమాట. మన ఐహిక ప్రపంచ సూత్రాలు, చట్టాలు ఆధ్యాత్మిక దివ్యప్రపంచానికి అమలు చేయలేమన్న విషయాన్ని అర్థంచేసుకోవాలి. ఈ లౌకిక ప్రపంచంలోని వివిధ దేశాలలో వివిధ ట్టాలు అమలులో ఉంటాయి. ఒకే దేశంలోనే వేరు వేరు రాష్ట్రాలు కొన్ని వేరు వేరు చట్టాలు కలిగి ఉంటున్నాయి. అదే విధంగా ఆధ్యాత్మిక దివ్యరాజ్యం చాలా భిన్నమైనది. సర్వోత్కృష్టమైనది. రాధారాణి శాశ్వతంగా శ్రీకృష్ణ భగవానుడితో సంబంధం కలిగినది. ఆమె ఆయన నుంచి ఎన్నటికీ విడదీయలేని శక్తి. అందువల్ల ఈ సంబంధాన్ని క్రమబద్ధం చేయవలసిన అవసరం లేదు.

రాధాకృష్ణులు ఈ ప్రపంచానికి వచ్చినప్పుడు వారు మానవుల్లాగా ప్రవర్తిస్తారు. అయితే, మనం వారిని మానవమాత్రులుగా భావించకూడదు. ప్రాముఖ్యతలేని మన పరిమిత తార్కిక త్రాడులతో వారిని బంధించడానికి ప్రయత్నించకూడదు.

ఈ కారణంగానే వారు చేసేవి లీలలుగానూ, వినోద క్రీడా కాలక్షేపాలుగానూ మనం చేసేవి కర్మలుగానూ చెబుతారు.

ప్ర. 21

అన్ని మార్గాలూ ఒకే లక్ష్యం కేసే నడిపిస్తాయా?

భగవద్గీత గురించీ, వైదిక సంప్రదాయాల గురించీ మాట్లాడేప్పుడు సాధారణంగా 'అన్ని మార్గలూ ఒకే లక్ష్యం కేసి నడిపిస్తాయి' అనే భావాన్ని వ్యక్తం చేస్తూ ఉంటారు. ఇది ఎంతో ఉదారంగానూ. విశాలదృక్పథం కలిగిన ప్రకటనగానూ, ప్రతిపాదనగానూ అనిపించినప్పటికీ దానికి సరైన తార్కిక ప్రాతిపదిక లేదు.

మనం వెళ్ళి కలకత్తా వెళ్ళే విమానంలో కూర్చుంటే, ఢిల్లీ చేరుకోలేము. అన్ని మార్గాలూ ఒకే లక్ష్యాన్ని చేరుకునేలా ఉన్నట్టుయితే, ఒక నిర్ధిష్ట గమ్యాన్ని చేరుకోవడానికి, అక్కడికి వెళ్ళే విమానాన్నే ఎందుకు ఎంచుకోవాలి? నిత్యజీవితంలో కూడా వేటిని కొనాలి, ఎక్కడ కొనాలి అన్న విషయాలలో మనకు తగ్గవాటినే ఎంచుకోవలసి ఉంటుంది. మన పిల్లల్ని కూడా నిర్దిష్ట విద్యాలయాలకే పంపుతాం. సెలవులను వినోదంగా గడపడానికి నిర్దిష్ట ప్రదేశాలనే ఎంచుకుంటాం. అందువల్ల, ప్రతి మార్గమూ ఒకే గమ్యాన్ని చేర్చేలా ఉన్నట్టయితే, ముందస్తుగా పథకం వేసుకోవలసిన అవసరం ఏమిటి? మన వ్యక్తిగత జీవితానికి సంబంధించిన విషయాలలో అలాంటి మాటలు చెప్పక పోవడం ఆశ్చర్యకరమైన విషయం. అయితే, మనకు అంతగా తెలియని ఆధ్యాత్మిక జీవితానికి సంబంధించినప్పుడు మాత్రం, ఏమైనా చెప్పవచ్చని నమ్ముతాం. ఆధ్యాత్మిక విషయాల గురించి మనం ఏదైనా చెప్పాలంటే సాధికార మూలాధారం ఉండాలి. ఆధ్యాత్మిక విషయాలకూ, వాటికి సంబంధించిన విషయాలకూ పవిత్ర శాస్త్ర గ్రంథాల ఆధారం ఉండాలి.

భగవద్గీత (9.25) లో కృష్ణ భగవానుడు స్పష్టంగా చెబుతున్నాడు:

యాంతి దేవ వ్రతా దేవాన్
పితృన్ యాంతి పితృ వ్రతాః
భూతాని యాంతి భూతేజ్యాః
యాంతి మద్ – యాజినో పి మామ్.

'ఉప దేవతలను కొలిచేవారు ఉపదేవతలలో జన్మిస్తారు, పితృ దేవతలను పూజించేవారు పితృలను చేరుతారు. దయ్యాలను, భూతాలను పూజించేవారు వాటి మధ్యే పుడతారు. నన్ను పూజించేవారు నాతోనే జీవిస్తారు.'

ఇక్కడ కృష్ణ భగవానుడు 'మనుషులు ఎవరిని పూజిస్తారో వారి పరిస్థితులనే పొందుతారు' అని చెబుతున్నాడు. కృష్ణభగవానుని పూజించేవారు ఆయననే చేరుకుంటారు. ఈ శ్లోకం విభిన్న మార్గాలు విభిన్న ప్రయోజనాలను కలిగిస్తాయని స్పష్టంగా చెబుతోంది.

ఇంకా ఆయన 7.23 శ్లోకంలో ఇలా అంటాడు :

అంతవత్ తు ఫలం తేషాం
తద్ భవత్ అల్పమేధసాం
దేవాన్ దేవ – యజో యాంతి
మద్ భక్తా యాంతిమామ్ అపి

'తెలివితక్కువ వారు ఉపదేవతలను పూజిస్తారు. వారు పొందే ఫలాలు పరిమితమైనవి గానూ, తాత్కాలికమైనవిగానూ ఉంటాయి. ఉపదేవతలను పూజించేవారు ఆ దేవతల లోకాలకే వెళతారు. అయితే, నా భక్తులు అంతిమంగా నా సర్వోన్నత దివ్యలోకాన్ని చేరుకుంటారు.'

ఈ శ్లోకం భిన్నమైన పూజలు భిన్నమైన ఫలితాలను ఇస్తాయని స్పష్టంగా తెలియజేస్తోంది. ఉపదేవతలను పూజించేవారు పొందే ఫలితాలు. కృష్ణ భగవానుని కొలిచేవారు పొందే ఫలితాలకన్నా భిన్నమైనవి. బాహ్యంలో చేసే పూజ ఒకేవిధంగా కనిపించినప్పటికీ, పొందే ఫలితాలు అందించే వ్యక్తిమీద ఆధారపడి ఉంటాయి. ఉదాహరణకు రోడ్డు పక్క రెస్టారెంటులో వంట చేసేవాడూ, గొప్ప ధనవంతుడి ఇంట్లో పనిచేసేవాడూ చూడటానికి ఒకే పని చేసినట్టు ఉంటుంది. అయితే, వాటిని చేసినందుకు పొందే జీతాలు భిన్నంగా ఉంటాయి కదా.

అవును. పవిత్ర శాస్త్ర గ్రంథాలలో భిన్నమైన మార్గాలు, పూజా విధానాలు ప్రస్తావించబడి ఉన్నాయి. ప్రతి ఒక్కరూ ఆధ్యాత్మికంగా అత్యున్నత స్థాయికి పరిణతి చెందిన వారు కారు గనక, ఈ భిన్నమార్గాలు క్రమక్రమంగా వారిని భగవంతుని భక్తితో సేవించే లక్ష్యమైన భక్తియోగానికి చేరుస్తుంది. లక్ష్యాన్ని జ్ఞాపకం ఉంచుకుని ముందుకు సాగుతున్నంత వరకు వాటిని అనుసరించడంలో ఎలాంటి హానీ ఉండదు.

అయితే, మార్గంలో ఒచోట ఆగిపోయి ముందుకు సాగకుండా అక్కడే ఉండిపోవడమే ఉత్తమం, అదే నిర్దుష్టం అని భావించినట్టయితే, అటువంటి వ్యక్తి భిన్నమైన ఫలితాన్ని పొందుతాడు. అత్యున్నతమైన భక్తియోగాన్ని అనుసరించే వారు పొందే ఫలితాలను పొందలేడు.

సాధారణంగా, సదాచార మార్గంలో నడిచే మానవులు, సత్కర్మలతో ఈ ప్రపంచంలో సకలసంపదలను సాధించి– స్వర్గలోకాలను, ఉపదేవతల లోకాలను చేరుకుంటారు. (ఎందుకంటే సత్కర్మలు వారి న్యాయపరిధిలో ఉంటాయి గనక) జ్ఞానమార్గం – జ్ఞానసముపార్జన, మనోనిగ్రహం, ఇంద్రియ నిగ్రహం మొదలైనవి మొత్తానికి, పరబ్రహ్మ రూపరహితస్థితి ఐక్యానికి దారితీస్తాయి. అష్టాంగయోగం లేదా ధ్యానయోగమార్గం, మొదట మానవాతీత శక్తులు, ఉత్తరోత్తరా ఆధ్యాత్మిక జ్ఞానం సాధించడానికి ఉపయోగపడుతుంది. ఒక యోగి పరమాత్మతో ఐక్యమవుతున్నానని భావిస్తున్నాడు. అంటే, ఆయన బ్రహ్మజ్యోతిని లేదా వినీల ప్రకాశాన్ని దేవుడి రూపరహిత పార్శ్వాన్ని పొందుతున్నాడని అర్థం. దీనినే బ్రహ్మం అని అంటారు. ఆయన గనక తనను పరమాత్మ లేదా సర్వోత్కృష్ట ఆత్మ సేవకుడు

అని భావించినట్టయితే, తిన్నగా ఆధ్యాత్మిక దివ్యలోకాన్ని చేరుకుని కృష్ణభగవానుడి శాశ్వత సాహచర్యంలో ఉంటాడు.

అందువల్ల, అన్ని మార్గాలూ ఒకే లక్ష్యం కేసి నడిపిస్తాయా? అంటే అవును. ఆ లక్ష్యం గురించి బాగా తెలిసి ఉన్నప్పుడు.. కర్మయోగులు, హఠయోగులు, జ్ఞానయోగులు అందరికీ తెలుసు, తమ అంతిమలక్ష్యం శ్రీకృష్ణ పరమాత్మ అని. ఆ తరవాత ఆ లక్ష్యాన్ని చేరుకునేందుకు ఎదగడానికీ, మారడానికీ అనువుగా తమకు సరైనదని తోచిన మార్గాన్ని అనుసరించి లక్ష్యాన్ని చేరుకుంటారు. అలాంటప్పుడు వారి మార్గాలన్నీ ఒకే లక్ష్యం కేసి నడిపిస్తాయి.

అయితే, మనుషులకు ఒక స్పష్టమైన లక్ష్యం లేనప్పుడు, వారి భావనలు వేరు వేరుగా ఉన్నప్పుడు... లక్ష్యాలు వేరుగా ఉన్నప్పుడు అన్ని మార్గాలూ ఒకే లక్ష్యం కేసి నడిపించవు. అయితే, వ్యక్తిగత భావనకు అనుగుణంగా విభిన్నమైన లక్ష్యాలకేసి తీసుకువెళతాయి.

ప్ర. 22

శ్రీరాముడు మాంసం భుజించాడా?

'మాంసః' పదం రామాయణంలో ఉపయోగించబడింది. అది దేనిని సూచిస్తుందని ఇతమిత్థంగా నిర్ణయించబడలేదు. మొత్తం వైదిక సంస్కృతీ సాక్ష్యాలను పరిశీలిస్తే 'లేదు' శ్రీరాముడు మాంసం భుజించలేదు అనే చెప్పవలసి వస్తుంది. ఎందుకంటే, వైదిక సంస్కృతిలో శాకాహారం బలంగా నొక్కి వక్కాణించబడి ఉంది. అందువల్ల దీనిని గురించి ప్రస్తావించే రామాయణంలోని నిర్దిష్ట శ్లోకాలను ఇప్పుడు చూద్దాం.

ప్రస్తావన 1 : అందమైన బంగారులేడిని చంపమని సీత శ్రీరాముణ్ణికోరుతుంది అన్న దురభిప్రాయం. (దాని మాంసం తినవచ్చునని)

సీత శ్రీరాముణ్ణి లేడిని చంపమని కోరింది అన్న భావం సరికాదు. అడవిలో ఆశ్రమ సమీపంలో బంగారులేడి మేస్తూండగా చూసి సీత దానిమీద ముచ్చట పడుతుంది. దానిని పెంపుడు జంతువుగా పెంచి, అయోధ్యకు తిరిగి వెళ్ళినప్పుడు కౌసల్యామాతకు కానుకగా ఇవ్వవచ్చునని భావించింది. అందువల్ల, ఆమె లేడిని మాంసం కోసం చంపమని కోరలేదు. శ్రీరాముడు, లేడిని చంపాలి అనుకుని వుంటే దానిని తరుముకుని అంతదూరం వెళ్ళవలసిన అవసరం ఏం వుంది. మంచి విలుకాడు గనక, దానిమీద బాణం వేసి మొదటే చంపి వుండవచ్చు. దానిని ప్రాణంతో పట్టుకురమ్మని సీత కోరింది గనకే, శ్రీరాముడు లేడిని ప్రాణంతో పట్టుకోవడానికే దానిని వెంబడించి వెళ్ళాడు. లేడి పరిగెత్తసాగింది. కొంతదూరం వెళ్ళాక మాయాజాలంతో ఒక చోట కనిపిస్తూ మరొకచోట అదృశ్యమవుతూ

శ్రీరాముణ్ణి చాలాదూరం తీసుకువెళ్ళింది. అది మామూలు జింక కాదనీ, మాయారూపంతో వచ్చిన రాక్షసుడనీ శ్రీరాముడు గ్రహించాడు. ఆ తరవాత దానిని చంపడానికి నిర్ణయించాడు. అందువల్ల దానిని మాంసం కోసం చంపాడన్నది అసంబద్ధం.

ప్రస్తావన 2 : అయోధ్యకాండ 20వ అధ్యాయం, శ్రీరాముడు పద్నాలుగేళ్ళు అడవిలో గడపవలసిన అరణ్యవాసానికి బయలుదేరే ఘట్టాన్ని వర్ణిస్తుంది. 2. 20–29 శ్లోకాలలో శ్రీరాముడు, 'నేను సన్యాసిలాగా మాంసం వర్జించి ఫలాలూ, కందమూలాలూ, తేనే తీసుకుంటూ అరణ్యవాసం చేస్తాను,' అని అంటాడు. దాంతో శ్రీరాముడు మామూలుగా మాంసం తినేవాడనీ, అరణ్యవాసంలో మాత్రం మాంసాన్ని వర్జించాడు అన్న నిర్ణయానికి ప్రజలు వచ్చారు. అయినప్పటికీ తార్కికంగా ఆలోచిస్తే ఇలా నిర్ణయించడం అర్థరహితం. చాలామంది పిల్లలు, విద్యకోసం ఇళ్ళను వదిలి దూర ప్రాంతాలకు వెళతారు. వాళ్ళు బయలుదేరేప్పుడు, ఏఏ పనులు చెయ్యాలి, ఏఏ పనులు చేయకూడదు అని తల్లిదండ్రులు చెబుతారు. అలా చెప్పడంవల్ల, పిల్లలకు ఆ అలవాట్లు అంతకుముందు ఉన్నాయని అర్థం కాదుకదా.

వైదిక సంస్కృతి ప్రాణుల పట్ల కరుణను చూపుతుంది. శ్రీరాముడు అడవికి వెళ్ళి సాధువులా జీవిస్తాడు. అడవిలో ఆయనకు చాలినంత ఆహారం లభించకపోవచ్చు. అటువంటి సందర్భాలలో ఏవీ దొరకని జీవన్మరణ సమస్య ఎదురైనప్పుడు ఆపద్ధర్మంగా దేనినైనా తినవచ్చు. ప్రాణాలు నిలుపుకోవడానికి జంతుమాంసం తినవచ్చు. సంతోషం కోసం తినకూడదు. అడవుల్లో నివసించే వారు, తినడానికి మరేవీ లభించనప్పుడు మాంసం తినవచ్చు. అందువల్ల శ్రీరాముడు, 'నేను అరణ్యానికి వెళ్ళినా మాంసం తినను' అని చెప్పాడు. ఇలా ప్రత్యేకంగా మరీ నొక్కి వక్కాణించాడు. ఎందుకని? తన తల్లి కౌసల్యకు, తను రాజ్యాన్ని కోల్పోయినంత మాత్రాన ధర్మాన్ని కోల్పోలేదని చెప్పడానికీ, సాధారణ నైతిక రక్షణ కరువయ్యే వాతావరణంలోకి వెళుతున్నప్పటికీ, తను అనైతికతకు దిగజారనని తల్లికి భరోసా ఇవ్వడానికే అలా స్పష్టంగా తెలియజేశాడు.

అసలు సమస్య ఏమిటి అంటే – శ్రీరాముడి జీవితంలో మనంచేసే తప్పుడు పనులకు న్యాయం సమకూర్చుకోవడానికీ, మన నమ్మకాలకు మద్దతు సమకూర్చుకోవడానికి వీలుగా వున్న వాటినే అనుసరించాలని చూస్తాం. మన ఇంద్రియాలను సంతృప్తి పరుచుకోవాలనే వేళ్ళూనిన బలమైన కోరికే ఇందుకు కారణం. మాంసం తినాలని ఆశించేవారు, తమ అలవాటును మానలేరు గనక, తమను న్యాయపరచుకోవడానికి మద్దతుగా ఈ ఉదాహరణను చూపుతూ ఉంటారు. అయితే, అలాంటివారు తక్కిన రామాయణం చదివే ప్రయత్నం చేయరు. రాముడు బోధించిన ఇతర విలువైన ధర్మాలను పాటించడానికికాని, ఆయన నడిచిన మార్గంలో నడవడానికి గాని సిద్ధపడరు. ఇదొక కపట నాటకం. దీనికి బలికాకుండా మనం జాగ్రత్త వహించాలి.

భగవానుడు కావాలనుకుంటే, యావత్ విశ్వాన్ని భక్షించి (భగవద్గీతలో ఆయన చూపించిన విశ్వరూపం లాగా), ఆ కర్మచేత బాధింపబడకుండా ఉండగలడు. అయితే, మనం భగవానుని అనుకరించాలనుకుంటే, భవిష్యత్తు బాధలను ఆహ్వానించినవాళ్ళమే అవుతాం.

ప్ర. 23

'న తస్య ప్రతిమా అస్తి' (నువ్వు ప్రతిమ లేదా మూర్తి (విగ్రహం) కావు) అంటాయి వేదాలు. మరి మనం ఎందుకు విగ్రహాలను పూజిస్తున్నాం?

మొట్టమొదటి విషయం 'విగ్రహం' అన్నది భౌతిక రూపాన్ని సూచిస్తుంది. వేదాలు ప్రతిమను గురించి మాట్లాడేప్పుడు విగ్రహాలను, లేదా భౌతికరూపాలనే సూచిస్తాయి. అవి దేవుణ్ణి భౌతిక విషయాలకు విరుద్ధంగానే చూపుతాయి. దేవుడి రూపం భౌతికం కాదు. అందువల్ల ఆయనకు భౌతిక ప్రాతినిధ్యం అవసరం లేదు. అయితే, వైదిక సాహిత్యంలోని పాంచరాత్రాలు విగ్రహాలను పూర్తిగా దేవుని ప్రతిరూపాలుగా పేర్కొన్నాయి.

వైదిక సాహిత్యం ఉద్దేశం - భౌతికం నుంచి నిజమైన మన గుర్తింపయిన, స్వరూపమయిన, ఆధ్యాత్మికానికి మనల్ని తీసుకువెళ్ళడం. అందుకు వేదాలు రెండు మార్గాలను పేర్కొంటాయి:

1. పరమాత్మను పొందడానికి పదార్థాన్ని తొలగించడం.
2. ఆత్మను చేరుకోవడానికి పదార్థాన్ని మార్గంగా ఉపయోగించడం.

వేదాంతం, ప్రత్యేకించి ఉపనిషత్తులు మొదటి మార్గమైన పదార్థాన్ని కాదనే జ్ఞానమార్గాన్ని అనుసరిస్తాయి. భౌతిక బంధాలతో తెగతెంపులు చేసుకుంటే తప్ప, ఆధ్యాత్మికత కేసి అడుగులు వేయలేము గనక, ఆత్మానుభవం పొందలేము గనక, ఉపనిషత్తుల తుది నిర్ణయమైన భక్తిమార్గం,

ఉపనిషత్తులలో ప్రస్తావించబడింది గాని, అంత విపులంగా వివరించబడలేదు. అది ఇతిహాసాలలోనూ, పురాణాలలోనూ విస్తారంగా వివరించబడివుంది. భగవంతుడు పరమాత్మ స్వరూపమే అయినప్పటికీ, మనం మొత్తం భౌతిక ప్రపంచాన్ని కాదనలేమని స్పష్టంగా తెలియజేశాయి. భౌతిక పదార్థాన్ని కూడా పరమాత్మ అనుభూతి మార్గంగా చేసుకోవచ్చు. అలాంటిమార్గమే దేవతా రూపాలను పూజించే విగ్రహారాధన. దైవ విగ్రహాన్ని కేవలం భౌతిక సంకేతంగా కాకుండా ఆత్మస్వరూపంగా భావించాలి. భగవంతుడు సర్వశక్తి సమన్వితుడు. దేనితో తయారయిందన్న బేధం లేకుండా ఎందులోనైనా ఏ రూపాన్నయినా పొందగల సమర్థుడు. అందువల్ల పవిత్ర శాస్త్ర గ్రంథాలు భగవంతుని నిరాకారుడు అని వర్ణించినప్పుడు భౌతికరూపం లేనివాడు మాత్రమే కాదు అని అర్థం.

రెండవది– 'న తస్య ప్రతిమా అస్తి' అన్న దానికి మనం ఒక దేవతా విగ్రహాన్ని చూసినప్పుడు దానిని కేవలం ఒక మూర్తిగా, శిల్పి అందమైన సృష్టిగా మాత్రమే చూడకూడదు. విగ్రహమే ప్రత్యక్ష భగవానుడు. ఆయన్ను భక్తి శ్రద్ధలతో ప్రేమతో పూజించినట్టయితే ఆయన మనకు దర్శనమిస్తాడు. భగవంతుడు భక్తులతో మాట్లాడిన ఉదంతాలు, వ్యక్తిగతంగా చేరువై సాయపడిన సంఘటనలు చరిత్రలో కోకొల్లలుగా ఉన్నాయి.

విగ్రహమే గనక దేవుడయినట్టయితే, మనం ఆయన తిరుగుతూండడం ఎందుకు చూడలేకపోతున్నాం? అన్నది తరవాతి ప్రశ్న. నిజమే, దేవుడు ఆత్మస్వరూపుడు. మన చూపు భౌతికమైనది. మనం ఇప్పుడు చూడగలిగిందల్లా భౌతికమైన వాటిని మాత్రమే. ఆవిధంగా, దేవుడు పదార్థంతో తయారుచేసిన రూపాలలో కనిపించటానికి అంగీకరిస్తాడు. అంతమాత్రాన రూపాలు భౌతికమైనవని అర్థం చేసుకోకూడదు. దేవుడి దివ్యరూపం ఆగమశాస్త్రాల ఆధారంగా తయారుచేయబడినది. కరుణామయుడైన దేవుడు దీనిద్వారా మన సేవలను స్వీకరిస్తాడు. అది ఆయన్ను అసలైన ఆత్మరూపంలో దర్శించడానికి మనల్ని పరిశుద్ధంచేసి అర్హత కలిగిస్తుంది.

నిజానికి దివ్యవిగ్రహరూపాన్ని దేవుడి అర్చావతారంగా చెబుతారు. ఈ ప్రపంచంలోకి వచ్చే దేవుడి ప్రతి అవతారమూ ఒక నిర్దిష్ట కార్యం, ప్రయోజనంతోనే వస్తుంది. దానికి మించి నడుచుకోదు. బాలప్రహ్లాదుణ్ణి

రక్షించడానికి నరసింహస్వామి అవతార ఆవిర్భావం జరిగింది. ధర్మసంస్థాపన చేసి మానవజాతికి ఆదర్శమూర్తిగా వెలుగొందడానికే శ్రీరామావతారం జరిగింది. శ్రీకృష్ణ భగవానుడు అన్ని అవతారాలకూ మూలపురుషుడు గనక, తన ఆధిపత్యాన్ని నెలకొల్పడానికి అవతరించాడు. అదేవిధంగా భగవంతుడు నిర్దిష్ట కార్యం కోసం దివ్యవిగ్రహంగా ప్రత్యక్షమవుతాడు. 'అర్చ' అనే ఆయన నామమే భక్తుల అర్చనను, పూజలను స్వీకరించడాన్ని సూచిస్తుంది. సదా సర్వకాలమూ అందుబాటులో ఉంటూ కరుణను కురిపిస్తాడు.

ఆ విధంగా 'న తస్య ప్రతిమా అస్తి' అన్న శ్లోకం నిజమే. అయితే, దివ్యవిగ్రహరూపం భౌతిక ప్రాతినిధ్యం కాదు గనక, అది దివ్యవిగ్రహానికి వర్తించదు. దివ్యవిగ్రహం శ్రీకృష్ణభగవానుడి ఆధ్యాత్మిక స్వరూప ఆవిష్కారం, సాక్షాత్కారం.

ప్ర. 24

అబద్ధాలాడటం పాపమా? దానిని వదులుకోవడం ఎలా?

అవును. అబద్ధాలాడడం ఆశించదగ్గది కాదు, దానిని మనం వదులుకోవాలి. అది మహాపాతకాలలో ఒకటిగా పరిగణించబడుతోంది. అయినా, మనం దానిని తేలిగ్గా తీసుకుంటాం.

ఇక పాపం అన్న విషయానికి వస్తే అది, చెప్పే నిర్దిష్ట అబద్ధం మీద ఆధారపడి ఉంటుంది. ఏ సందర్భంలో, ఎందుకోసం అబద్ధం చెప్పాం అన్నది ప్రధానం. వేరొకరి నిజమైన సంక్షేమం కోసం, మేలు కోసం చెప్పామంటే అది అంగీకరించతగ్గదే. తల్లి, బిడ్డకు ఇష్టమైన తీపి పదార్థంలో చేదుమందును దాచి బిడ్డకు ఇచ్చేవిధంగా ఉద్దేశం మంచిదయినప్పుడు అదిమంచిదే. అందువల్ల, మన మనసులోకి చూడాలి. నిజాయితీగానూ, నిస్వార్థంగానూ ఉండాలి. అలా లేనప్పుడు అబద్ధం చెప్పడం పాపం.

సాధారణంగా సత్యంగా నడుచుకోవడం దైవగుణం. నిజానికి, అది ధర్మానికి ఉన్న నాలుగు స్తంభాలలో ఒకటిగా భావించబడుతోంది. కరుణ, పరిశుభ్రత, నైర్మల్యం తక్కిన మూడు స్తంభాలు.

కృష్ణభగవానుడు భగవద్గీతలో సత్యంగురించి సానుకూలంగా పలుమార్లు ప్రస్తావిస్తాడు. మనం ఈ గుణాన్ని పెంపొందించుకోవాలి. ఎలా అలవరచుకోవాలో ఇప్పుడు చూద్దాం. మామూలుగా, ఇతరులను సంతోషపరచడానికి అబద్ధాలు చెబుతూ ఉంటాం. అది అప్పటికి వారిని సంతోషపెట్టి ఉండవచ్చు, అయితే, ఎంతోకాలం అబద్ధాలను దాచలేము.

కాలం గడిచేకొద్దీ అసలు సంగతి బయటపడక తప్పదు. మీరు నమ్మికను కోల్పోతారు. కొన్ని అబద్ధాలను కప్పిపుచ్చవచ్చు. అయితే, కొంతకాలం వరకే. ఆ తరవాత పట్టుబడిపోతాం. పరువుపోతుంది. ఇతరులకు మనమీద నమ్మకం పోయిందంటే, ఆ తరవాత నమ్మబలకడం అసాధ్యం. అందువల్ల ఇప్పుడు అబద్ధం చెబితే భవిష్యత్తులో ఆ పాప పర్యవసానాలు ఘోరంగా ఉంటాయి. ఇబ్బందుల పాలవడం ఖాయం.

అబద్ధాలు చెప్పకుండా ఎలా ఉండగలం? ఆలోచనాత్మకంగా భక్తితో, నీతిగా నడుచుకోవడం ద్వారా. ఆలోచనాత్మకంగా అంటే ఒక సంఘటనకు ముందు లేదా తరవాత తీవ్రంగా ఆలోచించడం. ఒక్కోసారి మనం అబద్ధం చెప్పాక, ఆ తరవాత అలా చెప్పకుండా వుండి ఉంటే బావుండేది అని గ్రహిస్తాం. ఎటువంటి పరిస్థితులలో ఆ అబద్ధం చెప్పవలసి వచ్చిందో ఆలోచించాలి. మునుముందు అలాంటి పరిస్థితే ఎదురైతే అబద్ధం చెప్పకుండా ఎలా ఉండాలో పథకం వేసుకోవచ్చు.

భక్తి అంటే ఉన్నత సత్యాలను లోతుగా పరిశీలించడానికీ, అబద్ధాలాడే అలవాటు లాంటి అపరాధాలనుంచి బయటపడటానికీ దారి చూపమని కృష్ణ భగవానుని అభ్యర్థించి ఆయన కృపను వేడుకోవడం.

మనకు మనం శక్తిహీనులం. అయితే, భగవంతుడి కరుణతో, మనం మన పరిమితులను సులభంగా అధిగమించగలం.

ప్ర. 25

యుధిష్ఠిరుడు ఎందుకు జూదమాడాడు? జూదమాడి సర్వస్వాన్నీ పోగొట్టుకోవడం అతని తప్పు కాదా?

'నైతిక సంక్షోభం' 'ధార్మిక సంక్షోభం' అనే రెండు విషయాలు ఉన్నాయి. నైతిక సంక్షోభం అంటే, ఒకటి నైతికం, మరొకటి 'అనైతికం', అనే రెండు ఐచ్ఛికాలలో ఒక దానిని ఎంచుకోవడం. ఉదాహరణకు ఒకరికి చెడు అలవాటు తప్పని తెలిసినప్పటికీ దానిని చేయడానికి ఆకర్షితులు కావడం. ఇది నైతిక సంక్షోభం. రెండింటి మధ్య ఉన్న తేడా స్పష్టంగా తెలుస్తూనే ఉంటుంది.

ధార్మిక సంక్షోభం అంటే రెండు ఐచ్ఛికాలు ఉంటాయి– రెండూ ధార్మికాలే. రెండింటికీ వాటి వాటి ధర్మాలు ఉంటాయి. అయితే, ఏ ధర్మాన్ని అనుసరించడం అన్నది ఇదమిత్థంగా తెలియరాదు.

ఉదాహరణకు మతపరమైన అల్లర్లు జరుగుతూన్న ప్రదేశంలో ఒక కమ్యూనిటీకి చెందిన వ్యక్తిని కలహదారులు తరుముకు వస్తున్నారు. ఆ వ్యక్తి ఒకరి ఇంట్లోకి వెళ్ళి ఆశ్రయం వేడుకుని దాక్కుంటాడు. కొంతసేపటికి కలహదారులు వచ్చి వ్యక్తిని గురించి విచారిస్తారు. ఇక్కడ నిజం చెప్పడం అనే ధర్మాన్ని ఆచరించడమా? లేక ఆ వ్యక్తిని కాపాడడం అనే ధర్మాన్ని ఆచరించడమా? అనే ధర్మసందేహం తలెత్తుతుంది. రెండూ ధర్మాలే వీటిలో ఏదో ఒక్కదానిని మాత్రమే ఆచరించాల్సిన పరిస్థితి. దేనిని ఆచరించడం?

ఇదే ధార్మిక సంక్షోభం. ధార్మిక సంక్షోభాలకు సులభ సమాధానాలు ఉండవు. యుధిష్ఠిరుడు ఎదుర్కొన్నది ధార్మిక సంక్షోభం.

క్షత్రియులు తమ కర్తవ్యంలో భాగంగా, ఎల్లప్పుడూ కోరతగని పనులను కూడా కొన్ని సందర్భాలలో చేయవలసి వస్తుంది. ఇది భౌతిక స్వభావమైన వాస్తవం అని కృష్ణభగవానుడు చెబుతున్నాడు : 'అగ్ని, పొగచేత కప్పబడినట్టు ప్రయత్నాలన్నీ తప్పుతో కప్పబడి వుంటుంది. తరచూ హింసలో పాల్గొనడం క్షత్రియులు చేసే తప్పు. ఉదాహరణకు వాళ్ళు కొందరిని శిక్షిస్తారు, చంపుతారు. తప్పుచేసిన వారిని న్యాయస్థానంలో శిక్షించవలసి వుంటుంది. యుద్ధంలో హతమార్చవలసి వస్తుంది. ఇవన్నీ కూడా చాలా కఠినమైన బాధ్యతలు. అందుకోసం వారు తమను తాము తయారుచేసుకోవాలి. కొన్నిసార్లు వేటాడడం లాంటి హింసాత్మక కృత్యాలు చేసి తీరాలి. నెత్తురు చూడడానికి అలవాటు పడాలి. ధీర స్వభావాన్ని అలవరచుకోవడం కోసం ఎవరు ఏ సవాలు విసిరినా నిలబడాలి. అది జూదంగానూ ఉండవచ్చు. ధీరోదాత్త చిత్తం ప్రధానం. ధీరస్వభావం కలిగి ఉండడం వారి గౌరవానికి సంబంధించిన విషయం.

యుధిష్ఠిరుడు జూదమాడడానికి ఆహ్వానించబడ్డాడు. అయితే, ఆ ఒక్క సవాలు మాత్రమే అతడు జూదమాడడానికి కారణం కాదు. అతనిలో బ్రాహ్మణ సాత్విక స్వభావం ఎక్కువ. ఆ కారణంగా జూదానికి రాను అని చెప్పి వుండవచ్చు. అయితే, ఆ పిలుపును అతడు పెద్దలనుంచి వచ్చిన సూచనగా తీసుకున్నాడు. యుధిష్ఠిరుడు జూదమాడాలని ధృతరాష్ట్రుడు కోరుకుంటున్నాడనీ, ఆ సందేశాన్ని విదురుడు తీసుకువచ్చినట్టూ మహాభారతం తెలియజేస్తోంది. రాజసూయయాగం పరిసమాప్తమయిన వెంటనే ఘర్షణలు తలెత్తకుండా ఉండడానికి అనువుగా, పెద్దల మాటలు తలదాల్చాలని యుధిష్ఠిరుడు ప్రతిన బూనాడు. అయితే, పెద్దలు ఇలాంటి సూచన ఇవ్వగలరని అతడు ఊహించలేకపోయాడు. జూదం తీసుకురాగల పర్యవసానాలను గుర్తించడం కారణంగా, సవాలును స్వీకరించడానికి తొలుత వెనుకాడాడు. అయినా, ఆ తరవాత సవాలును ఎదుర్కోక పోవడం సరికాదన్న నిర్ణయానికి వచ్చాడు. సవాలు ఒక అంశం అయితే, పెద్దల సూచన మరొక అంశం. ఈ రెండింటి కారణంగా అతడు జూదానికి దిగాడు.

ఇంకా, అతడు జూద విస్తృతిని తగ్గించుకుని ఉండవచ్చు. అందులో ఆయన కొట్టుకుపోయాడన్న విషయం ఒప్పుకుని తీరాల్సిందే. తన తమ్ములూ, కుటుంబమూ బాధపడకూడదని భావించాడు. పోగొట్టుకున్న దానిని తిరిగి పొందితీరాలన్న పట్టుదల కలిగింది. పోగొట్టుకున్న సంపదలన్నీ బ్రాహ్మణులనూ, సత్పురుషులనూ కాపాడడానికని ఉద్దేశింపబడినవి. వాటిని తిరిగి పొందకపోతే పరిస్థితి ఏమవుతుందన్న బాధతో అన్నింటినీ, సోదరులనూ ఒడ్డి సర్వస్వాన్ని పోగొట్టుకున్నాడు. జూదమాడడంలో ఆయన ముఖ్యోద్దేశం పేరాశ కాదు. ఇతరుల సేవకు అనుకున్న దానిని పోగొట్టుకున్నాం, వాటిని తిరిగి పొందాలని జూదానికి దిగాడు. దురదృష్టవశాత్తు సర్వస్వాన్ని పోగొట్టుకుని ఇడుముల పాలయ్యాడు.

జీవితం సంక్లిష్టమైనది. తరచూ ధార్మిక సంక్షోభాలు ఎదురవుతూ ఉంటాయి. అలాంటివి మనకు ఎదురైనప్పుడు, విశాల ప్రయోజనాన్ని అర్థం చేసుకుని ప్రాధామ్యతా క్రమాన్ని గుర్తించి, జాగ్రత్తగా నిర్ణయం తీసుకోవలసి ఉంటుంది.

ప్ర. 26

కృష్ణుడు దేవుడే అయినప్పుడు వేటగాడి బాణం ఆయన్ను ఎలా చంపింది?

ఈ యావత్ ప్రపంచం భగవంతుడికి నాటకరంగస్థలం లాంటిది. నాటకం వినోదం కోసం, నీతులు బోధించడం కోసం ప్రదర్శింపబడుతుంది. నాటకంలోని సంఘటనలను మనం తీవ్రంగా తీసుకోము. ఎందుకంటే, అది కేవలం ప్రదర్శన అని మనకు తెలియడం వల్ల. అదేవిధంగా భగవంతుడి కార్యకలాపాలను గమనించినప్పుడు, అవి భగవంతుడి వినోదక్రీడలు, లీలా విలాసాలు అని అర్థం చేసుకోవాలి. లీలలో అంతర్భాగంగా, భగవంతుడు ప్రదర్శించే దృశ్యాలు, ఆయన సర్వోన్నత స్థితిని తప్పక ప్రతిబింబించి తీరాలి అని ఎదురుచూడకూడదు. కృష్ణభగవానుడు అర్జునుడి రథసారధి అయ్యాడు అంటే, ఆయన రథసారధి బాధ్యతను తన భక్తుడి పట్ల ప్రేమతో స్వీకరించాడని గ్రహించాలి. అది భగవంతుడి సర్వోన్నతస్థితితో పాటు ఆయన ప్రేమ స్వభావాన్ని వ్యక్తపరుస్తుంది. భగవంతుడు నిరంతరం తన సర్వోన్నతస్థితిని నిరూపించుకునే పనులను మాత్రమే చేస్తూ కూర్చోడు. ఆయనకు ప్రదర్శించివలసిన ఇతర స్వభావాలు, సిద్ధాంతాలు కూడా చాలా ఉన్నాయి. ఆయన భక్తులపట్ల అపారప్రేమతో వారి ప్రేమకు కట్టుబడి వారికి ఎలా సేవలందిస్తాడు అన్నది వాటిలో ఒకటి. అందువల్ల భగవంతుడి ప్రతిచర్యనూ సందేహభూతద్దాలతో పరీక్షించడానికి ప్రయత్నించడం దారి తప్పడానికే దోహదం చేస్తుంది.

ఇప్పుడు మహాభారతంలో వివరించబడిన వేటగాడు వదిలిన బాణం ఉదంతాన్ని పరిశీలిద్దాం. బాణం కృష్ణభగవానుడి పాదం వేలికి గుచ్చుకుంది. బాణం విషం పూసినదై ఉంటే తప్ప, పాదానికి గుచ్చుకున్న బాణం వల్ల ప్రాణం పోదన్న విషయం అందరికీ తెలిసినదే. 'విశ్వాసం కలవారి విశ్వాసం మరింత బలపడుతుంది. సందేహప్రాణులు అందులోనే కూరుకుపోతారు' అన్న సత్యాన్ని తేటతెల్లం చేయడానికి ఈ సంఘటనను పవిత్రశాస్త్ర గ్రంథాలు వివరిస్తాయి. దేన్ని స్వీకరించాలన్నది ఆయా వ్యక్తులకు సంబంధించినది. పురాణాలలో వివరించిన కృష్ణుడి లీలావిలాసాలను అంగీకరించే పక్షంలో, లీలలు అన్నింటినీ అంగీకరించాలి. ఆయన యమలోకానికి వెళ్ళి యమధర్మరాజు దగ్గరినుంచి, తన గురువైన సాందీపనీముని కుమారుడి ప్రాణాలను వెనక్కు తీసుకువచ్చాడు. యమలోకానికి వెళ్ళి మరణించినవాడి ప్రాణాలను వెనక్కు తీసుకువచ్చిన మహానుభావుడు కేవలం పాదానికి గుచ్చుకున్న బాణం గాయానికి మరణిస్తాడా?

వాస్తవం ఏమిటి అంటే, గాయం కారణంగా ఆయన ఏమాత్రం ఇబ్బంది పడలేదు. బాణం వదిలిన వేటగాడు హడలిపోయి పరిగెత్తుకువచ్చి ఆయన పాదాలపై పడి క్షమించమని ప్రాథేయపడ్డాడు. 'ఏ జంతువు పాదమో అని పొరబడినేను బాణం వదిలాను. నన్ను క్షమించు స్వామీ', అని వేడుకున్నాడు. కృష్ణభగవానుడు వాణ్ణి, ప్రశాంతంగా చూస్తూ ఓదార్చాడు. ఆ తరవాత భావాతీత దివ్యస్థితికి వెళ్ళి ఈ ప్రపంచం నుంచి అదృశ్యమయ్యాడు.

భగవానుడు ఒక నిర్దిష్ట ధర్మాన్ని సంస్థాపించడం కోసం తన పరివారంతో ఈ ప్రపంచంలోకి వస్తాడు. అది పూర్తయ్యాక తన సదనానికి తిరిగి వెళతాడు. అయితే, ఆయన ఈ మానవలోకానికి వస్తాడుగనక, మానవ సహజమనిపించే దృశ్యాలను సృజిస్తాడు. కానీ అవి అలాంటివి కావు. ఈ భూప్రపంచంలో దాదాపు ఐదువేల సంవత్సరాలకు పూర్వం తన లీలా వినోదాలను చాలించుకోవా లనుకున్నప్పుడు- తన వారినందరినీ తనతో దివ్యలోకానికి తిరిగి చేర్చడానికి వీలుగా, ఆయన మునులను పరిహసించారన్న నెపంతో తన యదుకులం శపించబడడమనే మొత్తం లీలను సృష్టించాడు.

ఒకసారి యాదవులు వినోదంలో మునిగి, జాంబవతీ కృష్ణుల కుమారుడైన సాంబుడికి గర్భవతి అయిన స్త్రీవేషం వేసి, నారదుడితో కలిసి

వచ్చిన మునుల దగ్గరికి తీసుకువెళ్ళారు. మునులు శ్రీకృష్ణభగవానుడి మహిమలను గురించి చర్చించు కుంటున్నారు. యాదవ యువకులు వెళ్ళి చర్చకు అంతరాయం కలిగించి సాంబుణ్ణి చూపి, 'ఈమెకు పుట్టబోయేది మగబిడ్డా, ఆడబిడ్డా స్వాములూ' అని అడిగారు పరిహాసంతో. మునులకు ఆగ్రహం వచ్చింది. 'ఆడా కాదు, మగా కాదు, రోకలి పుడుతుంది. అదే మొత్తం యదువంశ నాశనానికి కారణం అవుతుంది', అని శపించారు.

యాదవులందరూ, కృష్ణభగవానుడితో పాటు దివ్యలోకంనుంచి వచ్చినవారు. వారిలో కొందరు ఆయన కార్యంలో సాయపడడానికి వచ్చిన చిన్నపాటి దేవతలు కూడా ఉన్నారు. ఇప్పుడు భగవానుడు వచ్చిన కార్యం పూర్తయింది గనక, తన దివ్యలోకానికి తిరిగి వెళ్ళాలనుకున్నాడు. తనతో పాటు వచ్చిన తన పరివారాన్ని కూడా తిరిగి తీసుకువెళ్ళాలనుకున్నాడు. అందువల్ల మానవ లోకానికి సంబంధించిన విధంగా కనిపించేవిధంగా వెళ్ళాలనుకున్నాడు. వారికున్న బ్రహ్మాండమైన శక్తివల్ల, వారినెవరూ హతమార్చలేరు గనుక – యాదవులందరూ బాగా తాగి ఆ మత్తులో కలహించుకుని, శపించబడ్డ రోకలితో చేయబడిన ఆయుధాలను తీసుకుని ఒకరినొకరు చంపుకున్నారు. వేటగాడు వేసిన బాణం కొసలోనూ శపించబడ్డ రోకలిలో మిగిలిన ముక్క ఉంది. మునులు యావత్ యదువంశ నాశనాన్ని శపించారు గనక, కృష్ణభగవానుడు వారిలో ఒకడుగా గుర్తింపబడ్డాడు గనక, ఆ లీలా నాటకాన్ని అలా ముగించాలని సంకల్పించాడు. శపించబడ్డ రోకలి ముక్క తన పాదానికి తగిలేలా చేసి, మునుల శాపం వృథా కాదని ప్రపంచానికి చాట దలిచాడు. మహాత్ములతో ప్రవర్తించేటప్పుడు పరిహాసాలు అనర్థహేతువులనీ, జాగ్రత్తగా వ్యవహరించాలనీ మనలను హెచ్చరించి, బోధించాడు. సర్వం కృష్ణ భగవానుడి లీలా వినోదం.

మన పరిమిత తర్కాన్ని ఉపయోగించి, భగవానుడి కార్యకలాపాలను అర్థం చేసుకోవాలనుకుంటే అయోమయమే మిగులుతుంది. ఎందుకంటే ఆయన తర్కానికి అందనివాడు. ఆయననూ, ఆయన లీలా వినోదాలనూ ఆయన కరుణతో మాత్రమే అర్థం చేసుకోగలం. తర్కం ముగిసేచోట కరుణ ఆరంభమవుతుంది.

ప్ర. 27

ఉపవాసాలుండడం మనల్ని మనమే అనవసరంగా హింసించుకోవడం కాదా?

కానే కాదు. దానికి మారుగా, రోజూ అదేపనిగా తింటూ ఉండడమే చాలామందికి, అనవసరంగా తమను తాము హింసించుకోవడం అవుతుంది. ప్రపంచ ఆరోగ్యసంస్థ గణాంకాలు దాదాపు 1.9బిలియన్ ప్రజలు అధికబరువుతో అవస్థ పడుతున్నారనీ, 690 మిలియన్ ప్రజలు చాలీచాలని ఆహార సమస్యతో బాధపడుతున్నారనీ తెలియజేస్తోంది. చాలా ఆరోగ్య సమస్యలు ఉపవాసం ఉండడం కన్నా, అధికంగా తినడం వల్లే ఎదురవుతున్నాయి. మన శరీర అవసరం కన్నా,మనసు పేరాశను తృప్తిపరచడానికే మనం ఎక్కువగా తింటూ ఉంటాం. తరచూ, మరీ ఎక్కువగా తినడం వల్ల మన జీర్ణవ్యవస్థ నిరంతరం మరీ ఎక్కువగా పనిచేసే యంత్రంగా తయారవుతోంది. అవసరమైన విశ్రాంతి కరువవుతోంది. అందువల్లే చాలా మంది ప్రత్యామ్నాయ వైద్యనిపుణులు – జీర్ణవ్యవస్థ విశ్రాంతి తీసుకోవడానికీ, శుభ్రం చేసుకోవడానికీ వీలుగా క్రమంతప్పకుండా – రెండువారాలకు ఒకసారి, నెలకోసారి – కేవలం ద్రవపదార్థాలు మాత్రమే తీసుకుంటూ, ఉపవాసం ఉండాలని సిఫార్సు చేస్తూ ఉంటారు. ఆహారం తీసుకోకపోవడం మన శరీరాలను హింసించడంలా కనిపించినప్పటికీ, నిజానికి మన శరీరాలను హింసించడం నుంచి ఉపశమనం కలిగించడమే అవుతుంది.

మన పవిత్ర శాస్త్ర గ్రంథాలు చెప్పేవిధంగా ఉపవాసం ఉండడం, మనసును శుభ్రపరచి ఆధ్యాత్మిక అనుభవానికి దారితీస్తుంది. మనం ఈ

భౌతిక శరీరాలు కాము అనీ, శరీరంలో కొలువుండే ఆత్మలనీ భగవద్గీత వివరిస్తుంది. అయితే, బుద్ధిపరంగా అర్థం చేసుకునే ఈ విషయాన్ని అనుభవపూర్వకంగా గ్రహించడం, మార్చడం ఎలా? ఇందుకు ఉపవాసం ఒక ముఖ్యమైన మార్గం.

మన మామూలు జీవితాలలో, మన భౌతిక శరీరాల కోరికలను తీర్చుకుంటూ, ఈ భౌతిక శరీరమే మనం అన్న భావాన్ని బలపరుచుకుంటూ వెళతాం. పర్యవసానంగా, భౌతిక శరీర అవసరాలకు, మితిమించిన కోరికలను తీర్చడమే ప్రధానమవుతుంది. మనసులలో ఆధ్యాత్మిక ఆలోచనలకు చోటు కుంచించుకుపోతుంది. కొన్ని పర్వదినాల సందర్భాలలో ఉపవాసం ఉండడానికి నిర్ణయించినప్పుడు, ఉపవాసం ఉంటున్నప్పుడు ఆహారం గురించి ఆలోచించడం మనల్ని మనం హింసించుకోవడమే అవుతుందని గ్రహించగలుగుతాం. ఈ గ్రహింపు మనసుల నుంచి ఆహారం సంబంధించిన ఆలోచనలను తొలగించుకోవడానికి ఊతమిస్తుంది. ఆ తరవాత ప్రగాఢ ఆధ్యాత్మిక విషయాల గురించి ఆలోచించడానికి సాధ్యమవుతుంది. ముఖ్యమైన రోజులలో చేపట్టే ఉపవాస లక్ష్యం – ఇదే. ఉపవాసం ఉండకపోయినా అలాంటి ఆలోచనకు అవకాశం ఉన్నమాట వాస్తవమే అయినప్పటికీ, అది సాధ్యమే అయినప్పటికీ, శరీరాన్ని వాడిపోయేలా చేయడం ఆత్మకు పదును పెడుతుంది. ఆ విధంగా ఆధ్యాత్మిక ధ్యానం మరింత ప్రగాఢమవుతుంది. మనం భోజనం చేయనప్పుడు నిద్ర తక్కువగా ఉంటుంది. ఆ అదనపు సమయాన్ని ఆధ్యాత్మిక సాధన కోసం వినియోగించుకోవచ్చు. అయితే, ఉపవాసం ఉంటూ ఆధ్యాత్మిక సాధన లేనట్టయితే, అది కేవలం శరీరాన్ని హింసించడమే అవుతుంది. ఉపవాస సమయంలో, ప్రేమతో హరేకృష్ణ మహామంత్రం వంటి భగవన్నామాలను జపిస్తూ, కీర్తిస్తూ, ఆలపిస్తూ, దేవుని పిలిచినట్టయితే అత్యంత రుచికరమైన ఆహారం కన్నా, బలవర్ధక అభౌతిక పదార్థం అందుకున్న అనుభూతి కలుగుతుంది. ఇది మన ఆధ్యాత్మికతను గుర్తించే తెలివిని బలపరచి, మన ఆధ్యాత్మిక ప్రగతిని మరింత వేగవంతం చేసి, మనల్ని శాశ్వత భక్తి ఆనంద లోకానికి చేరుస్తుంది. ఆ విధంగా తాత్కాలిక శారీరక ఉపవాసం చివరికి శాశ్వత ఆధ్యాత్మిక విందుమంటపానికి సింహద్వారం అవుతుంది.

ప్ర. 28

శ్రీరాముడు సీతను ఎందుకు బహిష్కరించాడు?

వాస్తవంలో శ్రీరాముడు సీతను అసలు బహిష్కరింలేదు. బహిష్కరించడం అంటే కూడూ, గుడ్డా, గూడూ వీటికి ఎలాంటి ఏర్పాట్లూ చేయకుండా రాజ్యం నుంచి వెడలగొట్టడం. సవతితల్లి కైకేయిచేత బహిష్కరించబడి శ్రీరాముడు అరణ్యానికి వెళ్ళినప్పుడు జరిగినది అది. అయితే, సీత విషయంలో ఆమె రామరాజ్యాన్ని వదిలివెళ్ళలేదు. ఆమె భద్రంగా ఉండేలా శ్రీరాముడు తగు జాగ్రత్తలు తీసుకున్నాడు. తమ్ముడు లక్ష్మణుడి ద్వారా ఆమెను వాల్మీకి ఆశ్రమ పరిసరాలలో వదిలిపెట్టాడు. వాల్మీకి ఆమెను సగౌరవంగా చేరదీసి ఆదరించాడు. ఆశ్రమంలో వున్న పెద్దలైన మునిపత్నులు ఆమెకు ప్రేమతో సకల సదుపాయాలూ సమకూర్చారు. ఆశ్రమం శ్రీరాముడి రాజ్యంలోనే ఉండడం వల్ల, ఆయన రక్షణలోనే ఆమె ఉంటుంది. అందువల్ల ఆయన సీతను బహిష్కరించాడని చెప్పడం సరికాదు. ఆమె నిత్యావసరాలను పరోక్షంగా ఏర్పాటుచేశాడు.

ఇప్పుడు ఇంకొక ప్రశ్న మీరు అడగవచ్చు : శ్రీరాముడు సీతను తన సొంత భవనం నుంచి ముని ఆశ్రమానికి ఎందుకు పంపాడు?

సమాధానం అర్థం చేసుకోవాలంటే మొదట రామాయణం చాటుతూన్న వైదిక సంస్కృతి- పవిత్రంగా భావించే విలువలను తెలుసుకోవాలి. సకల బాంధవ్యాలూ - పవిత్రసేవలకు అవకాశాలుగా, భగవానుడికీ, ఆయన బిడ్డలందరికీ సేవలందించడానికేనని వైదిక సంస్కృతి భావిస్తోంది. శ్రీరాముడు తన భార్యపై మోపబడిన అపవాదును విన్నప్పుడు, ఆయన పరిస్థితి ధార్మిక సంక్షోభానికి లోనయింది. ధార్మిక సంక్షోభంలో రెండు ఐచ్ఛికాలు ఉంటాయి. రెండూ ధర్మమైనవే. ఒకదానిని ఎంచుకుంటే మరొకటి అనైతికమయ్యే, నైతిక

సంక్షోభానికి అది భిన్నమైనది. ధార్మిక సంక్షోభాన్ని పరిష్కరించడానికి అత్యున్నత ధార్మిక సిద్ధాంతాన్ని గుర్తించి, దానిని ధార్మికసూత్రంలో ఇమడ్చడానికి లోతైన ప్రగాఢ వివేకం అవసరమవుతుంది. అందువల్ల ఆదర్శ మానవ పాత్రను పోషిస్తున్న భగవదవతారమైన శ్రీరాముడు, ఈ సంఘటన ద్వారా ధార్మిక సంక్షోభాలను తెలివిగా ఎలా పరిష్కరించాలి అని మనకు బోధించాడు. మానవ సమాజం సకల పార్శ్వాలకూ సమున్నత ప్రమాణాలను నెలకొల్పడానికి ఆయన ఈ లోకంలో అవతరించాడు. ఆయన వెళ్ళవలసిన నిర్బంధంలేకపోయినప్పటికీ, పితృవాక్య పరిపాలన కోసం ఆదర్శవంతమైన కుమారుడిగా అరణ్యవాసానికి వెళ్ళాడు. సుగ్రీవుడు కోల్పోయిన రాజ్యాన్ని తిరిగి పొందడానికి, వాలిని చంపడం ద్వారా ఆదర్శమిత్రుడిగా నిలిచాడు. భార్య సీతాదేవిని కాపాడడానికి సముద్రాన్ని దాటివెళ్ళి రావణాసురుని సంహరించి ఆదర్శభర్తగా నడుచుకున్నాడు. సీతను దూరంగా పంపినప్పుడు ఆదర్శపాలకుడుగా నడుచుకున్నాడు. ఆదర్శపాలకుడు అనుమానాలకు అతీతుడుగా ఉండాలి. పాలకుడి బాధ్యత చాలా పవిత్రమైనది. తన అనుచరులు భౌతికంగా మాత్రమే కాకుండా ఆధ్యాత్మికంగానూ ఎదగడానికి అది సాయపడాలి. నాయకుడు ఆదర్శమూర్తిగా వెలుగొందాలి. ఉన్నత ప్రమాణాలను నెలకొల్పాలి. ఏ కారణం చేతనైనా తమ పాలకుడి పట్ల అనుమానాలు రేకెత్తినట్టయితే, ఆ నాయకుడి పట్ల విశ్వాసం కోల్పోతారు. ఆ తరవాత ఆయన మాటలు వినిపించుకోరు. ఆయన మార్గాన్ని అనుసరించరు. పాలకుడిగా ఒక వ్యక్తికి, తన మీద ఆధారపడ్డ రాజ్యమనే తన పెద్ద కుటుంబం పట్ల గొప్ప బాధ్యత ఉంది. శ్రీరాముడు ఈ సంఘటనతో, ఒక పాలకుడు పెద్ద కుటుంబానికి సేవచేయడానికి తన వ్యక్తిగత సంతోషం వదులుకోవడానికి సిద్ధంగా ఉండాలని ప్రత్యక్షంగా చేసి చూపాడు. ఇది వినిర్మల నిస్వార్థం. శ్రీరాముడు సీతను ప్రేమించినంతగా వేరెవరూ తమ భార్యను ప్రేమించి ఉండరు. ఆమెను రావణుడి చెరనుంచి విడిపించడానికి ఆయన చేసిన ప్రయత్నమే దానికి నిదర్శనం.

భగవానుడు విభిన్న సందర్భాలలో విభిన్న పాత్రలు పోషించాడు. ఆ పాత్రలను మనం కలగాపులగం చేసుకోకూడదు. ఆయన బోధించడానికి ప్రయత్నించిన ముఖ్యమైన సిద్ధాంతాలను నేర్చుకోవాలి.

భగవానుడికి యావత్ ప్రపంచం ఒక రంగస్థలం లాంటిది. ఒకనాటక లక్ష్యం రెండు విషయాలు : వినోదం కలిగించడం; వికాసం కలిగించడం. అంటే, సందేశం అందించడం.

భగవానుడు తన భక్తులూ, అనుచరులూ అయిన పరివారంతో దివ్యలోకం నుంచి ఈ ప్రపంచంలోకి వస్తాడు. వారితో కలిసి చేసే చర్యల ద్వారా మనకు విలువైన పాఠాలు బోధిస్తాడు. వేదికమీద కొందరు యుద్ధం చేస్తున్నారు అంటే నిజంగా యుద్ధం చేయడం లేదు కదా. అది కేవలం కథలో భాగం మాత్రమే. తెర వెనక్కు వెళ్ళి చూసినట్టయితే, వాళ్ళు సంతోషంగా మాట్లాడుకుంటూ, నవ్వుకుంటూ భోజనం చేయడం చూడవచ్చు. అదేవిధంగా శ్రీరాముడూ ఆయన శాశ్వత సతీమణి సీతాదేవి భూప్రపంచానికి విచ్చేసి, మనకు విలువైన పాఠాలు బోధించడానికి తమ పాత్రలను పోషించి తిరిగివెళ్ళి దివ్యలోకమైన వైకుంఠధామంలో ఆనందంతో మళ్ళీ ఒకటయ్యారు. సీతను పంపిన ఈ వినోదక్రీడ సారాన్ని సరిగ్గా అర్థం చేసుకోకుండా, శ్రీరాముని తప్పుపడుతూ మనల్ని మనం మరిన్ని కర్మబంధాలతో బంధించుకుంటున్నాం.

ఆదర్శవంతమైన భర్తగా, తన భార్యను రక్షించడం ఆయన కర్తవ్యం. అయితే, ఆదర్శమూర్తి అయిన రాజుగా, తను బిడ్డల్లా భావించిన పౌరులకు ఉదాహరణగా నిలిచి బోధించడం కూడా ఆయన కర్తవ్యం. సాధారణంగా ప్రజలకు తన భార్యాబిడ్డల మీదా, ఇల్లూ వాకిళ్ళ మీదా, సిరిసంపదల మీదా అత్యంత ప్రేమబంధం ఉంటుంది. శ్రీరాముడు ఒక ఆదర్శవంతమైన భర్త బాధ్యత కన్నా, ఆదర్శవంతమైన రాజు బాధ్యత చాలా ముఖ్యమని భావించి, తన భార్యపట్ల ఉన్న తన అపారప్రేమను త్యాగం చేశాడు. అయితే, భర్తగానూ తన బాధ్యత నెరవేర్చాడు. ఆ బాధ్యతను వివేకంతో, ఆలోచనాత్మకంగా భార్యను తన ప్రత్యక్ష రక్షణగల రాజభవనం నుంచి, పరోక్ష పర్యవేక్షణ గల వాల్మీకి ఆశ్రమంలో గడిపేలా చేశాడు. తన పెనిమిటి హృదయాన్ని అర్థం చేసుకున్న సీతాదేవి, ఆయన త్యాగంలో తన పాత్రను సంతోషంగా అంగీకరించింది. దురదృష్టవశాత్తు, మనమందరం కూడా ఆ మహానుభావుడు మన కోసం చేసిన మహత్తర త్యాగాన్ని గుర్తించలేకపోతున్నాం. కీర్తించలేకపోతున్నాం.

ప్ర. 29

జీవిత ప్రయోజనం ఏమిటి?

సంతోషం, ప్రేమ ఈ రెండే జీవిత ప్రయోజనాలు. మనం ఏపని చేసినా, మన కార్యకలాపాల ప్రయోజనం మొత్తం సంతోషంగానే ఉంటుంది. ఆ సంతోషాన్ని దివ్యప్రేమను పొందడం ద్వారా సాధించవచ్చు. అది ఎలాగో విశ్లేషించి చూద్దాం: అది బైబిలు అయినా ఖురాను అయినా వైదిక సాహిత్యం అయినా మనమందరం ఆధ్యాత్మిక జీవులం అనీ, దేవుడి బిడ్డలమనీ అంగీకరిస్తాయి. మనం ఆధ్యాత్మిక దివ్యలోకానికి సంబంధించిన వారము. దేవుడి నుంచి స్వతంత్రంగా జీవించాలన్న కోరికతో ప్రస్తుతం జీవిస్తూన్న భౌతిక ప్రపంచానికి వచ్చాం. ఈ పర్యావరణంలో నిలదొక్కుకుని బతకడానికి తగిన శరీరం- భౌతిక శరీరం ఇవ్వబడింది. మనం పెంపొందించుకునే కోరికలకు అనుగుణంగా, ఒక నిర్దిష్ట శరీరం (84లక్షల జీవరాసులలో) ఇవ్వబడింది. ఒక జన్మ తరవాత మరొక జన్మ. దాంతో పాటు వార్ధక్యం, వ్యాధి, మరణం వంటి సమస్యలు, మనసు కారణంగా వచ్చే బాధలు, ఇతరులు పెట్టే బాధలు, ప్రకృతివైపరీత్యాల కారణంగా వచ్చే బాధలు చుట్టుముడతాయి.

ఆత్మ ఆనందాన్ని వెతుకుతుంది గనక, మనకు సంతోషం కావాలి. అయితే, ఈ బాధలు తరచూ మన సంతోషాన్ని అడ్డుకుంటాయి. భగవద్గీతలో(8.15) కృష్ణభగవానుడు ఈ ప్రపంచాన్ని 'దుఃఖాలయం అశాశ్వతం'- బాధలమయం, సర్వం తాత్కాలికం అయిన ప్రదేశంగా చెబుతాడు. ఈ ప్రదేశంలో ప్రతిదీ తాత్కాలికం. బాధలు చాలా ఉంటాయి. అందువల్ల ఇక్కడ శాశ్వతంగా సంతోషంగా ఉండడం సాధ్యం కాదు. శాశ్వత

ఆనంద అన్వేషణలో మనం ఒక శరీరం నుంచి మరొక శరీరానికీ, ఒక జన్మ తరవాత మరొక జన్మకూ మారుతున్నామే తప్ప అన్వేషణ అంతమయ్యేలా లేదు.

కారణం ఏమిటి? మనం సరైన విషయం కోసం సరికాని ప్రదేశంలో వెదుకుతున్నాం. ఒక ఆధ్యాత్మికజీవి సంతోషాన్ని భౌతికంగా, తాత్కాలిక ప్రదేశంలో కనుగొనడానికి ప్రయత్నించడం అన్నది ఏవిధంగానూ కుదరని పరిస్థితి.

అందువల్ల, మనకు శాశ్వతమైన ఆనందం కావాలనుకుంటే, అది వున్న చోటికి తిరిగి వెళ్లాలి. అదే ఆధ్యాత్మిక ప్రపంచం లేదా సర్వం శాశ్వతమూ, సకలం ఆనందమయం అయిన వైకుంఠం. మనం భౌతిక ప్రపంచానికి చెందినవారము కాము. మనం ఆధ్యాత్మిక ప్రపంచ వాసులం. అసలైన మన స్వస్థలానికి తిరిగి వెళ్లడమే ఈ జీవిత ప్రయోజనం. దానిని సాధించడానికి మానవ శరీరం ఉత్తమ సాధనం. ఎందుకంటే మానవులు మాత్రమే ఈ సాధనంతో తమ కర్మను సరిదిద్దుకుని ఆత్మ పునర్జన్మలను అరికట్టుకోగలరు. దీన్ని సాధించడం ఎలా?

భక్తియోగం ద్వారా భక్తి ప్రపత్తులతో మళ్ళీ ఒకసారి దేవుడి వైపు తిరగడం ద్వారా దీనిని సాధించవచ్చు. మన కోరికల, ఆశల ఇష్టానుసారం జన్మించాలనుకున్న వెంటనే కర్మబంధాలు ఆరంభమయ్యే విధంగానే, ఆయనకేసి తిరగగానే ఆ ప్రక్రియ అంతమవుతుంది. దేవుడి నియమాలకు, ఆజ్ఞలకు తలవొగ్గి నడవడానికి అంగీకరించే వారి మీద కర్మ పనిచేయడం ఆగిపోతుంది.

అంటే, జీవితంలో మనకు ఇతర లక్ష్యాలేవీ ఉండకూడదని అర్థమా? కాదు. తప్పకుండా మనం మన తక్షణ లక్ష్యాలను సాధించుకోవడానికి కృషిచేయాలి. అయితే, పైన చెప్పబడిన అంతిమ లక్ష్యంపట్ల శ్రద్ధను వదులుకోకూడదు. దాని మీద ఉన్న దృష్టిని మరోవైపు మరల్చకూడదు. జీవితంలోని మన ప్రయత్నాలన్నీ ఆ అంతిమ లక్ష్యానికి అనుగుణంగానే ఉండాలి.

చాలామంది తినడం, తాగడం, గెంతడం తమ లక్ష్యంగా భావిస్తారు. జంతువులు సైతం ఆ పనులు – తినడం, నిద్రించడం, కలవడం, తమకున్న

వాటిని కాపాడుకోవడం చేస్తాయి. ఆహార నిద్రా మైథునాలతోనే సంతృప్తి చెంది చాలా సంతోషంగా ఉంటున్నాయి. ఎలాంటి ఉన్నత లక్ష్యమూ లేకుండా మన జీవితం లేదా సంతోషం కూడా ఈ కార్యకలాపాల చుట్టూ తిరుగుతూ ఉంటే, జంతువుల కన్నా మనం మెరుగయిన వారం ఎలా అవుతాం?

ఈ నాలుగు ప్రవృత్తులకన్నా ఉన్నతంగా ఎదగడంతోనే మానవ జీవితం ప్రారంభమై, ఆధ్యాత్మిక అంతిమలక్ష్యం కేసి కృషి చేయడంతో సఫలమవుతుంది.

పవిత్ర శాస్త్ర గ్రంథాల ఆధారం గల ఆధ్యాత్మిక సంస్కృతి లేని నాగరికత జంతునాగరికతే అవుతుంది.

మన నిజమైన లక్ష్యాన్ని గుర్తుచేయడానికే భగవానుడు మళ్ళీ మళ్ళీ అవతరిస్తూ, తన సందేశాన్ని అందించడానికి శాస్త్ర గ్రంథాలనూ, తన భక్తులనూ పంపుతూ ఉంటాడు.

జనన మరణాల పునర్జన్మల చక్రాన్ని అంతం చేసి, శాశ్వతానందం పొందగల అసలైన దివ్యధామాన్ని చేరుకోవడమే జీవిత ప్రయోజనం, పరమార్థం. భగవంతునితో మనకున్న అనుబంధాన్ని పునరుద్ధరించుకోవడం ద్వారా దీనిని సాధించవచ్చు. నిర్మల ప్రేమతో, భక్తి శ్రద్ధల సేవలతో, ప్రధానంగా ఈ పవిత్రనామాలను జపిస్తూ ధ్యానిస్తూ, కీర్తిస్తూ ఆయన అపారకరుణకు పాత్రులం కావచ్చు :

హరే కృష్ణ హరే కృష్ణ – కృష్ణ కృష్ణ హరే హరే
హరే రామ హరే రామ – రామ రామ హరే

దీనిని గ్రహించి, దీని ప్రకారం నడుచుకోలేదంటే, మనం మళ్ళీ కిందిస్థాయి జీవరాసుల్లో పడిపోతాం. అక్కడ మన కర్మను మాత్రమే జీవించగలం కాని ఎన్నటికీ మార్చుకోలేము.

ప్ర. 30

మనం ఆధ్యాత్మిక ఆనందాన్ని ఎలా పొందగలం?

పీల్చుకోవడం ద్వారా.

ఒకదాని శక్తిని అనుభవించాలనుకున్నా, దాని నుంచి లబ్ధి పొందాలనుకున్నా మనం దానిని పీల్చుకుని, అందులో విలీనం కావాలి. అయితే, సమస్య ఏమిటి అంటే – మనం మరీ వికర్షణలకులోనై ఒకే సమయంలో వివిధ విభిన్న తరంగ వేగాలకు అనుసంధానింపబడి ఉంటున్నాం. అందువల్ల, ఆధ్యాత్మిక ఆనందాన్ని అందుకోవడం సరిగ్గా సాగడం లేదు.

ఒకే ప్రపంచంలో నివసిస్తున్న ప్రజలు దానిని ఎందుకు వేరు వేరుగా చూస్తున్నారు? ఒక క్రికెట్ అభిమాని క్రికెట్‌ను ప్రతిచోటా చూస్తాడు. వ్యాపారి ప్రతిచోటా వ్యాపారాన్ని చూస్తాడు. పేరాశగల వ్యక్తి ప్రతిచోటా డబ్బునే చూస్తాడు. ఒకే భౌతిక ప్రపంచంలో నివసిస్తూన్న వారి మధ్య ఈ విభిన్నమైన మానసిక ప్రపంచాలు ఎలా తలెత్తుతున్నాయని అర్థం చేసుకోవడానికి టీవీ పనిచేసే తీరును పరిశీలించాలి. ఒక వ్యక్తి ఒక ఛానల్‌ను ట్యూన్ చేసినట్టయితే, టీవీ యాంటెన్నా వాతావరణంలో ఉన్న వందలాది వైబ్రేషన్స్ నుంచి దానికి సంబంధించిన వైబ్రేషన్‌ను పట్టుకుంటుంది. ఆ ఛానల్ ప్రసారం చేసే కార్యక్రమంలోకి ఆ వ్యక్తి పీల్చుకోబడతాడు. అదే ఇంట్లో ఉంటూన్న వేరొక వ్యక్తి వేరొక స్టేషన్‌ను ట్యూన్‌చేసి పూర్తిగా భిన్నమైన కార్యక్రమ వీక్షణంలో లీనమైపోతాడు.

మన జీవితాలను ఒకసారి వెనక్కు తిరిగిచూసినట్టయితే, అత్యంత సంతోషకరమైన సమయాలు అన్నవి – వాటిలో మనం ఏకాగ్రచిత్తంతో

నిమగ్నమై పోయిన సమయాలుగానే ఉంటాయి. అవి క్రీడలు, సంగీతం, హాబీలు, పనులు ఇంకా వేరు ఏవయినా కావచ్చు. వికర్షణలకు లోనైన మనుషులు ఎందులోనూ సంతోషం అనుభవించలేరు. ఒకే విషయం మీద నిమగ్నమయినవారు ఆ నిమగ్నత నుంచి ఆనందాన్ని పొందగలుగుతారు. అయితే, ఉత్తమమైన ఆనందం భగవంతునిలో నిమగ్నం కావడం నుంచే లభిస్తుంది. ఎందుకని?

మనమందరం కూడా, ఆధ్యాత్మిక దివ్యలోకానికి చెందిన ఆధ్యాత్మిక జీవులం అని భగవద్గీత వివరిస్తోంది. అక్కడ మనం శాశ్వతంగా పరమసుందర సర్వోత్కృష్ట భగవానుడైన శ్రీకృష్ణపరమాత్మను ప్రేమగా సేవించడంలో నిమగ్నులమై ఉంటాము. ఈ ప్రపంచానికి వచ్చినప్పుడు, అదే దివ్యానందాన్ని వెతుక్కుంటూ వివిధ ప్రాపంచిక విషయాలలో నిమగ్నులమై పోతాం. అయితే, భగవంతుడు శాశ్వతుడే కాని – ప్రాపంచిక వస్తువులు, విషయాలు తాత్కాలికాలు. దాని ఫలితంగా, ప్రాపంచిక విషయాలలో నిమగ్నం కావడం వల్ల, జనించే మానసిక ప్రపంచం మనల్ని శాశ్వతమైన దానితో అనుసంధానం చేస్తుంది. అదే భగవంతుడి శాశ్వత ఆధ్యాత్మిక లోకం. వాస్తవంలో మనం దానికి సంబంధించిన వారమే. తప్పిపోయిన బిడ్డకు దాని వాస్తవ నివాసం గుర్తుచేసి వెనక్కు వెళ్ళి దారిచూపే టీవీ కార్యక్రమం లాంటిది అది.

మనలో చాలామంది దేవుడి పట్ల తప్ప, తక్కిన ప్రతిదానిలో నిమగ్నమవుతూ ఉంటాం. ఆయన మనకు వివిధ దివ్యట్యూనర్లు ప్రసాదిస్తాడు: తన ప్రేమ సందేశాన్ని ప్రసారం చేసే పవిత్రగ్రంథాలు; తన ప్రేమ ప్రపంచాన్ని బహిర్గతం చేయడానికి తాను అవతరించిన పవిత్ర ప్రదేశాలు; తనతో ఒక వ్యక్తిగా బాంధవ్యం ఏర్పరచుకోవటానికి వీలుగా పవిత్ర విగ్రహాలుగా; అన్నిటి కన్నా ప్రధానంగా ఆయన పవిత్రనామం మనకు ప్రగాఢ పారవశ్యంలో ఉన్న అనుభూతిని కలిగిస్తుంది. ఆయన ప్రేమపూర్వక ఉనికిలో ఉన్న అనుభూతిని కలిగిస్తుంది. మనం భక్తి పూర్వకంగా వీటిలో నిమగ్నులైనప్పుడు, విలీనమైనప్పుడు, మనం కూడా సర్వోన్నత ఆనందాన్ని అనుభవించగలుగుతాం. ఎందుకంటే మనం ఉత్తమమైన దివ్య ప్రకంపన టీవీకి ట్యూన్ చేయబడి ఉంటాం గనక.

ప్ర. 31

దేవాలయాలలో చూపే హారతి ప్రాముఖ్యత ఏమిటి?

హారతి ప్రగాఢ కృతజ్ఞతాపూర్వక చర్య. భగవంతుని కీర్తించే నిస్వార్థ భక్తి.

భగవద్గీత (7.4) లో కృష్ణ భగవానుడు ఇలా వివరిస్తాడు:

భూమిర్ ఆపో అనలో వాయుః
ఖమ్ మనో బుద్ధిర్ ఏవ చ
అహంకార ఇతీయమ్ మే
భిన్న ప్రకృతిర్ అష్ట ధా

'నేల, నీరు, నిప్పు, గాలి, ఆకాశం, మనసు, బుద్ధి,
అహంకారం ఈ ఎనిమిది నా విభిన్న ప్రకృతి
శక్తులుగా ఉంటున్నాయి.'

మన శరీరాలతో సహా మనం చూసే ఈ సృష్టి మొత్తం ఈ ఎనిమిది భూతాలతోనే తయారయినవి. మనమూ, మనకు ఉన్నవీ సర్వస్వమూ భగవంతునికి చెందినవిగానే ఉంటున్నాయి. ఆయన పరమకరుణతో మనం వాటిని ఉపయోగించుకోవడానికి అనుమతిస్తున్నాడు. భగవంతుడి ఈ దివ్య ఆధిపత్యానికి, కృతజ్ఞతతో వినయంతో హారతి చూపే పద్ధతిని పాంచరాత్రాలు వంటి వైదిక ఆగమ గ్రంథాలు నిర్దేశిస్తాయి.

ఇది పంచభూతాలతో కూడిన ప్రకృతిని (వివిధ పూజాద్రవ్యాలు,

నైవేద్యాలు) మళ్ళీ ప్రకృతి సృష్టి కర్తకే (దివ్య స్వరూపమైన దేవుడి విగ్రహానికి) సమర్పించడాన్ని సూచిస్తుంది. ఇదొక కృతజ్ఞతా చర్య : నీదైన దానిని నీకే సమర్పిస్తున్నాం (తేరే తుహీ కో అర్పణ్) ఆయన నుంచి మనం ఎంతో అందుకుంటున్నందున, తిరిగి ఎంతో కొంత సమర్పించడం ద్వారా మన కృతజ్ఞతను తెలియజేస్తున్నాం. అయితే, ఆయన చాలా గొప్పవాడూ, సర్వస్వమూ అప్పటికే ఆయనదే గనక, మనం ఇవ్వడానికి మన దగ్గర ఏదీ లేదు. అందువల్ల ఆయన సృష్టినే ఆయన సంతోషం కోసం ఆయనకు ఇవ్వడానికి వివిధ భూతాలకు సంబంధించిన వాటిని ఆయనకు పూజ ద్వారా, ఆరాధన ద్వారా సమర్పించడానికి మనం ప్రయత్నిస్తున్నాం.

చేత పైసాలేని, తన బిడ్డకు తల్లి వందరూపాయల నోటు ఇచ్చిందనుకుందాం. వాడు మార్కెట్టుకు వెళ్ళి ఒక గులాబీపువ్వును కొనుక్కొచ్చి తల్లికి ఇస్తే, ఆమె ఎంతగానో మురిసిపోతుంది గులాబీని కొన్న డబ్బు ఆమె ఇచ్చినదే అయినప్పటికీ. అలాంటిదే ఇది.

హారతి సమయంలో దేవుడికి సమర్పించే వివిధ వస్తువులు ఎనిమిది భూతాలకు సంబంధించినవి: పుష్పం, వస్త్రం భూమికి సంకేతాలు. నీరు జల భూతానికీ నెయ్యిదీపం అగ్నికీ సంకేతాలు. విసనకర్ర గాలికి సంబంధించినది. శంఖానాదం, గంట ఆకాశానికీ; ఆలపించే గీతాలలోని భావోద్వేగమూ, ఉచ్చరించే మంత్రాలూ మనసుకు ప్రతినిధులు. హారతి ఉద్దేశం మీద ఏకాగ్రబుద్ధికీ, నమస్కారం అహంకారానికీ సంబంధించినవి. పూజారి గుమిగూడిన భక్తులకు ప్రతినిధి.

హారతి వస్తువులనన్నింటినీ వృత్తాలుగా దేవుడి విగ్రహం ముందు త్రిప్పుతూ సమర్పించడం – క్షణాలు, నిమిషాల నుంచి రోజులు నెలలు, దశాబ్దాలుగా తిరిగే కాలచక్ర పరిభ్రమణంలో భగవంతుణ్ణి మన కార్యకలాపాలకు కేంద్రంగా చేసుకోవాలని సూచించడానికి.

భాషా ఉత్పత్తి పరంగా 'హారతి' అంటే 'రాత్రికి ముందు' అని అర్థం. సంప్రదాయ దేవాలయాలలో ప్రథమహారతి రాత్రి పూర్తికావడానికి ముందు వేకువజామున ఇస్తారు. దేవుణ్ణి మరవడం అనే చీకటి మనల్ని కమ్ముకుని ఉంటుంది. ఆ మతిమరుపును తొలగించడానికే రాత్రి చివర హారతి కార్యక్రమాన్ని నిర్వర్తిస్తారు.

మనం పరమభక్తితో హారతిని దర్శించినప్పుడు, మన మనసు భగవంతుడి గొప్ప వైభవంతో వెలిగిపోతుంది. మన హృదయం భగవంతుడి సౌందర్యంతో నిండిపోతుంది. సమర్పించిన ద్రవ్యాలు భగవంతుడి కరుణను అందించే ప్రసాదంగా మారుతాయి. దీపాల వెలుగునుంచి, హారతినుంచి, తీర్థంనుంచి పుష్పాల నుంచి దివ్యశక్తిని శిరసు వంచి భక్తితో చేతులు జోడించి అందుకుంటాం.

హారతి సమయంలో దేవుడిని భక్తితో దర్శించే భక్తుల పాపరాసులు భస్మమై పోతాయని వైదికశాస్త్ర గ్రంథాలు వివరిస్తున్నాయి.

ప్ర. 32

దేవుడికి మనం ఎందుకు ఆహారం సమర్పిస్తాం?

భోజనం చేసేముందు, ఆహారాన్ని దేవుడికి సమర్పించే సంప్రదాయం ఇటీవల కాలంలో కనుమరుగవుతున్నప్పటికీ, చాలా సంప్రదాయకుటుంబాలలో అది ఇంకా కొనసాగుతూనే ఉంది. అసలు మనం దేవుడికి ఎందుకు ఆహారం సమర్పించాలి? కొన్ని సందర్భాలలో కొందరు 'దేవుడికి ఎందుకు ఆహారం పెట్టడం? ఆయనకు అన్నీ ఉన్నాయి కదా?' అని వాదిస్తూ ఉంటారు.

సరే. ఈ సంప్రదాయ సారం, ప్రాముఖ్యతల గురించి కొన్ని వివిధ స్థాయులలో అర్థం చేసుకోవడానికి ప్రయత్నిద్దాం.

1. **కృతజ్ఞత :** మనం భోజనానికి కూర్చునే సమయాలు, మన జీవితాలలో భగవంతుడి అపార కరుణను సులభంగా గుర్తించగల సందర్భాలుగా ఉంటున్నాయి. మనీ, హై- స్పీడ్, హై-టెక్, ఫాస్ట్‌ఫుడ్ జీవనశైలిలో- భగవంతుడు ఒక్కడే ఆహారం తయారుచేస్తున్నాడని గ్రహించడం అంత సులభం కాదు. మన మొత్తం సాంకేతిక మాయాజాలంతో ఫుడ్ ప్రాసెసింగ్ ఇండస్ట్రీస్‌ని అంటే ఆహారాన్ని పక్వం చేసి నిలువచేసే ప్రక్రియల పరిశ్రమలను తయారుచేయగలమే గాని, ఆహారాన్ని ఉత్పత్తిచేసే పరిశ్రమలను తయారుచేసుకోలేము. భగవంతుడి లవింగ్ మాస్టర్‌ప్లాన్ ప్రియమైన బృహత్ ప్రణాళిక ద్వారానే ప్రకృతి మాత, వర్షాన్ని ధాన్యరాసులుగా మారుస్తోంది. మనం ఆహారాన్ని మాత్రమే తినగలం. మరలను మేకులను తినలేం కదా.

సంప్రదాయ సంస్కృతులన్నీ కూడా ప్రకృతికి సమీపంలో వెలయడం కారణంగా, అవన్నీ కూడా తమ నిత్య ఆహారాన్ని దివ్యహస్తమే అందిస్తున్నట్టు స్పష్టంగా చూడగలిగాయి. అందువల్ల, ఆహారం భుజించే ముందు దేవుడికి కృతజ్ఞతలు తెలియజేసే ఆచారాలను పొందుపరచాయి. మన నిత్యకృత్యాలలో ఆహారం తీసుకోవడం తప్పించరాని పని గనక, మనం ఎంత బిజీగా ఉన్నప్పటికీ, ఆహారం తీసుకోవడానికి ముందు దేవుణ్ణి స్మరించడం, ప్రార్థించడం, ఆయనకు ఆహారం సమర్పించడం మన అనుదిన జీవితాలను ఆధ్యాత్మికం చేసే ఆచరణాత్మక చర్య అవుతుంది. మనం భుజించే దాన్ని ఆధ్యాత్మికం చేసే విశ్వజనీన సిద్ధాంతం – వైదిక సంప్రదాయంలో, తినడానికి ముందు దేవునికి సమర్పించడం అన్నది ఆయన అపార కరుణను గుర్తించి కృతజ్ఞత వ్యక్తం చేసే నాగరికకృత్యంగా ఉంటున్నది.

2. **గౌరవం :** ఒక మంచి కుటుంబంలో వయోధికులైన పెద్దవారికీ, గౌరవనీయమైన వ్యక్తికీ మొదట భోజనం పెడతారు గౌరవసూచకంగా. భగవంతుని మనం మన ఇంట్లో ఉంటూన్న సర్వోన్నతమైన వ్యక్తిగా గుర్తించడం వల్ల, అందరి కన్నా ముందు ఆయనకు నైవేద్యం సమర్పిస్తున్నాం.

3. **ప్రేమ :** మనం ఒకరిని ప్రేమించినా, ప్రేమను తెలియజేయాలన్నా, మనకున్నది మంచిది ఏదైనా వారికి ముందుగా పెట్టి ఆనందపడేలా చేస్తాం. అలాగే మనం తినడానికి ముందు దేవునికి సమర్పించడం అన్నది ఆయన పట్ల మనకున్న ప్రేమకు సంకేతం. మనకన్నా ముందు ఆయనకు సమర్పించి, మన సంతోషాన్ని ఆలస్యం చేసుకోవడానికీ, కావాలంటే త్యాగం చేయడానికీ సిద్ధంగా ఉన్నామని తెలియజేసినట్టవుతుంది. తల్లిదండ్రులు తమ బిడ్డలకు ముందుగా పెట్టి వాళ్ళు తినడం చూసి ఆనందించడం లాంటిది ఇది.

4. **కర్మ – రహిత ఆహారం :** భగవద్గీత (3.13)లో కృష్ణభగవానుడు ఇలా అంటాడు :

యజ్ఞ శిష్టాశినః సంతో
ముచ్యంతే సర్వ – కిల్బిషైః
భుంజతే తేత్వఘమ్ పాప
యే పచంతి ఆత్మ కారణాత్

'భగవద్భక్తులు, మొదట యజ్ఞానికి సమర్పించిన ఆహారాన్ని తీసుకుంటారు గనక, సకల పాపాల నుంచి విముక్తి పొందుతారు. తమ ఇంద్రియ సుఖాల కోసం ఆహారం వండుకుని తినే ఇతరులు కేవలం పాపాన్నే భుజించిన వారవుతారు.'

ఇక శాకాహారాలు కాని వాటిని దేవుడికి నివేదించకూడదు. అయితే, శాకాహారాన్ని సమర్పించేటప్పుడు సైతం అందులోని ప్రాణాన్ని నాశపరుస్తాం గనక, అందులోనూ కొంత కర్మ ఉంటుంది. వంటచేసే వ్యక్తి శక్తి కూడా ఆహారంలోకి కొంచెం వెళుతుంది. ఈ కలగలిసిన కర్మ మన ఆలోచనల మీద, ప్రవర్తన మీద ప్రభావం చూపుతుంది– ఏం తింటామో అదే మనం గనక. అందువల్ల తినడానికి ముందు దేవుడికి అర్పించడంవల్ల, ఆయన కరుణతో, ఆ కర్మశక్తి తొలగిపోయి, ఆహారంలో ఆధ్యాత్మిక దివ్యశక్తి ప్రవేశిస్తుంది. అది మన ఆలోచనలనూ, శక్తినీ శుద్ధ పరుస్తుంది.

భగవంతుడు తనకు ప్రేమతో, భక్తితో ఏది సమర్పించినా స్వీకరిస్తానని మాట ఇచ్చాడు. ఆహారాన్ని సమర్పించాక అది 'ప్రసాద'మవుతుంది. 'ప్రసాదం' అంటే దయ అని అర్థం. ఆ దయను మనం తీసుకున్నప్పుడు ధన్యులమవుతాం.

అందువల్ల, భగవంతుడికి అవసరం అని మనం ఆయనకు ఆహారం సమర్పించడం లేదు. మన మంచికి, క్షేమానికి అవసరం గనక సమర్పిస్తున్నాం.

ఇస్కాన్ వ్యవస్థాపక ఆచార్యులు శ్రీల ప్రభుపాద, ఈ సంప్రదాయానికి ప్రపంచవ్యాప్తంగా ప్రాచుర్యం కలిగించినవారు. కుక్క సైతం ఒక్కసారి

భగవంతుడి ప్రసాదం తింటే, పరిణామ వలయంలో సకల జీవరాసులనూ దాటుకుని తరవాతి జన్మలో మానవజన్మ నెత్తుతుంది అని ఆయన చెప్పేవారు. ఆవిధంగా భగవంతునికి నివేదనం చేసి, పవిత్రీకరించుకుని ఆహారం తీసుకున్నట్టయితే, అది ఒక వ్యక్తి అదనపు ప్రయత్నం ఏదీ లేకుండానే, అతని కర్మ వలయంలో జోక్యంచేసుకుని అతన్ని పైకెత్తి ఉద్ధరించగలదు.

మనం ఈ విషయాన్ని లోతుగా ఆలోచించి చూడాలి: ప్రసాదం శక్తిని అసలు అర్థం చేసుకోలేని ఒక కుక్క ఒక్కసారి ప్రసాదం తినగానే ఉద్ధరించబడుతుంది అన్నప్పుడు, మానవులు అలాంటి ఆహారాన్ని క్రమం తప్పకుండా సరైన స్పృహతో, చైతన్యంతో ఆరగిస్తుంటే ఎంత గొప్ప ప్రయోజనాన్ని పొందగలరు?

ప్ర. 33

ఆత్మ ఉన్నది అనడానికి ఏదైనా సైంటిఫిక్ ప్రూఫ్ ఉన్నదా?

ఉన్నది. ఒకటి కాదు, అలాంటి ఆధారాలు కావలసినన్ని ఉన్నాయి. ఇప్పుడు సాక్ష్యాధారాలలో ఒక్కటైన నియర్ డెత్ ఎక్స్‌పీరియన్సెస్ ను (ఎన్‌డిఈస్) మరణసమీప అనుభవాలను మాత్రం తీసుకుందాం.

ప్రమాదాలు, రోగాలు, శస్త్రచికిత్సలు, ఆత్మహత్యా ప్రయత్నాలు మొదలైన రకరకాల కారణాల వల్ల మెడికల్లీ డెడ్ లేదా దాదాపు వైద్యపరంగా చనిపోయిన మనుషులు స్పృహలేని సమయాల్లో పొందిన అసాధారణ దర్శనాలు, అవగాహనలను ఎన్‌డి ఈస్ మరణసమీప అనుభవాలని చెబుతారు.

సైంటిఫిక్ టెస్టబిలిటీ వైజ్ఞానిక పరీక్షా సామర్థ్యం దృక్కోణంలో, మరణసమీప అనుభవాలలో అత్యంత సంబంధం కలవి, పరిశీలించతగ్గవి శరీరానికి వెలుపలి అనుభవాలు. ఆ సమయాల్లో తమ శరీరాలు - మరణశయ్యపై నుంచి వెలుపలికి వెళ్ళివచ్చినట్టు కొందరు రుజువులతో తెలియజేశారు.

అమెరికన్ కార్డియాలజిస్ట్ డాక్టర్ మైకేల్ సబోమ్ ఎన్‌డిఈస్ మీద మూడు దశాబ్దాలకు పైగా పరిశోధనలు జరిపారు.

రికలెక్షన్స్ ఆఫ్ డెత్ : ఎమెడికల్ ఇన్వెస్టిగేషన్ అనే తన పుస్తకంలో ఈ విషయాన్ని ఆయన వివరించాడు. ఆయన చెప్పిన కేసులలో ఒకటి ఇక్కడ చూద్దాం:

వ్యాధి నుంచి కోలుకుంటూన్న ఒక వ్యక్తి ఎదురుచూడని హార్ట్ అరెస్ట్‌కు లోనయ్యాడు. గుండె మళ్ళీ కొట్టుకోవడం ఆరంభించాక, ఆయన తనకు కలిగిన శరీరానికి వెలుపలి అనుభవాన్ని వివరించాడు. అందులో ఆయన కింది హాల్లోకి వెళ్ళి తన భార్యనూ, పెద్ద కొడుకునూ, కుమార్తెనూ చూశానని చెప్పాడు. నిజంగానే వాళ్లు వస్తున్నారు. ఈ సమాచారం చాలా ప్రాముఖ్యత కలది. ఎందుకంటే, మొదటిదిగా ఆయన త్వరలో డిశ్చార్జ్ అవుతున్నాడు గనక, తన కుటుంబ సభ్యులు రాగలరని ఎదురుచూసి ఉండడు. రెండవది – ఒక సమయం, వాళ్ళు రాగలరని ఎదురుచూసి ఉన్నా, ఎవరెవరు రాగలరని ఊహించి ఉండడు. తమ తండ్రికి తోడుగా రావడానికి ఆయనకు ఎదిగిన ఆరుగురు పిల్లలు ఉన్నారు. మూడవది డాక్టర్లు, నర్సులు ఆయనకు అత్యవసర చికిత్స చేస్తూన్న గదికి పది గడపల అవతల ఆయన కుటుంబసభ్యులు ఆపివేయబడ్డారు. నాలగవది – వాళ్ళు హాల్లో ఉన్నప్పుడు, ఆయన ముఖం వేరొక వైపుకు తిప్పబడి వుంది. చివరగా – వాళ్ళు హాల్లో ఉన్నప్పుడు ఆయన గుండెపోటు నుంచి పూర్తిగా కోలుకోలేదు. అప్పుడప్పుడే స్పృహ వస్తోంది.

సబోమ్ మార్గదర్శక ప్రథమ బృహత్కార్యంతో ప్రపంచవ్యాప్తంగా వందలాది విజ్ఞానవేత్తలు ఎన్ డిఈస్ గురించి పరిశోధనలు చేయడం పట్ల ఆకర్షితులయ్యారు. ఇంటర్నేషనల్ అసోసియేషన్ ఫర్ నియర్ – డెత్ స్టడీస్ లాంటి సీరియస్ గ్లోబల్ ఫోరమ్స్ ఈ విషయం గురించి కృషిచేస్తూ జర్నల్ ఆఫ్ నియర్ డెత్ స్టడీస్ లాంటి ప్రచురణలను తీసుకువస్తున్నాయి.

ఈ కేసుల్లో, శరీరం నుంచి ఆత్మ వెలుపలికి వెళ్ళి, చుట్టుపక్కల తిరిగి కాసేపటికి తిరిగి వస్తుంది. నిర్ణయించబడిన సమయం కాదు గనక, ఆ వ్యక్తి మరణించడు. మనం కొండపై నుంచి కిందికి డ్రైవ్ చేస్తున్నప్పుడు మన కారు ఇంజన్ను, స్విచ్ ఆఫ్ చేసి, కొంతసేపయ్యాక, ఇంజన్ను మళ్ళీ ఆన్ చేస్తాం. అలాంటిదే ఇది.

మరో దృఢమైన ఆధారం వేలాది పునర్జన్మల ఉదంతాలు. అమెరికాకు చెందిన డాక్టర్ ఇయాన్ స్టీవెన్సన్ ఈ విషయంగా కూలంకష పరిశోధనలు చేసి రుజువులు వెరిఫై చేశారు. ఆయనకు బెంగుళూరుకు చెందిన సత్వంత్ పస్రిచా అనే మహిళ ఈ విషయంగా సహకరించారు. డా.స్టీవెన్సన్ మొదటిపుస్తకం 20 కేసెస్ సజెస్టివ్ ఆఫ్ రీ ఇన్‌కార్నేషన్ పలువురి దృష్టిని

ఆకర్షించింది. అందులో ఆయన తన కేస్ స్టడీస్ – సెంటిమెంట్లూ, అస్సంప్షన్స్ మీద ఆధారపడ్డవి కావనీ, ఏదో ఒక బిడ్డ తన పూర్వజన్మ గురించి చెప్పినవి అలాగే తీసుకోకుండా వాటిలోని నిజానిజాలను స్వయంగా వెళ్ళి వెరిఫై చేసి, ప్రత్యక్ష సాక్ష్యాధారాలను సేకరించానని తెలియజేశారు. ఈ కేసులు కేవలం భారతదేశం నుంచి మాత్రమే కాదు; ప్రపంచం అన్ని భాగాల నుంచీ తీసుకోబడడం వల్ల పునర్జన్మ విషయం విశ్వవ్యాప్తంగా ఉందని రుజువు చేయబడింది. భగవద్గీత (2.13)లో నిర్ద్వంద్వంగా ప్రకటించినట్టు:

దేహి నో స్మిన్ యథా దేహే
కౌమారం యౌవనం జరా
తథా దేహాంతర ప్రాప్తిర్
ధీరస్తత్ర నముహ్యతి

'దేహంతో కప్పబడిన ఆత్మ – బాల్యం నుంచి యౌవనానికీ,
వృద్ధాప్యానికీ మారుతున్నట్టే, ఆత్మ మరణసమయంలో మరో
దేహానికి మారుతుంది. ధీరులైనవారు, ఆత్మతత్వం తెలుసుకున్నవారు
ఆ మార్పుకు శోకించరు.'

ప్ర. 34

మతం పేరుతో మనుషులు ఎందుకు కొట్లాడుకుంటారు?

అపరిపక్వత, లేదా స్వార్థ ప్రయోజనాల కారణంగా. దీనిని మరింత దగ్గరగా పరీక్షిద్దాం.

1. అపరిపక్వత : చాలామంది తమను అభివృద్ధి పరుచుకోవడానికి కాకుండా తమను రుజువు చేసుకోవడానికి మతాన్ని ఉపయోగించుకుంటారు.

మనమందరం కూడా మూలంలో ఆధ్యాత్మిక జీవులం. ఒకే సర్వోన్నత భగవానుని బిడ్డలం. ఒకే కుటుంబ సభ్యులం. దురదృష్టవశాత్తు ప్రస్తుత సరికాని భౌతిక భావనల కారణంగా సకలజీవుల ఆధ్యాత్మిక అంతఃసంబంధాన్ని గ్రహించలేకపోతున్నాం. అందువల్లే, ఈ భౌతికవాద రుగ్మతను నయంచేసి, మన అసలైన ఆధ్యాత్మిక ఆరోగ్యాన్ని కాపాడడానికి భగవంతుడూ, ఆయన ప్రతినిధులూ వివిధ గొప్పమతాలను ప్రసాదించారు.

గొప్ప మతాల వ్యవస్థాపకులు తాము బోధిస్తున్న మార్గం ఒక్కటే సరైన మార్గమని బోధించారు. అయితే, వారి బోధనలను జాగ్రత్తగా అధ్యయనం చేసినట్టయితే, ఇతర మార్గాల వారిని కూడా వారి మార్గాలను శాంతియుతంగా అనుసరించడానికి అనుమతించాలని చెప్పడం తెలియవస్తుంది. ఈ రెండు పరస్పర విరుద్ధమైన భావాలను సమన్వయ పరచడం ఎలా? 'ఇది ఒక్కటే మార్గం' లాంటి వాక్కులు ఏకాగ్రతనూ,

హృదయపూర్వక శ్రద్ధనూ, ఆచరణాత్మక పరివర్తననూ కలిగిస్తాయి. ఆరంభదశలో సాధకుడు అనేక విషయాల మీద దృష్టి సారించినట్టయితే మరింత గందరగోళానికి లోనవుతాడు. అయితే, ఈ 'ఒకేమార్గం' స్టేట్‌మెంట్లను - అబ్సల్యూట్‌గా, యూనివర్సల్ ట్రూత్స్ గా, సర్వకాలాలకూ, సకల ప్రదేశాలకూ పనికివచ్చే సూత్రాలుగా చేపట్టినట్టయితే - ఆ ద్రష్టలు చెప్పిన ఇతర బోధలను వ్యతిరేకించినట్టవుతుంది. పైగా, ఇతరులను వారి మార్గాలను అనుసరించడానికి అనుమతించాలన్న వారి మాటలనే వమ్ముచేసి అల్టిమేట్ పర్పస్‌ను అంతిమ ప్రయోజనాన్ని ఓడించినట్టు అవుతుంది.

ఉదాహరణకు, నిష్ణాతులైన మంచి వైద్యులు రోగులకు చికిత్స చేస్తూన్నప్పుడు- తాము చెప్పిన మందులను మాత్రమే వాడాలి, ఇతర డాక్టర్ల దగ్గరికి వెళ్ళకూడదు అని చెప్పారనుకుందాం. దాంతో రోగులు తక్కిన డాక్టర్లందరూ నకిలీవైద్యులని భావించినట్టయితే, డాక్టర్ చెప్పిన ముఖ్యమైన అసలు విషయాన్ని, అంటే, తమ వైద్యం మీదే దృష్టి పెట్టాలి అన్న సంగతిని జారవిడిచారన్న మాటే.

తమ మత వ్యవస్థాపకుడి బోధనల మీద దృష్టి నిలిపి సాధన చేసే మతవాదులు క్రమక్రమంగా ఇతర మతాల మార్గాలలోని సత్యాన్ని గ్రహించగలిగే ఆధ్యాత్మిక స్థాయికి ఎదుగుతారు. అప్పుడు తమ పవిత్ర గ్రంథాలలోని 'ఏకైకమార్గం' అన్న మాట సందర్భాన్నీ, ప్రయోజనాన్నీ గుర్తించి అర్థం చేసుకోగలుగుతారు. ఆ విధంగా ఆధ్యాత్మిక అపరిపక్వతకూ, మతోన్మాదానికీ ఇక్కడొక ముఖ్యమైన పరీక్ష సింపుల్ యాసిడ్‌టెస్ట్ : ఒక నిర్దిష్టమార్గ గురువులూ, అనుచరులూ తమ గ్రంథాలలో 'ఒక్కటే మార్గం' వాచ్యార్థాన్ని అలాగే తీసుకుని, కార్యాచరణకు దిగేవారు, మతోన్మాదులుగా భావించబడతారు. అలాంటివారు ఇతర మతాలపట్ల అసహనంతో హింసాత్మకం గానూ మారుతారు. ఆవిధంగా తాము ఎవరిపక్షాన పోరాడుతున్నామని చెప్పుకుంటున్నారో ఆ దేవుడి లక్ష్యాన్నే ఓడించినవారవుతారు.

అయితే, ఒక మార్గ బోధకులూ, అనుచరులూ, వస్తుగత ప్రమాణాల ఆధారంగా ఇతర మార్గాలలోని సత్యాన్నీ, సత్తువనూ అర్థం చేసుకున్నప్పుడు, శాస్త్ర గ్రంథాలలోని వాక్యాల సారాన్నీ, ప్రయోజనాన్నీ అర్థం

చేసుకోగలుగుతారు. ఆ తరవాత అటువంటివారు మాత్రమే ఈ ప్రపంచంలో శాంతి సామరస్యాలను తీసుకువచ్చి, మానవాళిని ఆధ్యాత్మిక ప్రపంచం కేసి నడిపించాలన్న భగవంతుని ఉద్దేశాన్ని నెరవేర్చగలుగుతారు.

ఇవాళ ప్రపంచానికి కావలసిందల్లా అభివృద్ధిని కాంక్షించే ఆధ్యాత్మిక వాదులేకాని తమ ప్రయోజనాలను మాత్రమే కోరుకునే స్వార్థపరులు కారు.

2. స్వార్థపూరిత ఉద్దేశాలు: మనం ఉన్నది మనుషులను కలపడానికే కాని విభజించడానికి కాదు.

ప్రపంచంలోని విభిన్నమతాలు ప్రాథమికంగా దేవుడిపట్ల ప్రేమను పెంచే ఉమ్మడి లక్ష్యాన్ని చేరుకోవడానికి సాయమందించే విభిన్న మార్గాలు. దేవుడిపట్ల ఆకర్షితులయినవారి ముఖ్యమైన లక్షణాలు ప్రాపంచిక సుఖాల పట్ల, ఆస్తి అంతస్తుల పట్ల, అధికారాల పట్ల ఆసక్తినీ, ఆకర్షణనూ వదులుకోవడం. ప్రాపంచిక ఆకర్షణలలో కెల్లా అతిపెద్ద ఆకర్షణ అహం, నేను అనే భావన. అదే మనలో మిగతావారి కన్నా ఉన్నతులం అనే ఆలోచనను పురికొల్పుతూ ఉంటుంది. భగవంతుని ప్రేమించే వారికి తమ అహం పట్ల ప్రేమ ఉండదు. వారు తమ మార్గంలో పయనిస్తూ దేవుడి పట్ల ప్రేమను పెంచుకుంటూ తక్కినవారిలోనూ అలాంటి భావాలను ప్రేరేపించడమే ప్రధానంగా భావిస్తారే తప్ప, తమమార్గం ఆధిక్యతను నిరూపించుకోవడం పట్ల ఆసక్తి చూపరు. అలాంటి సాధువర్తనులు అందరిపట్లా ప్రేమను పొందగల వినయ విధేయతలు, మృదువర్తనం, ఓర్పు, పరోపకార స్వభావం, నిస్వార్థం, కరుణ మొదలైన గుణగణాలు కలిగి వుంటారు.

అటువంటి సాధువులకు భిన్నంగా కొందరు తమ మత విశ్వాసాలను–బేధాలను అధిగమించే మార్గంగా కాకుండా తమ అహంకారాన్ని పెంచుకునే మార్గంగా ఉపయోగించుకుంటారు. అలాంటి వారికి తమ మతం దేవుడితో సంబంధాన్ని పెంచుకునే మార్గం కాదు. ఇతరులపై తమ ఆధిక్యతను నిరూపించుకునే మార్గం: 'నా మతం నీ మతానికన్నా మెరుగైనది. గొప్పది. అందువల్ల నేను నీ కన్నా, మెరుగైన వాడను. గొప్పవాణ్ణి'. అటువంటి మనుషులు తమ మతం పేరుతో పోట్లాటకు దిగడానికి వెనుకాడకపోవడంలో ఆశ్చర్యం ఏమీ లేదు. వాస్తవంలో అలాంటి యుద్ధాలు చేయడం తమ

మతకర్తవ్యంగా పరిగణిస్తారు. అయితే, ఈ కర్తవ్యం దేవుడిమతం కోసం కాదు. కాని, తమ అహంకారమతం కోసం. జాతి, కులం, లింగం, జాతీయత పేర్లతో అహంకారం జనం మధ్య పోట్లాటను రెచ్చగొట్టే విధంగానే, మతం పేరుతో పోట్లాడుకునే విధంగా మనుషులను రెచ్చగొడుతుంది.

కొందరు వ్యక్తులు తమ వ్యక్తిగత అజెండాలను నెరవేర్చుకోవడానికి ప్రజల మత భావనలను, సెంటిమెంట్లను మోసపూరితంగా ఉపయోగించుకుంటారు. అధికసంఖ్యాకులైన ప్రజలకు మతంతో ఎమోషనల్ కనెక్షన్ భావోద్వేగ సంబంధం ఉండడం వల్ల, ఇది సులభంగా సాధ్యమవుతోంది. ఒకదాని పట్ల సులువుగా ఆకర్షితులై లోనయ్యే దౌర్బల్యం కలవారిని ఇలాంటివారు సులభంగా వలలో వేసుకుని, రెచ్చగొట్టి తమ పబ్బం గడుపుకుంటూ ఉంటారు.

'నా దేవుడే గొప్పవాడు' లేదా 'నా మార్గమే ఉత్తమమార్గం' అని చెప్పేప్పుడు అలాంటివారు తరచూ తమ దేవుణ్ణీ, మార్గాన్నీ గొప్పగా ఉత్తమంగా చెప్పడం లేదు; తమ అహంభావాన్నే చాటుకుంటారు. 'నాదే ఉత్తమం' ఎందుకు? 'నేను ఉత్తముణ్ణి గనక'. ఇదే వాళ్ళిచ్చే సూక్ష్మ సందేశం. అందులో దాగివున్న అర్థం ఇదే.

ఈ స్థితిని మార్చాలంటే- నిజమైన మతం అంటే ఏమిటి? దాని లక్ష్యం ఏమిటి? దాన్ని చేరుకోవడం ఎలా? అన్న విషయాల గురించి క్షుణ్ణంగా అధ్యయనం చేయాలి. మనకందరికీ విశ్వమంతటికీ ఉమ్మడి తండ్రి ఉన్నాడన్న వాస్తవాన్ని గుర్తిస్తే తప్ప విశ్వమానవ సౌభ్రాతృత్వం సాధ్యం కాదు.

హిందు, ముస్లిం, క్రిస్టియన్, సిక్కు, జైన్ మొదలైనవన్నీ బాహ్య చిహ్నాలే. కావాలంటే మార్చుకోవచ్చు. ఇవాళ హిందువుగా ఉండి ముస్లింలకు వ్యతిరేకంగా పోరాడేవాడు, వచ్చే జన్మలో ముస్లింగా పుట్టి హిందువులకు వ్యతిరేకంగా పోరాడవచ్చు. ముస్లిం, హిందువుగా పుట్టి ముస్లింలకు వ్యతిరేకంగా పోరాడవచ్చు. జైనుడు శక్కు కావచ్చు. శిక్కు జైనుడుగా జన్మించవచ్చు. మనకున్నది స్వల్ప ఆయువే అయినప్పటికీ, దానిని దేవుడి పేరుతో పోట్లాడుకుంటూ గడిపేస్తున్నాం. అందువల్ల, మన దేవుడు సంతోషిస్తున్నాడని అనుకోగలమా? తమ పిల్లలు పోట్లాడుకోవడం చూసి ఏ తండ్రి సంతోషించగలడు?

మనం ఎంతగానో పెరగవలసిన అవసరం ఉంది. తమ మతం ఇతర మతాల కన్నా ఉన్నతమైన మతం అని తక్కిన వాటిని తక్కువచేసే మత విశ్వాసం లోతైన హిపోక్రసీ కపటనాటక వ్యక్తీకరణ తప్ప, మరొకటి కాదు. ఈ వైఖరితో దేవుడిని సంతోషపెట్టలేము సరికదా, ఆయనకు అమితమైన బాధను కలిగించిన వారమవుతాము.

మనం మన మార్గాన్ని అనుసరించాలి. అదే సమయంలో ఇతర మార్గాలను అనుసరించేవారిని కూడా వారి వారి అవగాహనలకు అనుగుణంగా పరిణతి చెందడానికి అనుమతించాలి. వివిధ స్థాయిలలో ఉన్న ప్రతి ఒక్కరినీ గౌరవించాలి. ఆ విధంగా సంకుచిత మనస్తత్వాన్నీ, భావోద్వేగ వైఖరినీ, పోకడనూ వదిలిపెట్టాలి.

ప్ర. 35

ఈ ప్రపంచాన్ని భగవంతుడే గనక సృష్టించి ఉన్నట్టయితే, ఇక్కడ ఎందుకు ఇన్ని బాధలు?

భగవంతుని సృష్టిలో ప్రతి ఒక్కదానికీ ఒక నిర్దిష్ట ఉద్దేశం, ప్రత్యేక ప్రయోజనం ఉంటాయి. దేవుడు ఎల్లప్పుడూ కరుణామయుడే. ఆయన కరుణ వివిధ స్థాయులలో విభిన్న మార్గాలలో వ్యక్తమవుతూ ఉంటుంది. ఆయన కరుణామయుడే అయితే, మరి బాధామయమైన ప్రపంచాన్ని ఎందుకు సృష్టించాడు?

సరే, ఒక ఉదాహరణ ద్వారా దీనిని అర్థం చేసుకోవచ్చు. ప్రభుత్వం సకల సౌకర్యాలు గల స్టేడియంలు, పార్కులు, ఆస్పత్రులు, రోడ్లు, విద్యాసంస్థలు, షాపింగ్‌మాల్స్ అన్నిటికన్నా ముఖ్యంగా – ఒక జైలుతో ఒక నగరాన్ని నిర్మించాలని పథకం రూపొందిస్తుంది. జైలులోపల ఏం జరుగుతుంది? నేరస్థులు శిక్షింపబడతారు. ఎందుకని? వాళ్ళ దుష్ప్రవర్తనను సరిదిద్దడానికి. మరి, ప్రభుత్వం బాధాకరమైన ఒక జైలును నిర్మించవలసిన అవసరం ఏమిటి? సమాధానం చాలా సరళం. పౌరుల సంక్షేమం కాంక్షించి సకల సదుపాయాలనూ సమకూరుస్తుంది. నగరంలో శాంతి భద్రతలు, కాపాడబడాలంటే, ప్రతి పౌరుడూ కొన్ని చట్టాలకూ, నియమాలకూ లోబడి నడుచుకోవలసి ఉంటుంది. కొందరు వ్యక్తులు తమ స్వాతంత్ర్యాన్ని దుర్వినియోగం చేసుకుని చట్టవిరుద్ధంగా, అక్రమంగా నడుచుకుని నగరశాంతి భద్రతలకు భంగం కలిగించవచ్చు. ఇతరులను రక్షించడానికి, అలాంటి వారిని స్వతంత్రంగా తిరగడానికి అనుమతించకూడదు. వారికని

ప్రత్యేక స్థలం కేటాయించి, వాళ్ళ దుష్టబుద్ధిని సరిదిద్దవలసి ఉంటుంది. ఆ పని చేసేదే జైలు.

అదే విధంగా- వైదిక శాస్త్ర గ్రంథాలు మనమందరం ఆధ్యాత్మిక జీవులమనీ, ఆధ్యాత్మిక దివ్యలోకంలో భగవంతుడి సంకల్పం ప్రకారం శాంతి సామరస్యాలతో జీవించే వారమనీ వివరిస్తాయి. ఆయనలోని అంతర్భాగాలమే గనక, మనకూ కొంత ఫ్రీవిల్ స్వతంత్ర సంకల్పం ఉంటుంది. మన ఫ్రీవిల్‌ను దురుపయోగం చేసుకుని దేవుడి నుంచి దూరమై స్వతంత్రులమై స్వతంత్ర ప్రాపంచిక కాంక్షలతో నిండిన జీవితాన్ని సాగించడానికి ప్రయత్నించినప్పుడు, అది ఆధ్యాత్మిక దివ్యలోక సామరస్యాన్ని చెడగొడుతుంది. అందువల్ల అలాంటి వారి కోసం ప్రత్యేకస్థలం అవసరమవుతుంది అనడానికి రెండు కారణాలు ఉన్నాయి:

1. మన కోర్కెలను నెరవేర్చుకోవడానికి తగిన ప్రత్యేక ప్రదేశాన్ని అనుమతించడానికి.
2. మన తప్పుడు వైఖరిని సరిదిద్దడానికి.

మనం వివిధ సందర్భాలకు తగ్గట్టు ధరించే విభిన్నరకాల దుస్తుల లాగా కోరికలను నెరవేర్చుకోవడానికి 84లక్షల రకాల శరీరాలు ఉన్నాయి. అయితే, అదే సమయంలో భగవంతుడు మన తప్పుడు మనోభావాలకు, కార్యకలాపాలకు తగ్గట్టుగా, బాధలను కూడా సృష్టిస్తాడు. అందువల్ల మనం అన్నింటినీ యథేచ్ఛగా సాగించకుండా మన చైతన్యాన్ని సరిదిద్దుకుంటాం. ఎందుకంటే, ఒక వ్యక్తి ఒక నేరం చేసినప్పుడు శిక్షించకపోతే, ఆ నేరాన్ని మళ్ళీ మళ్ళీ చేస్తాడు. అందువల్ల బాధపడుతూనే ఉంటాడు. మనల్ని అదుపులో ఉంచడానికి, బాధలు చాలా అవసరం. అప్పుడే మన పొరబాట్లను గ్రహించి భగవంతుని సంకల్పంతో సహకరించటానికి మొదలుపెడతాం. రహదారుల్లో నడిచే వాహనాల వేగాన్ని అదుపులో ఉంచడానికి స్పీడ్ బ్రేకర్లు ముఖ్యమైనట్టు, మనుషులను సరైన మార్గంలో నడిపించడానికి బాధలు అవసరం.

అందువల్ల, బాధాకర ప్రదేశాన్ని సృష్టించవలసిన అవసరం భగవంతుడికి లేదు. మనమే ఆయన్ను అలా నిర్బంధిస్తున్నాం. ప్రతి ఒక్కరూ

చట్టానికి తలవంచి సక్రమంగా నడుచుకున్నప్పుడు జైళ్ళ అవసరం ప్రభుత్వానికి ఉండదు. మనం కూడా భగవద్గీత, భాగవతం పవిత్రగ్రంథాలలో చెప్పినట్టు ఆయన సంకల్పానికి సహకరించినప్పుడు, ఈ బాధామయ ప్రపంచం నశించి పోతుంది.

నిజానికి, భగవంతుడి సంకల్పం ప్రకారం మనం నడుచుకోవడం ప్రారంభించి నట్టయితే, ఈ ప్రపంచంలోనే గొప్ప పరమానందానుభూతిని అందుకోవచ్చు.

ఆయన సంకల్పం ఏమిటి?

భగవద్గీత (18.65)లో ఆయన ఇలా వివరిస్తాడు:

మన్మనా భవ మద్భక్తో
మద్యాజీ మాం నమస్కురు
మామ్ ఏవైష్యసి సత్యం తే
ప్రతిజానే ప్రియోసి మే

'ఎల్లప్పుడూ నన్ను గురించి ఆలోచిస్తూ నా భక్తుడిగా ఉండు. నన్ను పూజించి నాకు నమస్కరించు. ఆ విధంగా తప్పకుండా నువ్వు నన్ను చేరుకుంటావు. నువ్వు నా ప్రియ స్నేహితుడివి గనక, నీకీ వాగ్దానం చేస్తున్నాను.'

ఈ బాధలు ఉండడానికి మరొక కారణం కూడా ఉంది. వీటినంతా చూసి విరక్తిచెంది ఏదో ఒకరోజు, 'ఇన్ని బాధలు అనుభవించనవసరం లేని మరేదైనా మెరుగైన ప్రదేశం ఉండదా? ఇక్కడి నుంచి బయటపడటం ఎలా?' అని ప్రశ్నించుకోవచ్చు. ఈ విధంగా ప్రశ్నించడం మొదలుపెట్టగానే, మన అసలైన స్వస్థలానికి తిరుగు ప్రయాణం ఆరంభమవుతుంది. మన హృదయంలో పరమాత్మగా కొలువుండే భగవానుడు మనల్ని సరైన వనరుల కేసి దారిచూపి నడిపిస్తాడు.

మనం భగవంతుడి నుంచి విముఖమై దూరమైనప్పుడు బాధాకరమైన జీవితం ఆరంభమవుతుంది. ఆయనవైపు తిరగగానే అంతమవుతుంది.

సరైనవి కాని కోరికల కారణంగానే మనం బాధ పడుతున్నాం. మన కోరికలను తిరిగీ సరైన దిశ వైపు మళ్ళించడం ద్వారా బాధలను తొలగించుకుని బయటపడగలం.

ప్ర. 36

ఆధ్యాత్మిక మార్గంలో తర్కం పాత్ర ఏమిటి?

ఆధ్యాత్మిక మార్గంలో మనం మన తార్కిక శక్తిని ఉపయోగించుకోవచ్చు. తప్పక ఉపయోగించుకోవాలి కూడా. అయితే, తర్కంలోనే కూరుకుపోకూడదు. తర్కం నుంచి అనుభవం కేసి ముందుకు సాగాలి. ఆ అనుభవం అంతకు పూర్వం ప్రయోగాలు జరిపినవారి అనుభవాల ఆధారంగా ఉండాలి. పాఠశాలలలో, కళాశాలలలో మనం అన్ని వేళలా తర్కాన్ని ఉపయోగించం. ఒకవేళ ఉపయోగించినా అందులోనే అతుక్కుపోము. అక్కడే ఆగిపోము. ఉపాధ్యాయుడి మీది విశ్వాసంతో బోధిస్తున్న దానిని అంగీకరిస్తాం. లేదా దాని నిజానిజాలు సరిచూడడానికి మనకు మనమే ప్రయోగాలు చేస్తాం. మొదట మనం అసంపూర్ణులం అన్న వాస్తవాన్ని అంగీకరించాలి. అందువల్ల మనకన్నా బాగా తెలిసిన అనుభవజ్ఞుల ఉన్నత మేధస్సు మార్గదర్శనం నిరంతరం అవసరమవుతుంది.

ప్రస్తుతం మనమందరం కూడా ఆధ్యాత్మికంగా అస్వస్థులమని వైదిక గ్రంథాలు వివరిస్తున్నాయి. ఆధ్యాత్మికంగా ఆరోగ్యంతో ఉన్నప్పుడు, శాశ్వత ఆత్మలుగా, సర్వోన్నత భగవంతుడి బిడ్డలుగా మనం సహజమైన శాంతి, శక్తి, ఆనందాలను అనుభవించగలుగుతాం. సరైన వైద్యచికిత్స కోల్పోయిన మన శారీరక ఆరోగ్యాన్ని మళ్ళీ తీసుకువచ్చినట్టే – భగవద్గీత, రామాయణం, మహాభారతం, శ్రీ మద్భాగవతం వంటి శాస్త్ర పురాణ ఇతిహాసాలను వినడం, చదవడం పవిత్రమైన భగవన్నామాలను జపించడం వంటి సరైన ఆధ్యాత్మిక అభ్యాసాల ద్వారా మన ఆధ్యాత్మిక ఆరోగ్యాన్ని తిరిగి పొందవచ్చు.

వైద్యచికిత్స పోలికను ఉపయోగించి తర్కం ఏం చేయగలదు, ఏం చేయజాలదు అన్న విషయాలను ఇప్పుడు చూద్దాం.

తర్కం చేయగలిగినవి :

1. మన తర్కాన్ని ఉపయోగించి, మనకు అందుబాటులో వున్న వివిధ చికిత్సలను బేరీజు వేసి ఉత్తమమైన చికిత్సను ఎంచుకోవచ్చు. అదేవిధంగా మనకు అందుబాటులో ఉన్న వివిధ ఆధ్యాత్మిక మార్గాలను బేరీజువేసి శాస్త్ర ప్రమాణాల ప్రకారం అతి సులభమైనదీ, సురక్షితమైనదీ, వేగవంతమయినదీ అయిన జపమార్గాన్ని ఆధ్యాత్మిక స్వస్థతకు స్వీకరించవచ్చు.
2. చికిత్స ప్రభావాలను క్రమబద్ధంగా గమనించి చెప్పిన ఫలితాలు కనబడుతున్నాయా అని తెలుసుకోవడానికి తర్కం ఉపయోగపడుతున్నట్టే, జపం ప్రభావాలు మన చైతన్యం మీద ఎంతవరకు పనిచేస్తున్నాయి? మనసు ఎంతవరకు కుదుటపడి శాంతంగా, సానుకూలంగా, సంతోషంగా పనిచేస్తున్నదని గమనించడానికి కూడా తర్కం సాయపడతుంది.

తర్కం దేనిని చేయజాలదు :

1. రోగనిదానాన్ని తార్కికంగా విశ్లేషించడం ద్వారా మాత్రమే చెడిన ఆరోగ్యం కుదుటపడని విధంగా, వైదిక తత్వాలను విశ్లేషిస్తూ కూర్చోవడం వల్ల మాత్రమే ఆధ్యాత్మిక రుగ్మత నయం కాదు.
2. చికిత్సకు ప్రత్యామ్నాయం తర్కం కాజాలని విధంగానే, కేవలం తార్కిక విన్యాసాల నైపుణ్యం – వాస్తవ జప అనుభవాన్ని పొందడానికి ప్రత్యామ్నాయం కాజాలదు.

అందువల్ల; మనం తార్కిక దశనుంచి ప్రయోగదశకు ముందడుగు వేయాలి.

గుడ్డిగా అంగీకరించడం ఎంత చెడో, గుడ్డిగా నిరాకరించడం కూడా అంతే కీడు చేస్తుంది.

ఆవిధంగా, ఒక నిర్దిష్ట ఆధ్యాత్మిక మార్గం లేదా ప్రక్రియ ప్రగాఢమైనదా, ఆచరణీయ విజ్ఞానమా అని గుర్తించడానికి, మనం చాలినంత తెరచిన మనసుతో ప్రయోగం చేయడానికి సిద్ధంగా ఉన్నప్పుడు తర్కం మనకు ఉపయోగపడుతుంది. దురదృష్టవశాత్తు అధిక సంఖ్యాకులు అవి అతార్కికమని ముందుగానే కొట్టి పారేస్తారు. ఇలాంటివారు కేసును వినకుండానే ప్రతివాదిని నేరస్తుడు అని తీర్పునిచ్చే న్యాయమూర్తుల్లాంటి వారే కదా? తర్కం కోసం పోరాడుతున్నామని గొప్పలు చెప్పుకుంటూ తామే అతార్కికంగా నడుచుకుంటున్నారు కదా? సత్య పరిశోధనకు తర్కం అమూల్యమైన పరికరం. అయితే, అలాంటివారికి తర్కం, తామే సరైనదని భావించుకుని, తామే ఏర్పరచుకున్న అపార్థపు ఉచ్చుగా తయారు కావడం విచారకరమైన విషయం.

ఆవిధంగా ఆధ్యాత్మికమార్గంలో, తర్కం అవసరం. అయితే, అది ఒక్కటే చాలదు. అందువల్ల, శాస్త్రాలలో విన్నవాటిని ఉపయోగించి ఆధ్యాత్మికతను పరీక్షించడానికి మన బుర్రలోని తర్కాన్ని మన హృదయ అనుభవంతో జతచేసుకుందాం.

ప్ర. 37

దేవుడు ఒక్కడే అయినప్పుడు వైదిక సంప్రదాయం అనేక దేవతల పూజను ఎందుకు బోధిస్తుంది?

భగవంతుడు సర్వోన్నతమూర్తి. ఆయన ఏకైకమూర్తి. అందులో ఏమాత్రం సందేహం లేదు. నిజానికి, శాస్త్రాలను సరిగ్గా అధ్యయనం చేసినట్టయితే, మన మనసుల్లో ఎలాంటి గందరగోళమూ ఉండదు.

వైదిక సంప్రదాయంలోని అనేక దేవతలు భగవంతుడి విశ్వప్రభుత్వంలో వివిధ శాఖాధిపతులవంటివారు.

ఒక సంస్థలో ప్రధాన కార్యనిర్వహణాధికారి, ప్రధాన ఆర్థిక అధికారి, మానవవనరుల ప్రధాన అధికారి అంటూ పలువురు ఉంటారు కదా. అదేవిధంగా విశ్వం లోపల పర్యవేక్షణ అవసరమయ్యే వివిధశాఖలు గుర్తింపబడ్డాయి. వాటిని నడపడానికి భగవంతుడు అర్హులైన కొందరిని నియమించాడు. నీటికి ఆధారమైన వర్షానికి అధిపతి ఇంద్రుడు, వేడికి అగ్నిదేవుడు, వెలుతురుకు సూర్యుడు, విద్యకు సరస్వతి, సృష్టికి బ్రహ్మదేవుడు, న్యాయానికి యమధర్మరాజు.

ఈ ఉపదేవతలకు విశ్వాన్ని నడిపే కొన్ని ప్రత్యేక శక్తులు ఉంటాయి. సర్వోన్నత భగవంతుడు భగవద్గీత (3.10) లో చెప్పినట్టు అవి సృష్ట్యాదిలోనే సృష్టించబడ్డాయి.

సహయజ్ఞాః ప్రజాః సృష్ట్వా
పూరోవాచ ప్రజాపతిః
అనేన ప్రస విష్యధ్వం
ఏషవోస్ త్విష్ట ఇష్ట కామదుఖ్

'సృష్ట్యాదిలో, సర్వప్రాణికోటి ప్రభువు విష్ణువు యజ్ఞాలతో పాటు
దేవతలనూ, మన్వంతర పురుషులనూ, పంపుతూ
'ఈ యజ్ఞాలతో మీరు సంతోషంగా ఉందురుగాక!
ఎందుకంటే ఈ యజ్ఞాలను చేయడం మీరు కోరిన
వాటిని ప్రసాదిస్తుంది', అని ఆశీర్వదించాడు.

అవి ఎందుకు సృష్టించబడ్డాయి?

1. **మన అవసరాలను సమకూర్చడానికి :** మనలాంటి తిరుగుబాటు ఆత్మలు దేవుడి నుంచి విడిగా జీవించాలనుకున్నవారు, తమ వ్యక్తిగత కోరికలు తీర్చుకోవడానికి ఈ భౌతిక ప్రపంచానికి పంపబడతారు. అయినప్పటికీ, బిడ్డల మీద ప్రేమగల తండ్రిలాగా, సర్వోన్నత భగవానుడైన శ్రీకృష్ణుడు-తిరుగుబాటుచేసి తననుంచి దూరమైన వారి రక్షణ కోసం అవసరమైన ఏర్పాట్లు చేస్తాడు. మన అవసరాలను సమకూర్చే యజ్ఞాలను చేయడానికి అర్హులైన వారిని పంపిస్తాడు.

   ఈ ఉపదేవతలు మనలాగే ఉన్నప్పటికీ, అపారమైన భక్తిశ్రద్ధలతో యజ్ఞాదిక్రతువులు చేస్తూ ఉంటారు.

2. **క్రమంగా మనల్ని ఉద్ధరించడానికి:** భగవంతుడి నుంచి దూరమైనవారు, తమ కోర్కెలు తీర్చుకోవడమే లక్ష్యంగా ఉంటారు గనక, వాటిని కొంతవరకు తీర్చే యజ్ఞయాగాదులు చేసే వారిని గురించి తెలుసుకుంటారు. ఆ విధంగా వారిని కొలవడం ప్రారంభిస్తారు. అయితే, ఆ కొలిచే ప్రక్రియలో, శాస్త్రాలలోని వైదిక క్రతువుల ప్రకారం మూడు ముఖ్యమైన విషయాలు జరుగుతాయి :

   1) యజ్ఞాది క్రతువులు జరిపే ఉపదేవతలు దేవుడి మనుషులు గనక, జరిపించేవారు దేవుడితో పరోక్షంగా కలపబడతారు.

2) వైదిక ప్రార్థనా విధానం కారణంగా వారు క్రమక్రమంగా పరిశుద్ధం చేయబడతారు.
3) ఈ ప్రక్రియ సమయంలో వారు తమకన్నా ఉన్నత సత్యాన్ని గురించీ; జీవితం 'నేను, నాది' అన్న వాటిమీదే కేంద్రీకృతం కాకూడదన్న విషయం గురించీ వింటారు. మన అందరి యజమానీ, శ్రేయోభిలాషీ అయిన దేవుణ్ణి కేంద్రంగా చేసుకుని జీవితం సాగించాలన్న విషయం గురించీ తెలుసుకుని దాని ప్రకారం నడుచుకోవడం ప్రారంభిస్తారు.

ఆవిధంగా ఉపదేవతలు, విడిపోయిన కలయికను మళ్ళీ సర్వోన్నత భగవంతుడితో కలపడానికి పనిచేస్తారు. అయితే, వారు పొందే ప్రయోజనాలు అన్నీ కూడా కృష్ణభగవానుడి పరోక్ష కృపతోనే పొందడం జరుగుతుంది.

ఈ అసాధారణ విధానాన్ని కృష్ణభగవానుడు భగవద్గీత (7.20-23) లో ఇలా వివరిస్తాడు : 'ఎవరి వివేకం భౌతికమైన కోరికల చేత దొంగిలించబడుతుందో అలాంటివారు, ఉపదేవతల శరణుజొచ్చి ఆ ప్రత్యేక విధివిధానాలను తమ స్వభావాలకు తగ్గ విధంగా అనుసరిస్తారు. ఒక ఉపదేవతను కొలవడానికి కోరుకున్నవెంటనే, ఆ దేవత పట్ల వారి భక్తి దృఢపడేలా చేస్తాను. దృఢభక్తితో ఆ దేవతను కొలిచి, కోరికలు నెరవేరేలా చేసుకుంటారు. అయితే, వాస్తవంలో ఈ కోరికలన్నీనా చేతనే తీర్చబడతాయి.'

ఆ విధంగా ఉన్నది ఒకే ఒక దేవుడే. తక్కిన దేవత లందరూ ఆయన సర్వోన్నత పర్యవేక్షణలో ఆయన ఆజ్ఞానుసారం, ఈ భౌతిక ప్రపంచంలో చిక్కుకున్న వారిని ఉద్ధరించడం కోసం విశ్వవ్యాపారాలను నిర్వర్తిస్తారు.

ప్ర. 38

శ్రీకృష్ణుణ్ణి భగవానుడని మనం ఎందుకు పరిగణిస్తాం?

పురాతన ప్రమాణాలూ, పురాణాలూ, అలాగే చెబుతున్నాయి గనక.

భగవంతుని గురించి మనకున్న మొత్తం సమాచారం శాస్త్ర ప్రమాణాల నుంచీ, శాస్త్రాలను బోధించే గురువుల నుంచీ గ్రహించినదిగా ఉండాలి. వైదిక సాహిత్యం మాత్రమే ఆదికాలం నుంచి అవిచ్ఛిన్నంగా కొనసాగుతూ ఉంటున్నది గనక, దానిని పరిపూర్ణ సత్యంగా భావించాలి. వేదాలకు మించిన అంతకన్నా గొప్ప ప్రమాణాలు లేవు.

భగవంతుడు ఆరు ఐశ్వర్యాలు కలిగినవాడని వేదాలు వస్తుగతంగా అభివర్ణిస్తాయి. సంపద, బలం, వివేకం, సౌందర్యం, కీర్తి, త్యాగం అన్నవే ఆ షడైశ్వర్యాలు. వీటిలో ఏ ఒక్కటి లేశమాత్రంగా కనిపించినా మనషులు దానికేసి ఆకర్షింపబడతారు. శ్రీకృష్ణుడు అంటేనే 'సర్వాకర్షణ స్వరూపుడు' అని అర్థం.

వేద సంప్రదాయం కృష్ణభగవానుని భగవంతుడి అత్యున్నత వ్యక్తీకరణగల సర్వాకర్షణ సంక్షిప్త స్వరూపం అని కొనియాడడంలో ఆశ్చర్యంలేదు.

అవును. అల్లా, జెహోవా అనే నామాలు సూచిస్తున్నట్టు, దేవుడు సర్వశక్తి సమన్వితుడు, అపార కరుణామయుడే. అయితే, ఆయన సర్వశక్తియుతం, సర్వకరుణాస్వభావం ఆయన్ను సర్వాకర్షణ స్వరూపంగా చేయడానికి దోహదం చేస్తాయి. ఆయన సర్వాకర్షణ స్వభావం తక్కిన సర్వశక్తి సమన్వితం, సర్వ కరుణాస్వభావం మొదలైన దివ్యగుణాలన్నింటినీ తనలో ఇముడ్చుకుంటుంది.

ఇంకా కొందరు కృష్ణభగవానుని ఒక నిర్దిష్టసంప్రదాయం కొలిచే సెక్టేరియన్ గాడ్ ఒక తెగకు చెందిన దేవుడిగా పరిగణించవచ్చు. అయినప్పటికీ, వైదిక సంప్రదాయం తెలియజేసే కృష్ణభగవానుడి గుణగణాలు ఇతర మత సంప్రదాయాలు తెలియజేసే గుణగణాలను వ్యతిరేకించడం లేదు. అయితే, ఏ ఒక్క ఆస్తికమత సంప్రదాయం కూడా భగవంతుడు షడ్వైశ్వర్య సంపన్నుడు అన్న విషయాన్ని కాదనడం లేదు. ముఖ్యంగా, ఈ సంప్రదాయాలు ఈ కల్యాణగుణాలు కలిగిన ఏ ఒక్క వ్యక్తిని గానీ తెలియజేయడం లేదు. విద్యార్థుల అర్థం చేసుకునే మేధాశక్తిని అనుసరించే బోధనలు ఉంటాయి. అలా కానప్పుడు వాళ్ళు గురువునే తిరస్కరించవచ్చు. ఆరంభదశలో ఉన్నవారికి ప్రాథమిక పాఠాలూ; ఎదిగిన వారికి మరింత అభివృద్ధి చెందిన సూచనలూ ఇవ్వబడతాయి.

నిజానికి చాలా వైదికశాస్త్ర గ్రంథాలు ఎలాంటి దేవుడి నామాన్నీ ప్రస్తావించడం లేదు. ఎందుకంటే వైదిక సంప్రదాయం, ఒక్కొక్క వ్యక్తికి ఒక్కొక్క అవగాహనాశక్తి, భిన్న స్థాయుల్లో ఉంటుందన్న వాస్తవాన్ని గుర్తించి, వాళ్ళు జీర్ణించుకోగల వాటినే వారికి ఇవ్వాలని భావించింది. భగవద్గీత, శ్రీమద్భాగవతం వంటి కొన్ని అభివృద్ధి చెందిన గ్రంథాలు, మరికొన్ని పురాణాలు మాత్రమే ఆ సర్వోన్నత మూర్తి నిజమైన రూపాన్ని బయల్పరచాయి.

భగవద్గీత అంటే 'దేవుడిగీతం' అని అర్థం. గీతాన్ని ఆలపించిన వాడు ఎవరు అన్నది మనకందరికీ తెలుసు : శ్రీకృష్ణభగవానుడు.

నిజానికి, శ్రీకృష్ణభగవానుడే స్వయంగా తానే సర్వోన్నత ప్రభువు అని ప్రకటించాడు. వైదికసాహిత్యం యావత్తునూ, ప్రపంచ సాహిత్యాన్నీ పరిశోధించి చూసినా ఇలా వేరు ఎవరూ ప్రకటన చేయలేదని తెలియవస్తుంది.

భగవద్గీత నుంచి కొన్ని ఆధారాలు :

'కౌంతేయా! సకల జీవరాసులూ, ఈ భౌతిక ప్రకృతిలో పుట్టడానికి సాధ్యమవుతున్నది అంటే, నేను బీజమందించే తండ్రిగా ఉండడమే అందుకు కారణం అని అర్థం చేసుకోవాలి.' (కృష్ణభగవానుడు, భగవద్గీత 14.4)

'ఈ విశ్వానికి నేనే తండ్రిని, తల్లిని, మూలాధారం. పితామహుణ్ణి అయి ఉన్నాను'. (భగవద్గీత 9.17 కృష్ణభగవానుడు)

'మొత్తం విశ్వక్రమం నాకిందే జరుగుతున్నది. నా సంకల్పంతోనే మళ్ళీ మళ్ళీ ఆవిర్భావమవుతోంది. ఆఖరున నా సంకల్పంతోనే అంతమవుతోంది. (కృష్ణభగవానుడు, భగవద్గీత 9.8)

'ఇంకా ఓ అర్జునా! సర్వసృష్టికి అంతటికీ నేనే పుట్టించే బీజాన్ని. నేను లేకుండా స్థావర జంగమాలలో ఏ ఒక్కటీ మనజాలదు'. (కృష్ణభగవానుడు, భగవద్గీత 10.39లో)

'సకల భౌతిక, ఆధ్యాత్మిక ప్రపంచాలకు నేనే మూలాధారం. ప్రతి ఒక్కటీ నానుంచే పుడుతుంది. దీనిని పరిపూర్ణంగా తెలుసుకున్న జ్ఞానులు నన్ను భక్తిశ్రద్ధలతో సేవిస్తూ హృదయపూర్వకంగా నన్నే పూజిస్తారు' (కృష్ణభగవానుడు, భగవద్గీత 10.8)

'ఈ ప్రపంచంలో భౌతికంగా, ఆధ్యాత్మికంగా ఉన్న సర్వస్వమూ నానుంచే ఆవిర్భవిస్తాయి. నాలోనే లయిస్తాయని దృఢంగా తెలుసుకో'. (కృష్ణ భగవానుడు, భగవద్గీత 7.6)

'నేనే ఉష్ణాన్ని ఇస్తున్నాను. అట్టిపెట్టుకుని వర్షాన్ని ఇస్తున్నాను.' (కృష్ణభగవానుడు, భగవద్గీత 9.19)

'నాలో ఒక్క లవలేశంతో ఈ యావత్ విశ్వాన్ని వ్యాపించి, ఆధారంగా ఉంటున్నాను'. (కృష్ణభగవానుడు, భగవద్గీత 10.42)

'మొత్తం ప్రపంచంలోని చీకటిని పోగొట్టే సూర్యప్రకాశం, నానుంచే వస్తుంది. చంద్రునిలోని చల్లని వెన్నెల, అగ్నిలోని ఉష్ణం నానుంచే వస్తాయి.' (కృష్ణభగవానుడు, భగవద్గీత 15.12)

'నేను ప్రతి గ్రహంలోకీ ప్రవేశిస్తాను. నా శక్తి కారణంగానే అవి కక్ష్యలో ఉంటున్నాయి.' (కృష్ణభగవానుడు, భగవద్గీత 15.13)

'నా శక్తులలో ఒకటయిన ఈ భౌతిక ప్రకృతి, నా ఆజ్ఞానుసారమే పనిచేస్తోంది.' (కృష్ణభగవానుడు, భగవద్గీత 9.10)

'ఓ అర్జునా, సకల జీవరాసులలో కొలువుండే పరమాత్మను నేనే. సకలజీవుల ఆరంభం, మధ్యం, అంతం నేనే'. (కృష్ణభగవానుడు, భగవద్గీత (10.20)

'నాకు మించిన సత్యం లేదు. దారం మీద ఆధారపడ్డ హారంలోని ముత్యాల్లా ప్రతి ఒక్కటీ నామీదే ఆధారపడి ఉన్నాయి'. (కృష్ణభగవానుడు, భగవద్గీత 7.7)

'ఓ అర్జునా! గతంలో జరిగినవన్నీ నాకుతెలుసు. ప్రస్తుతం జరుగుతున్నవన్నీ నాకు తెలుసు. భవిష్యత్తులో జరగబోయేవన్నీ నాకు తెలుసు. నాకు సకలజీవులూ తెలుసు'. (కృష్ణభగవానుడు, భగవద్గీత 7.26)

'నువ్వూ, నేనూ ఉభయులమూ ఎన్నెన్నో జన్మలనెత్తాము. వాటన్నిటినీ నేను జ్ఞాపకం ఉంచుకోగలను. నీకు జ్ఞాపకం ఉండదు.' (కృష్ణభగవానుడు, భగవద్గీత 4.5)

'ఇతర దేవతల భక్తులుగా ఉంటూ వారిని భక్తితో కొలిచేవారు, వాస్తవంలో నన్నే కొలుస్తున్నారు. అయితే, వారు దానిని అపమార్గంలో చేస్తున్నారు. నేనే సకల యజ్ఞాలకూ అధిపతినీ, యజమానినీ. అందువల్ల నా నిజమైన దివ్యస్వభవాన్ని గుర్తించనివారు పతనమవుతారు.' (కృష్ణభగవానుడు, భగవద్గీత 9.24)

ఇతర శాస్త్ర పురాణాలనుంచి ఆధారాలు :

ప్రప్రథమంగా సృష్టించబడిన జీవుడయిన బ్రహ్మదేవుడు బ్రహ్మసంహితలో ఇలా అంటాడు:

'గోవిందుడుగా తెలియబడే శ్రీకృష్ణుడే సర్వోన్నత భగవానుడు. ఆయనకు శాశ్వత ఆనంద శరీరం ఉంది. ఆయనే అందరికీ మూలపురుషుడు. ఆయనకు వేరొక మూలం అంటూ లేదు. కారణాలన్నిటికీ మూలకారణం ఆయన'. (బ్రహ్మ సంహిత, 5.1)

భగవానుడి రామ, బలరామ, వామన, నరసింహ, విష్ణువు మొదలైన వివిధ అవతారాలను శుకదేవగోస్వామి వివరిస్తూ ఇలా అంటాడు :

'పైన ప్రస్తావించిన అవతారాలన్నీ పరిపూర్ణంలోని భాగాలు, లేదా పరిపూర్ణ రూపంలోని భాగాల భాగాలు. అయితే శ్రీకృష్ణ భగవానుడు ఒక్కడే పరమాత్ముడు.' (శ్రీమద్భాగవతం 1.3.28)

గీతా మాహాత్మ్యంలో పరమశివుడు ఇలా అంటాడు:

'ఒకే ఒకదేవుడు శ్రీకృష్ణుడు – దేవకీ కుమారుడు. (శ్లోకం.7)

పద్మపురాణం ఇలా చెబుతోంది:

'ఆవిష్కృతమైన శాస్త్ర పురాణాలన్నింటినీ జాగ్రత్తగా సమీక్షించి, మళ్ళీ మళ్ళీ అధ్యయనం చేశాక ఇప్పుడు నారాయణ భగవానుడే సర్వోన్నత పరిపూర్ణ సత్యం అని నిర్ణయించబడింది. అందువల్ల ఆయన ఒక్కడే పూజింపబడాలి'.

స్కందపురాణం ఇలా చెబుతోంది :

'గాఢాంధకారం, అపాయాలు నిండిన ఈ భౌతిక ప్రపంచం జననమరణాలతో, వివిధ భయాందోళనలతో కూడుకున్నది. బాధామయమైన ఈ బంధం నుంచి బయపడే ఏకైకమార్గం శ్రీవాసుదేవభగవానుని అంగీకరించి భక్తితో దివ్యప్రేమతో సేవించడమే'.

నారదుడు, అసితుడు, దేవలుడు, పరాశరుడు, బ్రహ్మ, పరమశివుడు మొదలైన మహామహులు శ్రీకృష్ణుడి ఉన్నత పరబ్రహ్మ స్వరూపాన్ని కొనియాడారు.

మన శాస్త్ర పురాణ గ్రంథాలలో ఒకరు మాట్లాడేప్పుడల్లా, వారి పేర్లు ప్రస్తావించబడతాయి. ఉదాహరణకు ఇంద్రుడు మాట్లాడుతున్నాడు అంటే 'ఇంద్ర ఉవాచ' అని. అంటే, ఇంద్రుడు చెప్పాడు అని అర్థం. శివుడు మాట్లాడేప్పుడు 'రుద్ర ఉవాచ' అని చెప్పడం పద్ధతి. అయితే, కృష్ణభగవానుడు మాట్లాడేటప్పుడు ఆయన పేరును చెప్పకుండా దానికి బదులు 'శ్రీభగవాన్ ఉవాచ' అనే చెప్పబడింది. అంటే, 'భగవంతుడు చెప్పాడు' అని అర్థం. అందువల్ల సాధారణ జ్ఞానం ఉన్నవారు ఎవరైనా సరే, తక్కినవారిని మించిన శ్రీకృష్ణభగవానుడి సర్వోత్కృష్టతను సులభంగా గ్రహించ గలుగుతారు.

ప్ర. 39

ఆధ్యాత్మికత అంధవిశ్వాసాన్ని కోరడం లేదా?

లేదు. ఆధ్యాత్మికత గుడ్డి విశ్వాసాన్ని కోరడం లేదు. కాని అవసరమైన మేరకు విశ్వాసాన్ని కోరుతుంది.

అవసరమైన మేరకు అంటే, 'నేను ఒక విషయం గురించి విన్నాను. దానికోసం ప్రయత్నిస్తాను. అది పనిచేయలేదు అనుకుంటే అంతటితో వదిలిపెడతాను,' అని చెప్పేది.

అంధవిశ్వాసం అంటే, 'నేను ఒక విషయం గురించి విన్నాను. సరిచూడకుండా వెంటనే దాన్ని తిరస్కరిస్తాను,' అని చెప్పడం.

గుడ్డిగా అంగీకరించడం హాని కలిగిస్తుంది. అయితే, గుడ్డిగా తిరస్కరించడం కూడా అంతే హాని కలిగిస్తుంది. నిజానికి ఇది మరింత హానికరం. ఎందుకంటే అరుదైన వజ్రాన్ని, గాజుముక్క అని భావించి పోగొట్టుకునే పరిస్థితి ఏర్పడవచ్చు.

అవసరమైన లేదా సమంజసమైన విశ్వాసం ఉంచడం మనకు కొత్తేమీ కాదు. మనం రోజూ చేసే నిత్యకృత్యాలను జాగ్రత్తగా పరిశీలించినట్టయితే, జీవితంలో ప్రతి పార్శ్వంలోనూ సమంజస విశ్వాసాన్ని కలిగివున్నామన్న విషయం తేటతెల్లమవుతుంది. నిజానికి, మన జీవితం సమంజస విశ్వాసంతోనే ఆరంభమవుతుంది. మనం పుట్టినప్పుడు మన తండ్రి ఎవరో మనకు తెలియదు. మన తల్లి ద్వారానే ఆ విషయం తెలుసుకుంటాం. దానిని విశ్వసిస్తాం. ఇప్పుడు మనం అంధవిశ్వాసం గురించి మాట్లాడుతున్నాం. నిరూపించే ప్రత్యక్ష సాక్ష్యాధారం లేదు గనక, ఇది కూడా గుడ్డివిశ్వాసమే అవుతుంది కదా. దీనినే సమంజసమైన, న్యాయమైన, అవసరమైన విశ్వాసం

అంటాం. ఎందుకంటే, తగినవారినుంచి వింటున్నాం గనక. కావాలంటే దానిని తెలుసుకోవడానికి డి.ఎన్.ఏ. పరీక్ష చేసుకోవచ్చు.

మనం క్యాబ్‌లోకి వెళ్ళి కూర్చుంటున్నప్పుడు, క్యాబ్ డ్రైవర్‌కు డ్రైవింగ్ వచ్చా, అతనివద్ద లైసెన్స్ ఉందా అని చెక్ చేసుకోం. మనల్ని, అతను మన గమ్యానికి చేర్చగలడన్న నమ్మకం మనకు ఉంటుంది.

ఫలానా హోటల్లో బావుంటుందని విని భోజనానికి ఆ హోటలుకు వెళతాం. భోజనం చేశాక అది ఎలా ఉందో మనమే ఒక అభిప్రాయానికి వస్తాం. మొదట చెప్పిన వారి మాటలను విశ్వసిస్తాం తప్ప అనుమానిస్తూ కూర్చోం.

ఇలాంటి విశ్వాసం లేకుండా జీవితంలో ఒక్క అంగుళం కూడా ముందుకు సాగలేం. అదే గనక లేకపోతే, ఎడతెగని భయంతో పిచ్చివాళ్ళయిపోతాం.

ముందుకు సాగడానికి అన్నిటిపట్లా కొంతవరకు విశ్వాసం కలిగి వుండాలి. ప్రతి ఒక్కదానినీ చెక్ చేస్తూ కూర్చోలేము గనక, ఆ విశ్వాసం సమంజసం. అవసరం కూడా.

ఇదే తర్కం ఆధ్యాత్మిక జీవితానికి కూడా వర్తిస్తుంది. సాధికారంగా మాట్లాడేవారి మాటలతో ముందుకు వెళ్ళి, 'వీరేదో బోధిస్తున్నారు. దానిని మన జీవితంలో ఆచరించి చూద్దాం. అది ఎంతవరకు నిజమో పరిశీలిద్దాం,' అని ఆలోచించగలగాలి.

కొన్ని సమయాలలో కొందరు తాము సైన్సు స్టూడెంట్స్ అని చెబుతూ ఆధ్యాత్మిక సత్యాలను అతార్కికం, మోసపూరితాలని కొట్టిపారేస్తూ ఉంటారు. అయితే, వాళ్ళు సైంటిఫిక్ శాస్త్రీయ దృక్పథం కలవారు కాదు. ఎందుకంటే ఒక థియరీని అంగీకరించడం లేదా నిరాకరించడం చేసేముందు ఈ ఆరు అడుగులు వెయ్యాలి: ఎయిమ్, అప్పారటస్, థియరీ, అబ్సర్వేషన్, కాల్‌కులేషన్, కన్‌క్లూషన్. ఒక సిద్ధాంతాన్ని పరీక్షించాకే, అది నిజమా లేదా అని నిర్ణయించే హక్కు ఉంటుంది.

జీవితంలో ఏ ఒక్కదాన్నీ అవసరమైన విశ్వాసం ఉంచకుండా చూసిన వెంటనే నిరాకరించం. ఆధ్యాత్మిక జీవితం అందుకు మినహాయింపేమీ కాదు. వేదశాస్త్రాలలో చెప్పబడిన సిద్ధాంతాలను పనిచేస్తాయా అని చూడాలి.

అవి పనిచేయడం లేదంటే, వాటిని వదిలి పెట్టాలి. అయితే, ప్రయత్నించకుండానే నిరాకరించడం అన్నది అశాస్త్రీయం, అతార్కికం. రుచి చూశాకే వంటకం ఎలాంటిది అని తెలుస్తుంది.

మనం విన్న వాటి ఆధారంగా, ప్రయోగం చేసినప్పుడు, అసలు విషయం అనుభవానికి వస్తుంది. ఆ అనుభవజ్ఞానం మన విశ్వాసాన్ని ఇనుమడింప జేస్తుంది. భౌతిక ప్రపంచంలో ప్రతిచోటా మనం ఉపయోగించే ఈ విశ్వాసతర్కమే ఆధ్యాత్మిక జీవితానికీ అవసరం.

ప్ర. 40

రావణుడు సీతను అపహరించినప్పటికీ, ఎప్పుడూ ఆమెను నిర్బంధించలేదు అలాంటప్పుడు అతడు పెద్దమనిషే కదా?

సీతను అపహరించి చాలా కాలం కాపలాలో ఉంచినప్పటికీ, రావణుడు ఆమెను అసలు ముట్టుకోలేదు, ఆమె మీద బలాత్కారానికి ప్రయత్నించలేదు గనక, అతడు నీతివర్తనుడైన గొప్పవ్యక్తి అని– తమను విశాల హృదయులు అని చెప్పుకునే కొందరు ప్రబుద్ధులు వాదిస్తూ ఉంటారు.

అయితే, అతడి నైతికవర్తనుడు, పెద్దమనిషి అనే నకిలీ ముసుగు అతడు మారు వేషంలో వచ్చి రామలక్ష్మణులు లేని సమయంలో సీతను అపహరించినప్పుడే తొలగిపోయింది.

మన ధర్మశాస్త్రాలు ఆరు రకాలు దురాక్రమణలు పేర్కొని, వాటిని జరిపిన వారికి తీవ్రశిక్ష విధించాలని చెబుతాయి. వారిని శిక్షించడంలో ఎలాంటి పాపమూరాదని ధర్మశాస్త్రాలు చెబుతున్నాయి.

ఆరు రకాల దురాక్రమణదారులు: 1) ఇంటికి నిప్పంటించేవాడు 2) మారణాయుధాలతో కొట్టేవాడు 3) విషం పెట్టేవాడు 4) పరుల ఆస్తిని దొంగిలించేవాడు 5) పరుల సంపదను దొంగిలించేవాడు 6) పరుల భార్యను అపహరించేవాడు. ధర్మం ప్రకారం రావణుడు నేరస్థుడు, పెద్దమనిషి కాదు. వాడిచెరలో సీత అంతకాలం ఉన్నప్పటికీ ముట్టుకోకపోవడానికి అతడి ధర్మబుద్ధి, పెద్దమనిషితనం కారణం కావు. అతడికున్న ప్రాణభీతి.

అతడు కావాలనుకున్నా సీతను ముట్టుకోలేడు. రామాయణంలో అతడి మంత్రి, 'నువ్వెందుకు ఆమెను బలవంతంగా పొందకూడదు? నిన్ను ఏది ఆపుతున్నది? ' అని ప్రశ్నిస్తాడు.

'నాకూ అలా చేయాలనేవుంది. కానీ నాకు ఒక శాపం ఉంది,' అంటాడు రావణుడు.

ఏమిటా శాపం?

బ్రహ్మదేవుడి నుంచి అనేక వరాలు పొందాక, రావణుడు ముల్లోకాల మీద విరుచుకుపడి, దురాక్రమణలు సాగిస్తూ, సాధుసజ్జనులను హింసిస్తూ, స్త్రీలను అపహరిస్తూ నానా బీభత్సం సృష్టించాడు. అతడు చేయని పాపం అంటూ లేకపోయింది.

అలా స్వర్గలోకానికి వెళ్ళి అక్కడి వారిని హింసిస్తున్నప్పుడు త్రిలోకసుందరి అయిన రంభ అనే అప్సరస రావణుడి కంటబడింది. ఆమెను చూడగానే ఆమెపట్ల కామంతో, ఆమె తన సోదరుడు కుబేరుడి కుమారుడైన నలకూబరుడి భార్య అని తెలిసీ కామంతో పొందడానికి చూశాడు.

రంభ అక్కడి నుంచి పారిపోతూంటే, ఆమె వెంటబడి వేధించి అవమానించాడు. నలకూబరుడికి ఇది తెలిసి, తమ నిస్సహాయతకు నొచ్చుకున్నాడు. బలవంతుడైన ఆ రాక్షసుడితో పోరాడలేడు గనక, భవిష్యత్తులో వాడు ఇలాంటి అఘాయిత్యానికి పాల్పడకుండా చేయాలనుకున్నాడు.

'వేరొక స్త్రీని ఆమె సమ్మతి లేకుండా, ముట్టుకుని బలాత్కరించడానికి పూనుకుంటే రావణుడి తలలు వేయి ముక్కలై కిందపడి చచ్చుగాక!' అని శపించాడు.

దివ్యపురుషుల శాపాలు తప్పక ఫలిస్తాయని రావణుడికి తెలుసు గనక, దానిని మరచిపోలేకపోయాడు. అందువల్లే కోరిక ఉన్నప్పటికీ, చస్తామన్న భయంతో సీతను ముట్టుకోలేదు. బలాత్కరించలేదు.

ప్ర. 41

కర్మ సిద్ధాంతం శాస్త్రీయమైనదా?

అవును మరియు కాదు. మనం నివసిస్తూన్న ఈ ప్రపంచాన్ని శాసిస్తూన్న ఆధారసూత్రాలుగా, ఆధునిక విజ్ఞానం కనుగొన్న పలు ప్రకృతి సిద్ధాంతాల్లాంటిదే కర్మ సిద్ధాంతం (ఒక్కొక్క చర్యకూ సమానమైన దానికి సంబంధించిన ప్రతి చర్య ఉంటుంది) అన్నంత వరకు 'అవును.' ఇందులో చైతన్యం, స్వేచ్ఛాసంకల్పం మొదలైన విజ్ఞాన ప్రాంగణానికి అవతలి, సరిచూడలేని కొలమానాలు చోటుచేసుకోవడం వల్ల 'కాదు.'

మైక్రోస్కోపిక్ లెవెల్ అత్యంత సూక్ష్మస్థాయినుంచి మాక్రోస్కోపిక్ అత్యంత పెద్దయిన బ్రహ్మాండస్థాయి వరకు ప్రకృతిలో కొన్ని నియమాలకు, సూత్రాలకు కట్టుబడి స్పందనలు – ప్రతిస్పందనలు జరుగుతూ ఉంటాయని విజ్ఞానశాస్త్రం కనుగొన్నది. నిజానికి ప్రకృతి సిద్ధాంతాల అధ్యయనం అమలు చేసి చూడడమే క్లాసికల్ ఫిజిక్స్ శాస్త్రీయ భౌతిక శాస్త్రం చేస్తూన్నపని. మొత్తం ప్రకృతిని కొన్ని సిద్ధాంతాలు కట్టడి చేస్తున్నప్పుడు, మానవులు మాత్రం ఆ సిద్ధాంతానికి మినహాయింపు అని చెప్పడం ప్రస్ఫుటంగా అశాస్త్రీయం కాదా? జడపదార్థాలకు లేని చైతన్యం, స్వేచ్ఛా సంకల్పం లాంటి సూక్ష్మశక్తులు మానవులు కలిగి ఉండడం నిజమే. దానిని నిక్కచ్చిగా తెలుసుకోవడం, వివరించడం క్లాసికల్ ఫిజిక్స్ శక్తికి మించినవి. అయినప్పటికీ, ఆ ఫినామినన్‌ను విధానాన్ని క్లాసికల్ ఫిజిక్స్ వివరించలేక పోయినంతమాత్రాన ఆ విధానం అసలు లేదనిగానీ, అశాస్త్రీయమని గానీ చెప్పగలమా? చైతన్యం కాదనలేని వాస్తవం. మనం అనుభవిస్తూన్న వాస్తవం అది. చైతన్యంతో ఉన్నారు గనకే దానిని నిరాకరించగలుగుతున్నారు.

వాస్తవంలో ఉన్నవాటిని ఉన్నట్టుగా తెలుసుకునేదే విజ్ఞానం. మామిడి విత్తనం వేస్తే అందులోంచి మామిడి చెట్టే మొలుస్తుంది. ఇది సైంటిఫిక్ శాస్త్రీయం. కర్మసిద్ధాంతం కూడా మనం విత్తినదే ఊర్పిడిచేయ గలుగుతాం అని చెబుతుంది. అందువల్ల కర్మసిద్ధాంతం శాస్త్రీయమైనది; సైన్సుకు మించినది కూడా. ఎందుకంటే, ఏదో ఒక అదృశ్యశక్తి ఉండి నడిపిస్తే తప్ప, ఒక చిన్నవిత్తనం బ్రహ్మాండమైన వృక్షంగా ఎలా పెరగ గలుగుతుంది అని అర్థం చేసుకోవడం చాలా కష్టం. సైన్సు పరిమితులు సైన్సుకు ఉన్నాయి. ఒక విషయాన్ని సైన్సు నిరూపించలేనంతమాత్రాన అది నిజంకాదని చెప్పలేము. జీవితాంతం నూతిలో గడిపేస్తూ నూతికి వెలుపల ఏమీ లేదని భావించే నూతిలోని కప్పల్లాంటి వాళ్ళం మనం. మనలో వేళ్ళు తన్నిన మనమే ఈ విశ్వానికి కేంద్రం అన్న అహంభావం నుంచి ఇది పుట్టుకువస్తుంది.

మన పరిమిత అనిర్దుష్ట ఇంద్రియాలతో, భగవంతుని నిర్దుష్టమైన సృష్టినీ, దానిని నడిపే సర్వోన్నత పరిపూర్ణ సిద్ధాంతాలనూ అర్థం చేసుకోజాలము.

ప్ర. 42

కర్మకాండల అవసరం ఏమిటి? దేవుణ్ణి తలుచుకుంటే చాలదా?

దేవుణ్ణి స్మరించుకుంటూ కృతజ్ఞతలు తెలియజేయడానికి 'బాహ్యమార్గాలు' క్రతువులు. మన చైతన్యాన్ని సర్వోన్నంతో కలిపే వాహికలు, మాధ్యమాలు అవి.

ఒక వ్యక్తి మనతో, 'నిన్ను నేను ప్రేమిస్తున్నాను. నిన్ను నేను ప్రేమిస్తున్నాను', అని చెబుతూ ఒక చోట ఏమీచేయకుండా కూర్చున్నాడనుకుందాం. అతణ్ణి గ్లాసెడు నీళ్ళడిగితే 'ఇవ్వను' అని కూర్చుని, మనల్ని ప్రేమిస్తున్నానని చెబుతున్నాడంటే అది కపటనాటకమే కదా? తప్పకుండా నటనే అవుతుంది. మనకు ఒకరి పట్ల ప్రేమ ఉన్నప్పుడు దానిని చర్యల ద్వారా ఎందుకు వ్యక్తం చేయకూడదు? చేతలు మాటలకన్నా గట్టిగా, ఆలోచనలకన్నా మరీ గట్టిగా మాట్లాడతాయి.

కర్మకాండలపట్ల విసుగు లేదా అనుమానం కలిగినప్పుడు, అవి కేవలం మతానికి మాత్రమే పరిమితమైనవికావని గ్రహించాలి, జీవితంలోని సకల రంగాలకూ విస్తరించి ఉన్నాయి. రెండు ఉదాహరణలను చూద్దాం:

1. మనం ఒక అపరిచితుణ్ణి కలుసుకున్నప్పుడు, చేయి అందించి, 'మిమ్మల్ని కలుసుకోవడం చాలా సంతోషం కలిగిస్తోంది' అన్నామంటే మనకు అతనిపట్లగల గౌరవాదరాలను అతడు గుర్తించేలా చేస్తుంది.
2. పుట్టినరోజు సందర్భంగా కొవ్వొత్తులు వెలిగించడం, కేక్ కట్‌చేయడం ఆ వేడుకకు, ఆనందోత్సాహాలకు, ఉత్తేజాన్ని తీసుకువస్తాయి.

చాలా మంది క్యాండిల్ బ్లోయింగ్ లేకపోతే పుట్టినరోజు వేడుకను వెలితిగా భావిస్తారు. దానికీ, పుట్టినరోజుకూ ఎలాంటి అంతర్గత సంబంధం లేకపోయినప్పటికీ, అది లేకుండా అసంపూర్తిగా ఫీలవుతారు. ఒక తంతు అంతర్గతంగా, ఆ సందర్భానికి సంబంధం కలిగిఉన్నట్టయితే, అది మరెంత ముఖ్యమవుతుందోచూడండి. ఉదాహరణకు పవిత్ర స్థలాలలో తలవంచి నమస్కరించడం, మోకాళ్ళపై కూర్చుని నమస్కరించడం, ధ్యానించడం, దైవం సమక్షంలో మన విధేయతను, వినయాన్ని వ్యక్తపరచే కృత్యాలుగా ఉంటున్నాయి. వాలుకుర్చీలో కూర్చుని, అరచేతికి ముఖాన్ని ఆనించుకుని చేస్తే ఆ ప్రగాఢ వినయాన్ని అనుభవించగలమా? అనుభవించలేము.

అగరువత్తులు వెలిగించి పువ్వులు సమర్పించి లేదా కొవ్వొత్తులు వెలిగించినప్పుడు, మామూలుగా గదిలో దైవస్మరణ చేస్తున్నట్టు కూర్చున్నప్పటికన్నా మనం దేవుడి గురించిన మరింత స్పృహతో ఉండితీరుతాం.

అందువల్ల, బాహ్య కృత్యానికి అంతర్గత సారంతో ఉన్న సంబంధం ఏమిటి అంటే జంట సంబంధం ఉంది: సారాన్ని వ్యక్తపరచడానికీ, అనుభవించడానికీ బాహ్యకృత్యాలు మార్గాలుగా ఉంటున్నాయి. చేతులు జతచేయడం సాదర స్వాగతసారాన్ని వ్యక్తపరచడానికి సాయపడుతుంది. క్యాండిల్ బ్లోయింగ్ సంతోషాన్ని వ్యక్తీకరిస్తుంది. తలవంచి నమస్కరించడం వినయసారాన్ని వ్యక్తీకరించడానికీ, అనుభవించడానికీ రెండిటికీ సాయపడుతుంది.

ఇప్పుడు మరొక కృత్యాన్ని పరిశీలిద్దాం: భగవన్నామాన్ని మళ్ళీ మళ్ళీ జపించడం - ప్రపంచంలోని మత జ్ఞాన - సంప్రదాయాలన్నీ కూడా భగవంతుడు తన పవిత్ర నామాల ద్వారా తన అస్తిత్వాన్ని మన మీదికి విస్తరిస్తాడని చాటుతున్నాయి. భగవద్భక్తులకు, భగవాన్నామాన్ని జపించడం ఆయనపట్ల తమ భక్తిని వ్యక్తపరచే క్రతువుగా భావిస్తారు. ఇంకా అంతభక్తి లేనివారు ఆ భక్తిని అనుభవించే క్రతువుగా ఆచరిస్తారు. కేవలం భగవాన్నామాన్ని బాహ్యంగా రోజూ జపించడం వదిలి, మనసులో మాత్రమే చేసేవారికి అలాంటి అనుభవం కలగదు. భగవంతుని అంతర్గతంగా

మాత్రమే ధ్యానించే వారి ప్రయత్నాలు తమను తాము మెచ్చుకునే భ్రమలుగానే మిగిలిపోతాయి.

నిజాయితీగా చెప్పాలంటే బాహ్యంగా కొన్ని ఆధ్యాత్మిక అభ్యాసాలు నిండుమనసుతో చేయకుండా, అంతర్గరతంగా భగవంతుని ధ్యానించడం అన్నది చాలా కష్టమైన కార్యం. మొదట శరీరాన్ని అందులో ఉపయోగిస్తే, హృదయం అనుసరిస్తుంది. బాహ్యప్రయత్నం లేకుండా అది జరగదు.

కొందరు ఎందుకు క్రతువులను మొత్తంగా వదిలివేయాలనుకుంటారు?

తరచుగా, నిజమైన భక్తిశ్రద్ధలు లేకుండా ఆడంబరం కోసం జరిపే క్రతువులను చూడడం వల్ల, ఇవాళ్టిరోజుల్లో బాహ్యసంప్రదాయాలు ఖాళీ బుల్లెట్‌ల లాగా తయారయ్యాయి. నానా హంగామా తప్ప ఫలితం కనిపించడం లేదు. సారం లేకుండా పోయింది. అయినా, క్రతువులను పూర్తిగా కొట్టివేయడం అన్నది సాధారణంగా ప్రతికూల ఫలితాలను తీసుకువస్తుంది, సారం అందుకోవడాన్ని కేవలం భావనామాత్రంగా లేదా పై పై మెరుగుల స్థాయికి తగ్గిస్తుంది.

మామూలుగా మనుషులు తరచూ క్రతువుల్లో పాల్గొనడానికి ఇష్టపడరు. తమకు వాటి అవసరం లేదుగనక, దేవుణ్ణి మనసుల్లో తలుచుకుంటే చాలుకదా అని సాకులు చెబుతూ ఉంటారు. (నిరంతరం అలజడులతో, వికర్షణలతో సతమతమవుతూ మన నియంత్రణలోలేని మనసుల్లో దేవుణ్ణి తలుచుకోవడం అంత సులభమైన పనికాదు.)

మరి సారాన్ని ఎలా చేరగలం, పరిస్థితిని చక్కబరుచుకోవడం ఎలా? దానిని గురించి మనకు మనం బోధించుకోవడం ద్వారా తెలుసుకోవడం ద్వారా:

1. అసలు సారం ఏది?
2. సారానికీ క్రతువుకూ మధ్యవున్న సంబంధం ఏమిటి?
3. క్రతవును సారంతో అనుసంధానం చేసే సిద్ధాంతాలు మెళకువలు, ఉపాయాలు ఏవి?

ఇలాంటి క్రమబద్ధమైన విద్యతో, మనం – త్వరలో మనహృదయ పూర్వక

భక్తి సారానికి మారుపేర్లే, మరోనామాలే బాహ్య సంప్రదాయాలు, ఆచారాలు అన్న వాస్తవం అనుభవంలోకి వస్తుంది.

భగవంతుణ్ణి నిరంతరం హృదయంలో స్మరించడం ప్రధానమైన లక్ష్యం. అయితే, బాహ్యకృత్యాలను అనుసరించకుండా, ఆచరించకుండా ఆ స్థాయిని చేరుకున్నామని, చేరనున్నామని ఎవరైనా చెబుతున్నారంటే అది వారి అజ్ఞానం. చదవకుండానే పిహెచ్‌డి డిగ్రీ సాధించామని చెప్పుకోవడం లాంటిది అది.

అందువల్ల, మనహృదయాల్లోకి చూసి క్రతువులను ఎందుకు తప్పించడానికి చూస్తున్నామని పరిశీలించాలి. ఉదాసీనత వల్లా, వాటి పట్ల అభిరుచి లేకపోవడం వల్లా అని తెలుసుకోవాలి. మన బద్ధకం కారణమా? విసుగు కలిగించడమా? అన్న ప్రశ్నలలో ఏమైనా ఒకదానికి 'అవును' అన్నట్టయితే ఆ మనస్తత్వాన్ని సరిదిద్దుకోవడానికి ప్రయత్నించడం మంచిది. ఎందుకంటే, మన మేధస్సుతో సహా మనకున్న వాటినంతా ప్రసాదించిన భగవంతుడికి 'కృతజ్ఞతలు' చెప్పడానికి కూడా కర్మకాండలు ఒక మార్గం. మనల్ని ఆయనతో అనుసంధానం చేయడానికి బదులు, మనమేధస్సును ఆయనను సేవించే పవిత్ర కర్మకాండల శాస్త్రాన్ని కాదనడానికి ఉపయోగించుకుంటున్నాం.

ప్రేమించడం అంటే సేవించడం. మన హృదయాలలో నిజంగా భగవంతుని ప్రేమిస్తున్నాము అంటే దానిని సేవల (బాహ్యకృత్యాల) ద్వారా వ్యక్తపరచి తీరాలి.

ప్ర. 43

దేవుడు ఉన్నట్టయితే, మనం ఎందుకు చూడలేకపోతున్నాం?

ఒనమందరం దేవుణ్ణి చూడవచ్చు. అయితే, అందుకు తగ్గ పరికరం, పద్ధతి అవసరం. ఆకాశంలోని గ్రహాలను చూడడానికి ఒక టెలిస్కోప్ అవసరమయినట్టు.

నూనె గింజలలో నూనెవుంది. అయితే, మనం దానిని మన కళ్ళతో చూడగలమా? చూడలేము!

చెరుకులో చక్కెర ఉంది. అయితే, దానిని మనం మన కళ్ళతో చూడగలమా? చూడలేము.

పాలలో నెయ్యి ఉంది. అయితే, ప్రస్తుతం మనకున్న చూపుతో నెయ్యిని చూడగలమా? చూడలేము.

అయితే, నిర్దిష్టంగా కొన్ని ప్రక్రియల ద్వారా వీటిని చూడవచ్చు.

అదేవిధంగా, భగవంతుడు తన సృష్టిలో నిండి నిబిబిడీకృతమై ఉన్నాడు. ఒక ప్రక్రియద్వారా ఆయన్ను కూడా చూడవచ్చు. అయితే, భౌతిక విషయాలను చూసే విధానం, దేవుణ్ణి చూసే ప్రక్రియ భిన్నమైనవి. ఎందుకంటే భగవంతుడు ఆధ్యాత్మికం. ప్రస్తుతం మన నేత్రాలు భౌతికమైనవి. వీటితో ఆయన్ను చూడలేము. ఆయనకు అధోక్షజుడు – అంటే భౌతిక ఇంద్రియాలకు అతీతమైన వాడు అని అర్థం. భౌతిక ఇంద్రియాలతో చూడలేము.

ఉదాహరణకు విజ్ఞాన శాస్త్రంలోని మూడు ప్రధాన విభాగాలైన భౌతికశాస్త్రం, రసాయనిక శాస్త్రం, జీవశాస్త్రం అనే వాటినే తీసుకుందాం.

1. భౌతికశాస్త్రం: ఒక టేబుల్ మూలను కొలవడానికి మనం వెర్నియర్ కాలిపర్స్‌ను ఉపయోగిస్తాం.
2. రసాయనికశాస్త్రం: ఒక పదార్థంలోని ఆమ్ల స్వభావాన్ని లేదా ఆల్కలినిటీ చెక్‌చేయడానికి లిట్మస్ పేపర్ ను ఉపయోగిస్తాం.
3. జీవశాస్త్రం: సూక్ష్మజీవులను చూడడానికి మైక్రోస్కోప్‌ను ఉపయోగిస్తాం.

ఇప్పుడు, ఒక పదార్థం ఆమ్ల స్వభావాన్ని చెక్ చేయడానికి మైక్రోస్కోప్‌ను ఉపయోగించగలమా? ఉపయోగించలేము!

టేబుల్ మూలను కొలవడానికి లిట్మస్ పేపర్ ఉపయోగించగలమా? వీలుపడదు!

సూక్ష్మజీవులను చూడడానికి వెర్నియర్ కాలిపర్స్‌ను ఉపయోగించగలమా? సాధ్యంకాదు.

ఆ విధంగా భౌతికశాస్త్రంలో సైతం పద్ధతులను, పరికరాలను ఒకదానికి మరొకటి పరస్పరం మార్చలేము. అలాంటప్పుడు భౌతిక శాస్త్రంలోని ఒక దానిని తీసుకుపోయి– ఆధ్యాత్మికమూ, లేదా అభౌతికమూ అయిన దానిని అర్థం చేసుకోవడానికి ఎలా ఉపయోగించగలం? దేవుణ్ణి చూడడానికి ఉపయోగించే పరికరం, పద్ధతి భిన్నంగా ఉండాలి.

ఆ పరికరం ఏది?

ప్రేమ పూరిత నేత్రాలు.

బ్రహ్మ సంహిత (5.38) లో బ్రహ్మదేవుడు ఇలా అంటాడు:

ప్రేమాంజన –చ్ఛురిత – భక్తి విలోచనేన

'తమ కళ్ళకు ప్రేమ కాటుక పెట్టుకున్న వారెవరైనా సరే
ఆయన్ను ప్రతిచోటా చూడగలుగుతారు.'

ఆ ప్రేమను పెంచుకునే పద్ధతి ఏమిటి?

భగవద్గీత (18.55) లో కృష్ణభగవానుడు దీనిని స్వయంగా వివరించాడు:

భక్త్యామామ్ అభిజానాతి
యవాన్ యశ్చాస్మి తత్వతః
తతోమామ్ తత్వతో జ్ఞాత్వా
విశతే తద్ అనంతరమ్

'భక్తి సేవల ద్వారా మాత్రమే నన్ను, సర్వోన్నత భగవంతునిగా అర్థం చేసుకోగలరు. అటువంటి భక్తితో నన్ను గురించిన పరిపూర్ణ చైతన్యం కలిగినప్పుడు నా రాజ్యంలో ప్రవేశించగలుగుతారు!'

ఇక్కడ ఆయన భక్తియోగం ఒక్కటే ఆయన్ను తెలుసుకోవడానికి, చూడడానికి సరైన మార్గం అని స్పష్టంగా సూచిస్తున్నాడు. కర్మ, ధ్యానం, జ్ఞానం కావు. భక్తి ఒక్కటే మార్గం.

భక్తి లేదా భక్తి సేవలు, భగవాన్నామ పారాయణం, శ్రవణం, జపం. భగవద్గీత, శ్రీమద్భాగవతం, రామాయణం, మహాభారతం మొదలైన పవిత్ర గ్రంథాల నుంచి ఆయన కీర్తి ప్రతిష్ఠలను ఆలకించడం, చదవడం వంటి ప్రక్రియల ద్వారా ప్రారంభమవుతుంది. ఈ కార్యకలాపాలలో పాల్గొనడం ద్వారా మనం మన ఇంద్రియాలను ఆధ్యాత్మికం చేస్తాం. అప్పుడు ఇంద్రియాలకు ఆయన్ను దర్శించే అర్హత సిద్ధిస్తుంది.

భక్తిసేవలు అందించకుండా ఆయన దరిచేరడం అసాధ్యం. మనం ఒక గొప్పవ్యక్తిని చూడాలనుకున్నప్పుడు, ఆ కోరిక మనకు మాత్రమే ఉంటే చాలదు. ఆ గొప్ప వ్యక్తి మనల్ని చూడడానికి అంగీకరించాలి.

ఉదాహరణకు, దేశ ప్రధానమంత్రిని వ్యక్తిగతంగా కలుసుకోవాలనుకుంటే, సరే, మన కోరిక బావుంది. అయితే, అంతకన్నా ముఖ్యం మనల్ని కలవడానికి ప్రధానమంత్రి సుముఖత చూపడం. ఆయన్ను కలిసే అర్హత మనకు ఉంటే రమ్మని కలుస్తారు.

జిమ్మీ కార్టర్ అమెరికా ముప్పై తొమ్మిదవ అధ్యక్షుడు. ఆయన అధ్యక్షుడిగా ఎన్నుకోబడ్డాక, తన ఎలక్షన్ కవరేజ్ ఎలా జరిగిందో చూద్దామని వార్తాపత్రికలను తిరగేస్తున్నాడు. ఒక వార్తపత్రికలోని ఒక ఛాయాచిత్రం ఆయన దృష్టిని ఆకర్షించింది. హరేకృష్ణ భక్త బృందంలో కొందరు వీధిలో

కీర్తనలు పాడుతున్నారు. వారిలో ఒక వ్యక్తి సివిలియన్ ఉడుపులతో 'ఓట్ ఫర్ జిమ్మీ కార్టర్' అనే బోర్డును చేతిలో పట్టుకుని ఉన్నాడు. అధ్యక్షుడికి అది ఎంతో ఆసక్తిని కలిగించింది. ఆ వ్యక్తితో కలిసి మరునాడే వైట్‌హౌస్‌లో లంచ్ తీసుకోవాలని నిర్ణయించి, ఆ విషయం తన సిబ్బందికి చెప్పాడు.

ఆ వ్యక్తి ఎవరో ఎవరికీ తెలియదు. అయినా, కనగొనడం కష్టమేమీ కాదు. మరునాడే ఆ వ్యక్తి వైట్‌హౌస్‌లో అమెరికా అధ్యక్షుడి పక్కన కూర్చుని ఆయనతోపాటు లంచ్ తీసుకున్నాడు. అదే, ఆ వ్యక్తి తానుగా ప్రెసిడెంట్‌ను కలుసుకోవాలనుకుంటే అంత సులభంగా జరిగేపనేనా? జరగకపోయే అవకాశమే ఎక్కువ. అయితే, అధ్యక్షుడే తలుచుకున్నప్పుడు వెంటనే సులభంగా జరిగిపోయింది.

అధ్యక్షుడు ఎందుకు అతణ్ణి చూడాలనుకున్నాడు? ఆ వ్యక్తి అందించిన సేవ అధ్యక్షుడికి సంతోషం కలిగించడం వల్ల. అదే విధంగా మనం చేసే భక్తి సేవలు దేవుడికి ఆనందం కలిగించినట్టయితే ఆయన మనకు దర్శనమిస్తాడు. ఆయన తన ప్రియ సంకల్పానుసారం కోరుకుంటేనే మనం దర్శించగలము. మనకు ఇష్టమైనప్పుడు ఉదయించమని సూర్యుణ్ణి నిర్బంధించలేము కదా. అలాంటిదే ఇది కూడా. సూర్యుడు తను విధించుకున్న నియతి ప్రకారం తన ఇష్టానుసారం కనిపిస్తాడు.

మనం ఆధ్యాత్మిక ప్రపంచంలోకి చొచ్చుకుపోలేమని మనం ఎల్లప్పుడూ గుర్తుంచుకోవాలి. అందుకు మనం మనల్ని అర్హులుగా చేసుకోవాలి. అర్హత పెంపొందించుకోవాలి. ఆహ్వానంతోనే ప్రవేశించాలి. అందువల్ల, ఆయన భక్తి సేవల్లో నిమగ్నమవ్వాలి. ఆయన సంతసించిన రోజు దర్శనమిస్తాడు.

చరిత్రలో అతిగొప్ప సాధువులలో ఒకరైన శ్రీల భక్తి సిద్ధాంత ఠాకూర్ ఇలా సెలవిచ్చారు: దేవుణ్ణి చూడాలని ప్రయత్నించకండి. ఆయన మిమ్మల్ని చూడాలనుకునే రీతిలో ఆయన్ను సేవించడానికి ప్రయత్నించండి.!

మనం ఆయన్ను చూడాలనుకున్నప్పుడు, ఎన్నో ఆటంకాలు ఉంటాయి. అయితే, ఆయన మనల్ని చూడాలనుకున్నప్పుడు ఆయన్ను ఆపగలవారెవరు?

ప్ర. 44

పునర్జన్మలకు రుజువు ఉందా?

ఉంది. పునర్జన్మలకు బోలెడన్ని రుజువులు ఉన్నాయి.

మనకు మూడు శరీరాలు ఉన్నాయి:

1. స్థూల శరీరం లేదా మనమందరం చూస్తున్న బాహ్యశరీరం.
2. సూక్ష్మశరీరం – మనసు, బుద్ధి, అహంకారం వంటి సూక్ష్మశక్తులతో కూడుకున్నది.
3. ఆత్మ లేదా ఆధ్యాత్మిక శరీరం – శరీరంలో కొలువున్నది.

మరణసమయంలో, ఆత్మ సూక్ష్మశరీరంతో పాటు ప్రస్తుత శరీరాన్ని వదిలి తరవాతి శరీరంలోకి ప్రవేశిస్తుంది. అదే సూక్ష్మశరీరం తరవాతి జీవితంలోకి వెళ్ళడం కారణంగా దానికి సంబంధించిన నైపుణ్యాలు, భయాలు, జ్ఞాపకాలు – ఈ జన్మనుంచి తరవాతి జన్మకు తీసుకువెళ్ళడం జరుగుతుంది. వాటితో పాటు ఆత్మకు సంబంధించిన భక్తి అనుభవాలు కూడా వెంట వెళ్ళడం జరుగుతుంది. సూక్ష్మశరీరానికి సంబంధించిన జ్ఞాపకాలు మరుజన్మలో ఎంతవరకు ఉంటాయి? అసలు ఉంటాయా, ఉండవా? అన్నది ఆయా కార్యకలాపాలు మనసుపై ఏర్పరచిన ముద్రల, వాసనల స్థాయిని బట్టి ఉంటుంది.

పునర్జన్మలు ఉన్నాయని సూచించే కొన్ని ఉదాహరణలను ఇక్కడ చూద్దాం:

- బాలమేధావులైన కొందరు పిల్లలు, తమ వయసుకు మించిన శక్తి సామర్థ్యాలను కలిగివుండడం వైద్య శాస్త్రానికి అంతుబట్టని ఒక

మర్మంగానే ఉంటున్నది. పట్టభద్రస్థాయి విద్యార్థులు సాల్వ్ చేయడానికి కష్టపడే క్లిష్టమైన కాలికులస్ ప్రాబ్లమ్స్‌ను ఐదేళ్ళ బిడ్డ సునాయాసంగా ఎలా సాల్వ్ చేయగలుగుతున్నది? ఎందుకంటే, గత జన్మలో గణితశాస్త్ర నైపుణ్యాలను పెంపొందించుకుని ఉండడం వల్ల.

- అమెరికాలోని సినాయ్ మెడికల్ రీసర్చ్ సెంటర్ కు చెందిన డాక్టర్ బ్రయన్ వియిస్ – నయం చేయలేని మానసిక సమస్యలు, ప్రధానంగా ఫోబియోస్ భయాలు గల పలువురికి నార్మల్ సైకోథెరపీ ద్వారా స్వస్థత సమకూర్చారు. వారిని హిప్నటైజ్ చేసి, పాస్ట్ లైఫ్ రిగ్రెషన్ ద్వారా వారినుంచి గతజన్మల అనుభవాలను రాబట్టి, వారి గతజన్మలలో అనుభవించిన బాధాకరమైన మరణాల నుంచే ఈ ఫోబియోలు భయాలు పుట్టుకువచ్చాయని కనుగొన్నాడు. గత జన్మలో ఏ బాధను అనుభవిస్తూ భయంతో ప్రాణాలు విడిచారో, ఈ జన్మలో ఆ భయంతోనే వణికి పోతున్నారని ఆయనకు తెలియవచ్చింది. ఉదాహరణకు నీళ్ళంటే భయపడేవారు గతజన్మలో నీళ్ళల్లో మునిగి ప్రాణాలు కోల్పోయినవారుగా కనిపించారు. రోగులు ఫోబియా భయకారణాన్ని తెలుసుకుని అర్థం చేసుకోగానే వారి భయాలు మటుమాయమయ్యాయి. లేదా చాలావరకు నాటకీయంగా తగ్గిపోయాయి. పునర్జన్మ నిజమని భావించని వారివద్ద– వీరి భయాలు తొలగిపోయి స్వస్థత సమకూరినందుకు ఎలాంటి వివరణా లభించదు.
- డా. ఇయాన్ స్టీవెన్సన్. ఈ విషయంగా ప్రగాఢ పరిశోధనలు జరిపి వేర్ రి ఇన్‌కార్నేషన్ అండ్ బయాలజీ ఇంటర్సెక్ట్ వంటి పుస్తకాలలో అసంఖ్యాక మైన గతజన్మజ్ఞాపకాలను నమోదు చేశారు. ప్రతిష్ఠాత్మక జర్నల్ ఆఫ్ ది అమెరికన్ మెడికల్ అసోసియేషన్, డా. స్టీవెన్సన్ పరిశోధనల నాణ్యతను గుర్తించి కొనియాడింది: '(డాక్టర్ స్టీవెన్సన్) ఎంతో శ్రమకు ఓర్చి భావోద్వేగం లేకుండా, మరే విధంగానూ అర్థం చేసుకోవడానికి ఎంతో కఠినమైన పునర్జన్మ సాక్ష్యాధారాలుగా వివరణాత్మక కేసులను చాలా సేకరించారు. ఆయన త్రోసిపుచ్చలేనంత ఉదాసీన పరచలేనంత ఎక్కువ సమాచారాన్ని రికార్డుచేశారు.'

బహుళమైన రుజువులను పరిగణనలోకి తీసుకుని ప్రముఖ రచయిత కోలిన్ వాట్సన్ ఇలా అనడంలో ఆశ్చర్యం లేదు: 'మరణం తరవాత జీవితం ఉందనడానికి సాక్ష్యాధారాలు కోకొల్లలుగా ఉన్నాయి. వాటిని త్రోసిపుచ్చడం అన్నది ఎవరెస్టు పర్వతం పాదాల చెంత నిలబడి పర్వతాన్ని చూడలేమని చెప్పడంలాంటిదే.'

ప్ర. 45

మంటల్లో ధాన్యం, నెయ్యిపోసే యజ్ఞాలు మూర్ఖంగా ధనం వృథా చేయడం కాదా?

మనకు అసలు విషయం తెలియనంతవరకే యజ్ఞాలు వృథా అనిపిస్తాయి. కృష్ణ భగవానుడు యజ్ఞం ప్రయోజనాన్ని భగవద్గీత (3.10)లో వివరిస్తాడు.

సహయజ్ఞాః ప్రజాః సృష్ట్వా
పురోవాచ ప్రజాపతిః
అనేన ప్రసవిష్యధ్వమ్
ఏష వోస్త్విష్ట కామధుఖ్

'సృష్టి ప్రారంభంలో బ్రహ్మదేవుడు యజ్ఞంతోపాటు మనుషులను సృష్టించి, "ఈ యజ్ఞం ద్వారా సంతోషం పొందండి. ఇది మీరు సంతోషంగా జీవించి మోక్షం సాధించడానికి అవసరమైనవాటిని ప్రసాదిస్తుంది' అని దీవించాడు." '

సర్వోన్నత భగవంతుడు, సృష్ట్యాదిలో ప్రపంచంలో మన ప్రాథమిక అవసరాలు సమకూర్చుకోవడానికి ఈ యజ్ఞ విధానాన్ని సృష్టించాడు. మనం యజ్ఞాలను చేసినట్టయితే, అందుకు ప్రతిఫలంగా జీవితావసరాలను అందుకుని ఈ లోకంలో సంతోషంగా జీవించగలం (పై శ్లోకంలో చెప్పిన విధంగా).

ఒక దేశంలో నివసిస్తున్నప్పుడు జాతీయ ప్రభుత్వం సమకూర్చే సదుపాయాలను అనుభవించడానికి పన్నులు చెల్లించే బాధ్యత మనకు ఉంటుంది. అదే విధంగా ఈ విశ్వంలో నివసిస్తున్నప్పుడు, ప్రకృతినుంచి అందుకుంటూన్న ప్రయోజనాలకు తగ్గవిధంగా భగవంతుడు నడుపుతూన్న కాస్మిక్ గవర్నమెంటుకు విశ్వప్రభుత్వానికి కాస్మిక్ టాక్సెస్ విశ్వమయపన్నులు చెల్లించవలసి ఉంటుంది. అది మనం పొందుతూన్న వాటికి కృతజ్ఞతలు తెలియజేయడం వంటిదిగానూ ఉంటుంది.

నేచర్ (15 మే, 1997) పత్రికలో వివరించినట్టు యేడాదికి మనుషులు తినే, తాగే, ఉపయోగించుకునే ఆహారం. నీరు, గాలి, కలప, లోహాలు, రాళ్ళు, చమురులు, నగలు మొదలైన వాటి ఖరీదును లెక్కగట్టినయితే, యేడాదికి దిమ్మతిరిగే 16 ట్రిలియన్ డాలర్ల నుంచి 54 ట్రిలియన్ డాలర్లు ప్రకృతికి చెల్లించవలసివుంటుంది.

నడుస్తూన్న సామాజిక సాంస్కృతిక స్థితిని బట్టి ఆర్థిక పరివర్తన మాధ్యమం మారుతూ ఉంటుంది. ఉదాహరణకు, వేదకాలం నాటి ఒక ప్రాచీనమానవుణ్ణి కాలం ద్వారా మన సమాజంలోకి తీసుకువచ్చినట్టయితే, కరెన్సీనోట్లు అని చెప్పుకునే కాగితాలకు మనం ఇచ్చే విలువను చూసి అతడు ఆశ్చర్యంతో దిగ్భ్రాంతి చెందగలడు. మన పరివర్తన మాధ్యమం మీడియం ఆఫ్ ఎక్స్ఛేంజ్- కరెన్సీనోట్లు - వేదకాలం నాటి మనిషికి అంతుబట్టని విధంగానే యజ్ఞాల రూపాలలో పవిత్రీకరించబడిన అగ్ని, శబ్దాల వైదిక అంతర్ విశ్వపరివర్తన మాధ్యమం -మనకు అవగతం కాదు. వివేకి అయిన వ్యక్తి మాధ్యమం మీద కాకుండా సిద్ధాంతం మీద దృష్టిని సారిస్తాడు. ఆధునిక సమాజం ధనార్జనకు మనకు-సమయం, శక్తి - అనే విలువైన వాటిని ఇస్తోంది. డబ్బును చెల్లించడం ద్వారా ముఖ్యమైన జీవితావసరాలను సమకూర్చుకుంటున్నాం. అదేవిధంగానే, వేదాలను అనుసరించేవారు విశ్వాధినేతకు సంతృప్తి కలిగించడానికి పవిత్రాగ్నిలో హవిస్సును సమర్పించి, ఆయన నుంచి ప్రకృతివరాలను అందుకుంటున్నారు.

పిండివంటల రుచి, తిన్నదానిని బట్టి తెలుస్తుంది. యజ్ఞాల సత్తా వాటి ఫలితంగా పెంపొందే సిరిసంపదల ద్వారా తెలుస్తుంది.పురాతన భారతదేశ సిరిసంపదలు జగత్ప్రసిద్ధం. మద్భాగవతం వంటి వైదిక సాహిత్యంతో పాటు,

'ది వండర్ దట్ వాస్ ఇండియా' గ్రంథకర్త ఎ.ఎల్. బాషం వంటి ప్రముఖ చరిత్రకారుల రచనల ద్వారా ఇది స్పష్టంగా తెలుస్తోంది. ఇవాళ ప్రపంచంలోనే అత్యంత సంపన్నమైన దేశం అమెరికా– నిజానికి, సంపన్న భారతదేశానికి నూతన సముద్ర మార్గాలు వెదుకుతూన్నప్పుడే కనగొనబడినది! మనం చెల్లించవలసిన మన కాస్మిక్‌టాక్స్ విశ్వమయపన్ను ప్రస్తుత కాలంలో చెల్లించకపోవడం కారణంగా జరుగుతూన్న గతి తప్పిన ప్రకృతి వనరుల సరఫరా ద్వారా విశ్వప్రభుత్వ సిద్ధాంతం తేటతెల్లమవుతోంది. మన కాస్మిక్‌టాక్స్ చెల్లించకపోవడం వల్లే కరువు కాటకాలనూ, వనరుల కొరతనూ తరచూ ఎదుర్కోవలసి వస్తోంది. మనం ఒక నగరంలో నివసిస్తూ కార్పొరేషన్‌కు చెల్లించవలసిన పన్నులు చెల్లించకపోయినట్టయితే నీటి సరఫరా, విద్యుత్ సరఫరా ఆపేయడం జరుగుతుంది. అదేవిధంగా, ప్రకృతి నుంచి కానుకలు పుచ్చుకుంటూ పైన కనబరచిన విశ్వవిధానాన్ని అనుసరించి మనం ఇవ్వవలసినవి ఇచ్చుకోకపోయిట్టయితే కానుకలు అందివ్వడం ఆగిపోతుంది.

అలాంటప్పుడు మనం ఏం చెయ్యాలి? ఏ ఏ యజ్ఞాలు చేయాలి? వాటిని చేయడానికి అర్హతగలవారు ఉన్నారా? అవును, ప్రస్తుతకాలంలో, యజ్ఞాలు చేయడం అంత సులభం కాదు. వాటిని చేయడానికి సాధనసామగ్రిని సమకూర్చుకోవడం చాలా ఖరీదుతో కూడుకున్న పని. యజ్ఞాలు చేయడానికి అర్హత గల పూజారులు, క్లిష్టమైన మంత్రాలను స్పష్టంగా ఉచ్చరించగల పండితులు మరీ అరుదుగా ఉంటారు. అందువల్ల వైదిక గ్రంథాలు – అగ్నితో చేసే యజ్ఞాలకన్నా సులభమైన చక్కని ఫలితాలనిచ్చే యజ్ఞాలను ప్రతిపాదించాయి. అవే భగవంతుడి పవిత్రనామాలను భక్తిశ్రద్ధలతో పారాయణం చేసే, కీర్తించే సంకీర్తన యజ్ఞాలు:

హరేకృష్ణ హరేకృష్ణ కృష్ణ కృష్ణ హరే హరే
హరేరామ హరేరామ రామ రామ హరే హరే

ఈ ఒక్క యజ్ఞం భక్తివిశ్వాసాలతోచేస్తే చాలు. భగవంతుడి పట్ల మనకున్న పన్ను బాధ్యతలను నెరవేర్చిన వారమవుతాము. ఎవరికీ, ఎప్పుడూ ఏ కొరతా ఉండదు. వనరుల కొరత రాదు.

ఈ యజ్ఞానికి ఖర్చు చేయవలసిన పనిలేదు. ఎలాంటి క్లిష్టమైన మంత్రాల అవసరమూ ఉండదు.

అందువల్ల, యజ్ఞాలు చేయడం డబ్బు వృథా చేయడం కాదు. మన బాధ్యతను నిర్వర్తించడం. మన కృతజ్ఞతలు తెలియజేసే చర్యలు. సర్వోన్నత కృష్ణ భగవానుడు రూపకల్పన చేసిన వ్యవస్థ ప్రకారం, ఉపదేవతలు మన జీవిత అవసరాలను నెరవేర్చుకోవడానికి, సరఫరా చేసే ప్రకృతి వరాలను అందుకున్న దానికి కృతజ్ఞతగా మనం నెరవేర్చవలసిన బాధ్యతలు.

ప్ర. 46

ఆధ్యాత్మికత ఒత్తిడి నుంచీ భయం నుంచీ విడిపించగలదా?

అవును. విడిపించగలదు.

కీయిత్ వార్డ్, తన 'ఈజ్ రిలిజియన్ డేంజెరస్' (మతం ప్రమాదకరమైనదా?) గ్రంథంలో ఇలా రాశాడు:

'దృఢమైన ఆధ్యాత్మిక పునాది గల మనుషులు మానసికంగా మరింత బలంగానూ; ఒత్తిడికీ, కోపతాపాలకూ తక్కువగా లోనవుతూ, నేరప్రవృత్తులకు దూరంగానూ ఉంటారు.'

మీరు అర్ధరాత్రివేళ వీధిలో ఒంటరిగా నడిచివెళుతున్నారనుకుందాం. హఠాత్తుగా భయంకరమైన మనిషి ఒకడు రావడం కంటబడితే హడలిపోతారు. వెన్నుపాములో భయం ప్రాకడం ఆరంభమవుతుంది. అప్పుడే తుపాకీ పట్టుకుని కాపలా పోలీసు పక్కనే నిలబడి ఉండడం చూడగానే, మీ భయం పటాపంచలై పోతుంది.

పరిస్థితి మన నియంత్రణలో లేదు, మన నియంత్రణకు అతీతమైనది అన్న భావన కలిగినప్పుడు భయాందోళనలు పుట్టుకువస్తాయి. అయితే, పరిస్థితులు మన నియంత్రణలో లేవు కాని దేవుడి నియంత్రణకు మించి ఎప్పుడూ ఉండవని ఆధ్యాత్మికత బోధిస్తుంది. ఇది మనకు నమ్మకాన్ని ఇస్తుంది. నమ్మకం కలిగి ఉన్నంతకాలం, నిలదొక్కుకుని నిలబడగలుగుతాం.

నిజానికి అత్యంత ముఖ్యమైన గ్రంథాలయిన భగవద్గీత, శ్రీమద్భాగవతం – అత్యంత విషాద సమయాల్లోనే ఆవిర్భవించాయి.

గొప్ప యుద్ధవీరుడైన అర్జునుడికి సందిగ్ధ పరిస్థితి ఎదురయింది. ఆయన తన బాధ్యతను నెరవేర్చలేక ఖిన్నుడై కూర్చున్నాడు. అటువంటి పరిస్థితిలో కృష్ణభగవానుణ్ణి తన గురువుగా భావించి శరణుపొందాడు. ఆవిధంగా భగవద్గీత ఆవిర్భవించింది. పరిస్థితులు విపత్కరంగా ఎదురైనప్పుడు ఏం చెయ్యాలి అన్న ఆధ్యాత్మికతలోని అతిముఖ్యమైన పాఠాన్ని అది మనకు బోధిస్తోంది. కృష్ణ భగవానుడి నుంచి గీతను విన్న అర్జునుడు విషాదం నుంచి బయటపడి తన పవిత్ర కర్తవ్యాన్ని నిర్వర్తించడానికి స్ఫూర్తిని పొందాడు.

పై ఉదంతంలో ఉన్న విధంగా, మనకు అందరికీ కూడా, మనం ఎవరుగా ఉన్నప్పటికీ- ఏక్షణంలోనైనా ఆర్థిక, కుటుంబ, సామాజిక, విద్య, వృత్తి లేదా శారీరక పరమైన సమస్యలు ఎదురుకావచ్చు. ఈ సమస్యలు - వాటిని గురించిన ఆలోచన సైతం - మనలో భయాన్ని రేకెత్తిస్తుంది. అయితే, మనం ఎల్లప్పుడూ భగవంతుని మన పక్కనే ఉన్నట్టూ, అవసరమైనప్పుడు మనల్ని రక్షించగలడనీ చూడగలిగినట్టయితే, మన భయాలు అణిగిపోతాయి. భగవద్గీత (5-29) భగవంతుడు సదా సర్వవేళలా మన హృదయాలలో కొలువుంటాడనీ, అయితే ఆయన్ను అక్కడ ఉన్నట్టు గ్రహించాలనుకుంటే మన భక్తి దృష్టిని సునిశితం చేసుకోవాలనీ చెబుతోంది. భగవంతుడి రక్షణా ఉనికిని గ్రహించడానికి రెండు సత్వర సమర్థవంతమైన మార్గాలు: ఆయన్ను ప్రార్థించడం. ఆయన పవిత్రనామాలను జపించడం. పారాయణం చేయడం.

ఒత్తిడి, భయాందోళనలు- అనియంత్రిత మనసు పరిస్థితులు. మన వైదిక విజ్ఞానం దీనికి సూచించే ఉత్తమ నివారణ: మంత్ర ధ్యానం. మంత్రం అంటే 'మనస్ త్రాయతే ఇతి మంత్రః' - మనసును విముక్తి చేసేదే మంత్రం. మనం మహా మంత్రం

హరే కృష్ణ హరే కృష్ణ కృష్ణ కృష్ణ హరే హరే
హరే రామ హరే రామ రామ రామ హరే హరే

జపిస్తూ, అదే సమయంలో దానిని వింటూ మంత్ర శబ్దం మీద ఏకాగ్రత చూపినప్పుడు, అది క్రమ క్రమంగా మనసును శాంతపరుస్తుంది. ఆ విధంగా మన ఒత్తిడి స్థాయిలు తగ్గుతాయి.

భయాన్ని అధిగమించడానికి మరోమార్గం ఆధ్యాత్మిక జ్ఞానంతో మనల్ని ప్రకాశింప జేసుకోవడం. మనం ఒక చీకటి గదిలోకి ప్రవేశించినప్పుడు అక్కడ ఏవేవి ఉంటాయో ఏమో అని భయపడతాం. లైటు వేసి వెలుతురు రాగానే ఆ భయాలు నిరాధారమైనవని గ్రహిస్తాం. అజ్ఞానమే అంధకారం. జ్ఞానమే వెలుగు. మనం ఆధ్యాతికంగా అంధులుగా ఉన్నప్పుడు జీవితం ఒక చీకటిగది వంటిది.భవిష్యత్తులో ఏవేవో చెడ్డవి జరుగుతాయని ఊహించుకుని భయభ్రాంతులకు లోనవుతాం. మన హృదయాలలోకి దివ్యజ్ఞాన ప్రకాశాన్ని ప్రవేశపెట్టగానే, జీవిత సత్యాలు తెలియవస్తాయి. సకల విషయాలు ఎలా నిర్దిష్టవిధానంలో జరుగుతాయి? వాటికి ఎలా మనం స్పందించాలి అని అర్థం చేసుకుంటాం. అలా ప్రకాశం పొందుతాం. వాస్తవికమైన ఆశలు, ఎదురుచూపులు ఉంటాయి. అందువల్ల ఒత్తిడిస్థాయిలు కూడా తగ్గిపోతాయి.

ప్ర. 47

పవిత్ర క్షేత్రాలు తక్కిన స్థలాల కన్నా ఎలా భిన్నమైనవి?

బృందావనం, ద్వారక, మధుర, జగన్నాధ్ పూరీ, తిరుపతి మొదలైన పుణ్యక్షేత్రాలు మిగతా స్థలాల లాగా భౌతిక వేదికల మీద మాత్రమే కాకుండా- సమాంతర సత్యాలుగా హయ్యర్ డైమెన్షనల్ స్పిరిచ్యువల్ ప్లేన్ ఉన్నత పరిమాణాల ఆధ్యాత్మిక భూమిక మీద వెలుగొందడం వల్ల ఆధ్యాత్మిక కేంద్రాలుగా పరిగణించబడు తున్నాయి.

భగవంతుడి నెలవు, పవిత్రమానవుల ఆవాసం ఈ రెండింటి వల్లే ఒక స్థలం పవిత్ర స్థలం అవుతుంది.

భగవంతుడు అడుగిడి తన లీలా వినోదాలను ప్రదర్శించిన, ఆయన పవిత్ర భక్తులు ఆయన భక్తి సేవలలో నిమగ్నులై తరించిన స్థలాలన్నీ పవిత్ర క్షేత్రాలే. అటువంటి స్థలాలలో భగవంతుడు తన ఉనికిని అనుభవించేలా చేశాడు. పవిత్ర మానవులు భక్తి ప్రపత్తులతో తమ భక్తి కార్యకలాపాలను నిర్వర్తించి, ఉన్నత స్థాయిల ఆధ్యాత్మిక నైర్మల్యాన్నీ, శక్తి వంతమైన ప్రకంపనలనూ ఆ పరిసరాలలో సృష్టించారు. ఆవిధంగా, ఈ స్థలాలను మన పాపకర్మలను హరించగల ఆధ్యాత్మికశక్తితో నింపారు. మనం ఈ క్షేత్రాలలో ఉన్నప్పుడు, ఆ శక్తిని పీల్చుకుని, మామూలు స్థలాలలో సాధించడానికి అనేక సంవత్సరాలు పట్టే గొప్ప ఆధ్యాత్మిక పరిణతినీ, ప్రగతినీ అనుభవించగలుగుతాం.

అయితే, ఇదంతా యాంత్రికం కాదు. అత్యంత గొప్ప శక్తి చుట్టూ ఉంటుంది. అయితే, దానిని పీల్చుకునే అంశం, శక్తి మనలో ఉండాలి. భగవంతుడి పవిత్రనామాలను జపించడం, నామసంకీర్తనం, భగవంతుడి కీర్తి విశేషాలను భగవద్గీత, శ్రీమద్భాగవతం వంటి పవిత్ర గ్రంథాలనుంచి వినడం మొదలైన భక్తి అభ్యాసాల ద్వారా అది సిద్ధిస్తుంది. ఈ పవిత్ర స్థలాలను పర్యాటక ప్రాంతాలుగా భావించి చాలామంది వినోదం కోసం అక్కడికి వెళ్ళి వస్తూ ఉంటారు. అలాంటి వారు అక్కడ ఉన్న కరుణాతరంగాలు అందుకోజాలరు. ఆధ్యాత్మిక ప్రగతికోసం, ఆధ్యాత్మిక పుణ్యసాముపార్జన కోసం భక్తి శ్రద్ధలతో సందర్శించే వారికే అది సాధ్యమవుతుంది. భగవదనుగ్రహం పొందగలుగుతారు.

పవిత్ర క్షేత్రాలకు యాత్రచేయడం భారతీయ సంస్కృతిలో ముఖ్యమైన అంతర్భాగం. యావత్ ప్రపంచం ఆధ్యాత్మికత కోసం, మన ఆధ్యాత్మిక ప్రాముఖ్యతను అర్థం చేసుకోవడానికి భారత దేశం వైపు ఆకర్షింపబడుతోంది. యేటా మొత్తం ప్రపంచం నుంచి లక్ష లాదిమంది భారతదేశంలోని పవిత్ర క్షేత్రాలను సందర్శిస్తున్నారు.

ప్ర. 48

దీపావళి ప్రాముఖ్యత ఏమిటి?

కాలం గడిచే కొద్దీ, మనలో చాలామంది, యేటా మన దేశంలో జరుపుకుంటూన్న అసంఖ్యాక పవిత్ర సందర్భాల గురించీ, పర్వదినాల గురించీ, క్రతువుల గురించీ, వాటి వెనకవున్న అంతరార్థాల గురించీ మరిచి పోతున్నాం. ఏదైనా ఒక దాన్ని జరుపుకోవడానికి రెండు విషయాలు అవసరమవుతాయి: ప్రోత్సాహం; జ్ఞాన సముపార్జనం.

జ్ఞాన సముపార్జనం లేకుండా ప్రోత్సాహం ఉన్నా, జ్ఞాన సముపార్జనం ఉండి ప్రోత్సాహం లేకపోయినా, ఆ విషయాలు అట్టే కాలం కొనసాగవు.

మనలో చాలా మంది, దీపావళి వెనక ఉన్న కారణం తెలియకుండానే దానిని జరుపుకుంటూ ఉంటాం. లేదా ఏదో కొద్దిపాటి తెలిసిఉన్నప్పటికీ, దాని వెనక ఉన్న అంతరార్థం, స్ఫూర్తి పట్ల ఎరుక ఉండదు.మనలో చాలామంది ఈ సందర్భాన్ని బాణాసంచా పేల్చడానికీ, స్వీట్స్ పంచడానికీ, నూతన వస్త్రాలు కొనడానికీ, సంపదకోసం లక్ష్మీదేవిని పూజించడానికీ మాత్రమే ఉపయోగించు కుంటున్నాం. వేడుకలకు వెనక ఉన్న అసలు కారణం ఎవరికీ గుర్తుండదు. అంతకన్నా ఘోరం కొందరు దీనిని దీపావళి పార్టీలు, పేకాటలు మొదలైన వినోదాలకు వినియోగించుకోవడం. ఈ కార్యకలాపాలకూ – దీపావళికీ లేదా శ్రీరాముడికీ సంబంధం ఏమిటా అని ఆశ్చర్యం కలుగుతుంది.

అటువంటి పవిత్రమైన రోజులను సైతం మన సొంత ఉద్దేశాలకు, ఆశలకు నప్పేవిధంగా ఉపయోగించుకోవడానికి వెనుకాడనంతగా మనలో స్వార్థం లోతుగా వేళ్ళూనుకుపోయింది. ఆ రోజులు అపార కరుణతో

నిండినవి. మిగతా అన్నింటినీ వదిలిపెట్టి భగవధ్యానంలో మునిగి దివ్యకరుణను అందుకోవలసిన తరుణాలు. దురదృష్టవశాత్తు, కాలగమనంలో అసలు సారం అంతరించి పోయింది.

భారతీయ పంచాంగంలో చాలా ముఖ్యమైన పండుగలలో ఒకటి దీపావళి. లక్ష్మీదేవి, ధన్వంతరి (ఆయుర్వేద దేవుడు) ఆవిర్భావాల వంటి అనేక శుభకర చారిత్రక ఘట్టాల జ్ఞాపకాలు ఈ పురాతన పర్వదినానికి మరింత విలువను సమకూరుస్తున్నాయి.

ఇదే రోజున, వనవాసానంతరం నగరానికి తిరిగివచ్చిన శ్రీరాముడికి అయోధ్య ప్రజలు అమితోత్సాహంతో స్వాగతం పలికారు. మంధర, కైకేయి కుట్రకారణంగా, శ్రీరాముడు అరణ్యవాసానికి వెళ్ళినప్పుడు అయోధ్య దయ్యాల నగరంగా ఎలామారిపోయిందో రామాయణం వివరిస్తుంది. నగర ప్రజలు, ఎడబాటువల్ల పద్నాలుగు సంవత్సరాలు దుఃఖసాగరంలో మునిగిపోయారు. శ్రీరాముడు తిరిగివచ్చినప్పుడు, వారి హృదయాలలోని కోరిక నెరవేరింది. ఈ ఆనందకర పునరాగమన దివ్య సందర్భాన్ని తమ గృహాలను దీపాల వెలుగుతో నింపి కొనియాడారు, దీపాలను వరుసలు వరుసలుగా (ఆవళి) వెలిగించారు. అందువల్ల దీపావళి అనే పేరు వచ్చింది.

చారిత్రక వాస్తవంగా ఉండడంతోపాటు, ఈ పర్వదినానికి మనజీవితాలలో ఎంతో ప్రాముఖ్యత ఉంది. ఆయోధ్య మన హృదయం అనుకుంటే శ్రీరాముడు మన హృదయాధినేత-మన అందరి ప్రేమాభిమానాలకూ పాత్రుడైన సర్వోన్నతుడు.

దురదృష్టవశాత్తు కొన్ని సరైనవి కాని అభిప్రాయాలు, అపార్థాల కారణంగా మనం కూడా భగవంతుణ్ణి మనహృదయాలనుంచి వేలివేసేశాం. శ్రీరాముడు అరణ్యవాసానికి వెళ్ళగానే అయోధ్య దయ్యాల నగరంగా మారిపోయినట్టు, మన మనసులు కూడా భయాందోళనలు, విసుగు, ఒంటరితనం, ఒత్తిడి, కుంగుబాటు, పక్షపాతం, అసూయ, కోపం, ద్వేషం మొదలైన రాక్షస భావాలతో నిండిపోయాయి. అయోధ్యనగర పౌరుల జీవితాల్లాగే మన జీవితాలను కూడా శూన్యత, నిస్పృహలు ఆవరించాయి.

అయితే, మనకూ, అయోధ్య పౌరులకూ మధ్య ఒక తేడా ఉంది. తమ విషాదానికి కారణం శ్రీరాముడి ఎడబాటు అని వాళ్ళకు స్పష్టంగా తెలుసు.

అయితే, మన బాధలకు, కష్టాలకు మూలకారణం ఏమిటి అన్నది మనకు తెలియదు. లేదా అతి నెమ్మదిగా దానిని గుర్తిస్తాం. సంపదలు, వినోదాలు, కీర్తి ప్రతిష్ఠలు, అధికారం, పదవి లాంటి లౌకిక లక్ష్యాలను చేరుకోవడానికి చేసే ప్రయత్నాల వేగాన్ని పెంచి, మన జీవిత అస్తిత్వ శూన్యతను దాచడానికి, మరిచిపోవడానికి చూస్తూ ఉంటాం. అయితే, ఈ మిథ్యా ప్రత్యామ్నాయాలు కేవలం తాత్కాలిక ఆనందాన్ని మాత్రేమే అందించగలవు. భగవంతునితో అను సంధాన శాశ్వత ఆనందాన్ని అందించజాలవు. అందువల్లే ఎన్ని సౌకర్యాలు, గొప్పగా చూపుకోవడానికి ఆధునిక సదుపాయాలు ఎన్ని ఉన్నప్పటికీ మనం ప్రధానంగా వెలితిగానే, ఆశాభంగాలతోనే మనుగడసాగిస్తూ ఉంటాం.

దీపావళి ప్రాముఖ్యత దీపాలు వెలిగించడంలో లేదు. అయోధ్యకు శ్రీరాముడి పునరాగమనంలోనే ఉంది. దీపాలు వెలిగించడంతోనే సరిపెట్టుకోవడం కొనసాగిస్తే దీపావళి వేడుక అసంపూర్ణంగానే మిగిలిపోతుంది. మరి మన హృదయాలలోకి భగవంతుని పునరాగమనాన్ని స్వాగతించి దీపావళి సారాన్ని ఎలా అనుభవించగలం?

ఆయన పవిత్ర నామాలను కీర్తన చేయడం ద్వారా, జపించడం ద్వారా. ఆయన ఆదర్శాలను గుర్తుచేసుకుంటూ, ఆయన పవిత్ర విగ్రహాన్ని పూజిస్తూ, నిత్య జీవితంలో ఆయన సూచనలను ఆచరించడం ద్వారా. అన్నిటికన్నా ముఖ్యం ఇవన్నీ నలుగురితో పంచుకోవడం. అందువల్ల, ఈ దీపావళికి మట్టి ప్రమిదలతో దీపాలు వెలిగించేప్పుడు, మన హృదయాలనుకూడా దివ్యజ్ఞానంతో, ప్రేమతో వెలిగిద్దాం.

ప్ర. 49

మనల్ని మళ్ళీ మళ్ళీ బాధించే వారిపట్ల క్షమ ప్రదర్శించడం సాధ్యమేనా?

ఎవరయినా మనకు బాధకలిగిస్తే, ఆ వ్యక్తిని క్షమించడం మన ఉత్తమ స్పందన. అయితే, తరచూ మన కోపోద్వేగాలు – ఒక వ్యక్తిని క్షమించడానికీ, విశ్వసించడానికీ మధ్య ఉన్న ముఖ్యమైన తేడాను, ఈ రెండిటిని వేరు చేసే సూక్ష్మరేఖను గుర్తించకుండా చేస్తాయి: క్షమించడం అన్నది గతానికి సంబంధించినది. విశ్వసించడం అన్నది. భావిష్యత్తుకు సంబంధించినది. బాధ పెట్టినవాణ్ణి వెంటనే క్షమించాలి. తప్పు చేసినవాణ్ణి నమ్మకూడదు అని చెబుతారు. రెండింటి మధ్య ఉన్న తేడాను కాస్త వివరంగా చూద్దాం.

ఒక వ్యక్తి గతంలో చేసిన తప్పులను ప్రస్తుతం మార్చలేము. గతాన్ని ద్వేషిస్తూన్నంత కాలమూ దాన్ని అంటిపెట్టుకునే ఉండిపోతాం. పర్యవసానంగా, మన ఆలోచనలు, మాటలు, చేతలు ఇంకా జీవితాలు సైతం కోపోద్రేకంతోనే సాగడంవల్ల, వెంటనే నోళ్ళు మూసేసుకుని బిగుసుకున్నప్పుడు కోపాన్ని లోపలికి దిగమింగుకుంటాం. అది మన మనసుల్లో వికారపు మరకలు ఏర్పరచి మన వ్యక్తిత్వాన్ని దెబ్బతీస్తుంది.

విరుచుకు పడ్డప్పుడు, మన కోపాన్ని వెలుపలికి నెట్టేస్తాం. అది తప్పు చేసినవాణ్ణి మాత్రమే కాకుండా, నెట్టేప్పుడు మన దారికి అడ్డుపడిన వారి మీద కూడా పడుతుంది. అది మన మర్యాదకూ, అమాయకుడైన వ్యక్తికీ హానికలిగిస్తుంది. ఆవిధంగా కోపంతో నోరు మెదపకుండా బిర్రబిగుసుకు పోయినా, కేకలు వేసినా రెండూ ప్రతికూల ఫలితాలనే ఇస్తాయి.

అందువల్ల, కోపోద్రిక్తత నుంచి మనకు విముక్తి కలిగించే ఉత్తమ స్పందనను – ఒక్క క్షమాగుణం మాత్రమే ఇవ్వగలదు. ముందుకు సాగడానికి క్షమాగుణం చాలా అవసరం. మనం ఒక వ్యక్తిని క్షమించినప్పుడు, ఆ వ్యక్తి కూడా మనలాగే తప్పుచేయడం సహజమైన మానవమాత్రుడే అన్న వాస్తవాన్ని అంగీకరిస్తాం. మనం కూడా రేపు తప్పుచేయవచ్చు. మనకూ క్షమాపణ కావలసి రావచ్చు. నిజానికి, కర్మ సిద్ధాంత తర్కం – మనం గతంలో ఎవరినో బాధించి ఉండడం వల్లే, ఇప్పుడు మనల్ని వేరెవరో బాధపెడుతున్నారు అని సూచిస్తుంది. అలా అయినప్పుడు, తప్పు చేసినవాణ్ణి కారణంగా కాకుండా మన సొంత గత కర్మ పర్యవసానంగా పుట్టిన మన బాధను చేరవేసే వాహికగానే చూడవలసి ఉంటుంది. తాత్వికంగా తెలియజేసే ఈ దార్శనిక సమాచారాన్ని అర్థంచేసుకుని 'మన కర్మ పరికరాల' మీద ఆగ్రహం చూపకుండా ఉండాలి. మన కోపోద్రిక్త భావనలు కర్మ సిద్ధాంత తర్కాన్ని జీర్ణించుకోవడాన్ని కఠినంగా చేసినప్పటికీ, మన కోపాన్ని తొలగించే నిక్షిప్త శక్తి క్షమాగుణంలో ఇమిడి ఉన్నది.

ఒక వ్యక్తిని క్షమిస్తున్నాము అంటే, ఆవ్యక్తి బాధించే ప్రవర్తన కొనసాగింపుకు అనుమతిస్తున్నామని అర్థం కాదు. మనం సున్నితంగా దృఢంగా ఒక గీతను గీసి, ఆ రేఖను దాటలేదని ఆ వ్యక్తిని గ్రహించేలా చెయ్యాలి.

ఒకసారి ఒక పాము నారదమహాముని మాట ప్రకారం భక్తితో మసలసాగింది. నారదముని పాముకు అహింసను బోధించి, ఎవరినీ కాటు వేయరాదని ఉపదేశించాడు.

దురదృష్టవశాత్తు ఆ పాము పాటించే అహింసను మనుషులు, ముఖ్యంగా పిల్లలు అలుసుగా తీసుకుని, దానిపై రాళ్ళు విసరడం మొదలుపెట్టారు. అయినా, అది ఎవరినీ కాటువేసేది కాదు. గురువు చెప్పాడని దెబ్బలను మౌనంగా భరించేది.

కొన్నాళ్ళకు పాము నారదుణ్ణి చూసినప్పుడు, 'నేను అమాయక ప్రాణులను కాటువేసే దురలవాటును మానేశాను. అయితే, వాళ్ళు నా మీద రాళ్ళు విసిరి నన్ను బాధపెడుతున్నారు,' అని ఫిర్యాదు చేసింది.

అంతా విని నారదముని, 'నిన్ను కాటు వేయవద్దని చెప్పానే గాని, బుసకొట్టవద్దని చెప్పానా? ఎవరైనా నిన్ను సమీపించినప్పుడు, కాటు వేయబోతున్నట్టు పడగెత్తి బుసకొట్టు. పారిపోతారు, ' అని చెప్పాడు.

మనం అనుమతించేది కొనసాగుతుంది. మనల్నీ, ఎదుటి వ్యక్తినీ ఎదగడానికి అనుమతించే సమతుల్య చర్యామార్గాన్ని కనగొని అనుసరించాలి.

క్లుప్తంగా చెప్పాలంటే, ఎదుటి వ్యక్తి మీద ఆధారపడకుండా మనం అలవరచుకునే దొడ్డగుణం క్షమించడం. నమ్మకం అన్నది ఆ వ్యక్తి మంచిగుణం ఏర్పరచుకోవడానికి తోడ్పడే మన ప్రతిస్పందన. ఈ రెండింటి మధ్య ఉన్నా తేడాను అర్థం చేసుకోవడం ద్వారా – మన సంబంధాలలో ఏర్పడే దురదృష్టకర సంఘటనలను కనీసం మనవరకు, వీలయితే ఎదుటి వ్యక్తికి కూడా అభివృద్ధి అవకాశాలుగా మార్చుకోవచ్చు.

ప్ర. 50

వైరాగ్యంతో పనిచేయాలని భగవద్గీత ఎందుకు బోధిస్తుంది?

తగిన మోతాదులో వైరాగ్యాన్ని అలవరచుకోవాలని భగవద్గీత సిఫార్సు చేస్తుంది. ఇది కొందరికి నిరాశనూ, నిరుత్సాహాన్నీ కలిగించే మాటగా అనిపిస్తుంది. కాని అది అలా కాదు. సకల ప్రాణుల శ్రేయోభిలాషి అయిన సర్వోన్నత భగవంతుడి వాక్కులే భగవద్గీత అన్న విషయం మనం మరిచిపోకూడదు. మనం వైరాగ్యాన్ని అలవరుచుకోవాలి అనడం వెనుక లోతైన కారణం ఉంది.

1. **మనల్ని ఆందోళన నుంచి రక్షించడానికి:** మన మందరం కూడా సంతోషం కోసం, విజయం కోసం కష్టపడి పనిచేస్తాం. అయితే, ఫలితాలు మన గతకర్మల ఆధారంగా, విధి ఆధారంగా వస్తాయి అన్నదే వాస్తవం. కొన్ని సమయాలలో ఫలితాలు మనకు అనుకూలంగా ఉండకపోవచ్చు. మనం దానిపట్ల అనుబంధం పెంచుకుని ఉన్నట్టయితే, మనం కుంగుబాటుకు లోనయ్యే అపాయం ఉంటుంది. అందువల్లే, మన కర్తవ్యాన్ని ఉత్తమంగా నెరవేర్చడం పట్ల అనుబంధం ఉండాలే తప్ప, వాటి ఫలితాలపట్ల అనుబంధం ఉండకూడదని భగవద్గీత బోధిస్తుంది. అలా చేయడం ద్వారా అనవసరమైన మానసికక్షోభకు లోనుకాకుండా ఉండవచ్చు. అంటే, మన నియంత్రణలో ఉన్నదానిమీద మన దృష్టిని కేంద్రీకరించాలి తప్ప, దానికి అతీతంగా ఉన్నదానిని గురించి విచార పడకూడదు అన్నదే దీని అర్థం.

2. అంతిమ లక్ష్యం కేసి ముందడుగుకు మనకు సాయపడడానికి:

భగవద్గీత సంపూర్ణ శాశ్వత దృక్పథం నుంచి మాట్లాడుతుంది. మనమందరం ఆధ్యాత్మిక జీవులం. అయితే, 'నేను, నాది' అనే వ్యక్తిగత కోరికలతో ఆకర్షింపబడి భగవంతుడి నుంచి విడిపడి ఉన్నాం. మన సొంత సంతోషం కోసం స్వార్థంతో ప్రవరిస్తున్నాం. అయినా, నిజమైన ఆనందం ఎక్కడ ఉన్నదో మనకు తెలియదు, ఆధ్యాత్మికతతో అనుబంధం పెంపొందించు కోవడానికే మానవ జీవితం నిర్దేశించబడింది. దానిని సాధించడానికి ఐహిక బంధాల పట్ల వైరాగ్యం అవసరం.ఐహిక విషయాలతో అనుబంధం ఉన్నంత వరకు విముక్తి అసాధ్యం. ఐహిక ప్రపంచానికి మళ్ళీమళ్ళీ వస్తూ అనుభవించిన బాధలనే అనుభవించవలసి ఉంటుంది. స్వల్పకాలిక ఐహిక ఫలాలకోసం పనిచేయాలనే నిరంతర ధ్యాస, మనల్ని దీర్ఘకాలిక ఫలాల కోసం పనిచేయకుండా చేస్తుంది.

మనం తక్షణ లక్ష్యాలు కలిగిఉండాలి. సందేహం లేదు. అయితే, అంతిమలక్ష్యాన్ని మరిచిపోకూడదు.

వైరాగ్యాన్ని మనం ఎలా అభ్యాసం చెయ్యాలి?

ఉన్నపళాన, మనల్ని మనం బంధరహితులుగా చేసుకోవాలని ప్రయత్నించినట్టయితే, సానుభూతి లేకుండా మొద్దుబారి పోతాం. దీనిని నివారించుకోవడానికి వైరాగ్యలక్ష్యాన్ని సక్రమంగా అర్థం చేసుకోవాలి.

వైరాగ్య లక్ష్యం – దేవుడి పట్ల అనుబంధం పెంపొందించుకోవడం.

ఉదాహరణకు, వైద్యుడు రోగిని కొన్నింటిని తీసుకోకూడదని ఎందుకు చెబుతాడు? రోగి సరిపడని వాటిని తింటూ ఉండేవాడు గనక. అయితే, వాటిని తినవద్దని నిషేధించడం యొక్క లక్ష్యం- తినడాన్ని ఆపడం అవుతుందా? కానే కాదు!! రోగి ఆరోగ్యాన్ని బాగుపరచడం. ఆరోగ్యమైన వాటిని భుజిస్తూ ఆరోగ్యాన్ని పెంపొందించుకోవడం.

మనం భగవంతుడి భక్తిసేవలలో ఎలా నిమగ్నమై ఉన్నామన్న దానిమీద జీవులయిన మన సహజ ఆరోగ్యం ఆధారపడి ఉంటుంది. మనం అపమార్గంలో ఉండడం వల్ల, మన ఐహిక బంధాలను క్రమంగా

విడిపించుకునే మార్గం చూపబడింది. దానిని అనుసరించడం ద్వారా మన సహజస్థితికి తిరిగి రావచ్చు. అయితే, ఇప్పటికే భగవంతుడి భక్తిసేవలతో ఆయనతో మనః పూర్వకంగా తీవ్రంగా అనుసంధానింపబడి ఉన్నవారు, వైరాగ్యలక్ష్యాన్ని చేరుకుని ఉండడం వల్లచ అంటే భగవంతుడి అనుసంధానంలోనే ఉన్నందున ఇప్పుడు కొత్తగా వైరాగ్యంపెంచుకోవలసిన అవసరం ఉండదు.

నిజానికి భగవద్గీత బోధించేది అనుబంధమే కాని వైరాగ్యం తెగతెంచు కోవడం కాదని చెప్పవచ్చు. అందుకే దానిని 'యోగశాస్త్రం' అని అంటారు. 'యోగం' అంటే కలపడం, చేర్చడం. భగవద్గీత దేనినీ వదిలిపెట్టకుండా కర్మ, జ్ఞాన, ధ్యాన మార్గాలలో పయనించి అంతిమంగా సర్వోత్తమ మార్గమైన భక్తి మార్గం ద్వారా భగవంతుడితో పునరనుసంధానాన్ని, తిరిగి కలవడాన్ని బోధిస్తుంది.

ఆ విధంగా భగవద్గీత మనం చేసే పనుల ఐహిక ఫలితాలను ఎదురు చూడకూడదని కానీ, ఉదాసీనపరచాలని గానీ బోధించడం లేదు. అయితే, వాటిలో తగుల్కొని చిక్కుకుపోకుండా, ఉన్నతలక్ష్యాన్ని మనసులో నిలుపుకోవాలని మాత్రమే చెబుతోంది.

ప్ర. 51

ప్రకృతి వైపరీత్యాలు ఎందుకు జరుగుతాయి?

ప్రకృతి వైపరీత్యాలు మానవశక్తికి మించిన దిగ్భ్రాంతిని కలిగించే భీకరశక్తిని ప్రదర్శిస్తాయి. యధాలాపంగా క్రమబద్ధంగా జరిగిపోయే వాటిని ఒక్క కుదుపు కుదిపేస్తాయి. భయాందోళనలతో మనల్ని ఆలోచనలో పడేస్తాయి: ఇలాంటి ప్రకృతి విపత్తులు, వైపరీత్యాలు ఎందుకు జరుగుతాయి? ఇలాంటి బీభత్సాలు పునరావృతం కాకుండా, మళ్ళీ మళ్ళీ జరగకుండా ఏమైనా చేయగలమా?

ప్రపంచంలోని గొప్ప ఆధ్యాత్మిక సంప్రదాయాల ప్రకారం – మనం చేసే పనులన్నిటికీ దేవుడికి సమాధానం చెప్పితీరాలి. పురాతన భారత దేశానికి చెందిన వైదిక సాహిత్యం కాస్మిక్ అకౌంటబిలిటీ సిస్టమ్ విశ్వజవాబుదారీ విధానం గురించి అత్యంత పొందికయిన అవగాహనను కల్పిస్తోంది. కర్మ సిద్ధాంతంగా పేరొందిన ఈ విశ్వవ్యాప్త తడబాటు లేని నిర్దుష్ట 'చర్య ప్రతి చర్య సిద్ధాంతం' మన చర్యల మంచిచెడులను అనుసరించి మనకు సుఖదుఃఖాలను ఇస్తుంది. అందువల్ల వేదాలు మన చర్యలకు మార్గదర్శనం చేయడానికి విధినిషేధాలను సూచించాయి. ఈ సలహాలను అధిగమిస్తే వాటిల్లే దుష్పరిణామాలకు మనమే బాధ్యులవుతాము.

కర్మల వల్ల మానవులకు వచ్చే శిక్షలు మూడు రకాలుగా ఉంటాయని వైదిక గ్రంథాలు వివరిస్తాయి. వాటిని 'త్రివిధ తాపాలు ' అంటారు:

1. **ఆధ్యాత్మిక క్లేశాలు:** మన శరీరాలు, మనసులు కలిగించే బాధలు. ఉదాహరణకు జ్వరం, అజీర్ణం, ఒత్తిడి, కుంగుబాటు వంటివి.

2. **అధిభౌతిక క్లేశాలు:** ఇతర ప్రాణుల వల్ల కలిగే బాధలు. ఉదాహరణకు దోమలు, విరోధులు, బంధువులు. అధికారులు, మొదలైన వారివల్ల వచ్చే బాధలు.
3. **అధిదైవిక క్లేశాలు:** ప్రకృతి శక్తులవల్ల కలిగే బాధలు. ఉదాహరణగా వడగాడ్పులు, చలిగాలులు, వరదలు వెల్లువలు, తుపానులు మొదలైన వాటిని చెప్పవచ్చు.

అందువల్ల, కర్మ సిద్ధాంతంలోని వాస్తవం, వివేకవంతులు గ్రహించడం కష్టం కాదు. సిద్ధాంతాన్ని మనం అతిక్రమించలేము. సిద్ధాంతాన్ని అతిక్రమిస్తే మనమే దెబ్బతింటాం. అనుభవిస్తాం. భూమ్యాకర్షణ శక్తి లేదంటూ వాదించే సంశయవాది - కిందికి దూకి, నేలను తాకేంత వరకే ఆ ఊహలో ఉండవచ్చు. తాకాక తెలుస్తుంది అసలు సంగతి. అదేవిధంగా, మనం కూడా దేవుడు లేడు; కర్మ సిద్ధాంతం లేదు అంటూ వాదిస్తూ పయనించవచ్చు. అయితే, అది ఎంతవరకు? వాటి ఫలితాలు సునామీలు, తుపానులు, ప్రకృతి విలయాలు, తీవ్రవాదాలు, యుద్ధాలు మొదలైన భీకర రూపాలతో మనమీద విరుచుకుపడనంత వరకు.

ప్రకృతి విపత్తుల బీభత్సాలను తగ్గించడానికి బెటర్ డిటెక్షన్ టెక్నిక్స్ వాటిని ముందుగానే పసిగట్టే మెరుగైన కనుగొనే సాంకేతిక సదుపాయాలు మాత్రమే చాలవు. విపత్తులను ముందుగానే పసిగట్టి ప్రాణాలతో తప్పించుకున్నప్పటికీ, మనం అనుభవించవలసిన బాధలు, ఇతర వేరు రూపాలలో చుట్టుముడతాయి. మనుషుల శిక్షాస్మృతి వ్యవస్థ లాగాకాకుండా, కర్మ సిద్ధాంతం ఏమాత్రం లొసుగు, లోపం లేని పకడ్బందీ న్యాయవ్యవస్థ. విజ్ఞానశాస్త్రం లేదా ఇతర భౌతిక మార్గాల ద్వారా, కర్మ ఫలితాలు మన మీదికి ఎలా, ఎప్పుడు. ఎక్కడ వస్తాయి అన్న వాటిని తెలుసుకుని, మార్చుకోవచ్చుగాని, వాటినుంచి తప్పించుకోవడం అసాధ్యం. అందువల్ల, మనం బాధల నుంచి రక్షించబడాలి అంటే, మనం ఎంతో అప్రమత్తతతో చెడుకర్మలను నివారించుకోవాలి. ఇంకా, మనల్ని భగవంతుడితో సామరస్యం చేసుకోవడం ద్వారా మన గత పాపకృత్యాల ఫలితాలనుంచి బయట

పడవచ్చు. భగవన్నామావళిని భక్తితో జపించడం ద్వారా, ముఖ్యంగా ఈ మహామంత్ర జప, కీర్తనలతో దీనిని సులభంగా శక్తివంతంగా సాధించవచ్చు:

హరే కృష్ణ హరేకృష్ణ కృష్ణ కృష్ణ హరే హరే
హరే రామ హరేరామ రామ రామ హరే హరే

ఒక నేరస్థుడు చట్టబద్ధంగా మారినప్పుడు శిక్ష తీవ్రత తగ్గించబడుతుంది. దేవుడు దయామయ్యుడైన తండ్రి గనక, ఈ సిద్ధాంతం విశ్వవ్యాప్త న్యాయానికీ వర్తిస్తుంది. దేవుణ్ణి నిరాకరించడంకన్నా భగవంతునికి తలవంచి ఆయనకు అనుగుణంగా నడుచుకున్నట్టయితే, ఈ జన్మలోనే, ఈ ప్రపంచంలోనే మరింత ప్రశాంతంగా, సంతోషంగా జీవించవచ్చు.

ఈ భూగ్రహం మీది సాటి మనుషులకు నిజంగానే సాయపడాలని మనం ఆశించనట్టయితే, అందుకు మానవతా సాయం అందించడం మాత్రమే చాలదు. దేవుడి చైతన్యం నుంచి వచ్చే జ్ఞానం, సాధికారతను పొందగల ఆధ్యాత్మిక సాయం అందించవలసి ఉంటుంది. తమ కర్మల నుంచీ, వాటి ఫలితాల నుంచీ రక్షించుకోవడానికి అదొక్కటే వారిని సమాయత్తం చేస్తుంది.

ప్ర. 52

మనం ఒకే జన్మలో కర్మ – కర్మ ఫలం ఎందుకు అనుభవించడం లేదు?

'గత జన్మలో చేసిన కర్మను ఇప్పుడు ఎందుకు అనుభవించాలి? అంత అలస్యందేనికి?' అని కొందరు ప్రశ్నించవచ్చు.

విత్తనాలు ఉన్నాయి. రకరకాల విత్తనాలు విభిన్న కాలవ్యవధుల్లో మొలకెత్తుతాయి. కొన్ని– రోజుల్లో మొలకెత్తితే, మరికొన్ని వారాల్లో మొలకెత్తు తాయి. కొన్ని మొలకెత్తడానికి నెలలు కూడా పట్టవచ్చు. ధాన్యాలు మొలకెత్తిన రెండు మూడునెలల్లో ఊర్పిడికి వస్తాయి. కొన్ని పళ్ళవిత్తనాలు ఇరవై యేళ్ళ తరవాత ఫలాలనిస్తాయి. కొన్ని కాపుకు రావడానకి వంద సంవత్సరాలు కూడా పట్టవచ్చు. విత్తనం తప్పక ఫలితాన్ని ఇస్తుంది. దాని నుంచి తప్పించుకోవడం సాధ్యం కాదు. 'నాకు ఈ పండు నచ్చదు. నేను తినను' అంటే వదలదు. ముళ్ళతో ఉన్నా, చేదు ఫలమైనా తిని తీరవలసిందే. అదే కర్మఫలం. కర్మ ప్రతిఫలాలు వచ్చితీరుతాయి. ఒక చర్యకు ప్రతిచర్య ఉండితీరుతుంది. కర్మ ఫలాలు పండడానికి వాటి కాలవ్యవధులు భిన్నంగా ఉంటాయి.

విభిన్న కర్మలు విభిన్న కాలవ్యవధుల్లో కర్మ ఫలాలను ఇవ్వడానికి గల కారణం ఏమిటి? దీనిని అర్థం చేసుకోవాలంటే. కర్మ పనిచేసే విధానాన్ని మరింతలోతుకు వెళ్ళి తెలుసుకోవాలి. మహాభారతంలోని ఒక ఘట్టం ద్వారా ఇది చక్కగా వివరించబడింది.

కురుక్షేత్ర యుద్ధానంతరం ధృతరాష్ట్రుడు కృష్ణభగవానుని, 'నాకు నూరుగురు కుమారులు. అందరూ యుద్ధంలో చంపబడ్డారు. ఎందుకు ఇలా జరిగింది? ' అని అడిగాడు. దానికి కృష్ణభగవానుడు ఇలా సమాధానం ఇచ్చాడు:'యాభై జన్మలకు ముందు నువ్వొక వేటగాడివి. ఒకనాడు వేటకు వెళ్ళి, ఒక మగపక్షిని చంపడానికి బాణంవేశావు. అది తప్పించుకుని ఎగిరిపోయింది. నువ్వు కోపంతో దాని గూటిలో ఉన్న నూరు పక్షి పిల్లలను క్రూరంగా చంపేశావు. తండ్రిపక్షి పట్టరాని దుఃఖంతో ఆ దృశ్యాన్ని, చూస్తూ ఉండిపోయింది. తన నూరు పిల్లలు చనిపోయే దృశ్యాన్ని చూసే దుఃఖాన్ని నువ్వు ఆ తండ్రిపక్షికి కలిగించావు గనక, ఇప్పుడు నూరుగురు కొడుకులు మరణించిన దుఃఖాన్ని అనుభవించవలసి వచ్చింది. '

'మరి, నేను ఆ దుఃఖాన్ని అనుభవించడానికి యాభై జన్మలు ఎందుకు ఆగవలసి వచ్చింది?' అని అడిగాడు ధృతరాష్ట్రుడు.

'నూరుగురు కొడుకులు కలగడానికి ఎంతో పుణ్యం కావాలి గనక. అందుకు కావలసిన పుణ్యాన్ని సంతరించుకున్నాక, గత యాభై జన్మలకు ముందు చేసిన పాపం పనిచేయడం ప్రారంభించింది. పాపఫలం ఇప్పుడు అనుభవిస్తు న్నావు,' అని సమాధానమిచ్చాడు కృష్ణభగవానుడు.

భగవద్గీతలో (4.17) కృష్ణ భగవానుడు 'గహన కర్మ ణోగతిః' అంటాడు. ఒక చర్య, ప్రతి చర్య పనిచేసే తీరు చాలా క్లిష్టమైనది. ఏ ప్రతిఫలం, ఎప్పుడు ఏస్థితిలో ఎలా ఇవ్వాలన్నది దేవుడికి బాగా తెలుసు. అందువల్ల, కొన్ని ప్రతిఫలాలు ఈ జన్మలోనే అందవచ్చు. మరికొన్ని మరుజన్మలో, ఇంకా కొన్ని ఉత్తరోత్తర జన్మలలో జరగవచ్చు.

'భగవంతుడి రుబ్బురాళ్ళు మెల్లగా పనిచేస్తాయి, అయితే, పిండి మాత్రం అత్యంతమెత్తంగా రుబ్బబడుతుంది,' అనే ఒక నానుడి ఉంది. అందువల్ల, చేసే ప్రతిపనికీ ఇప్పుడో ఎప్పుడో ఒకప్పుడు ఫలితం ఉండితీరుతుంది. శ్రీమద్భాగవతం ఒక అందమైన ఉదాహరణతో దీనిని వివరిస్తుంది. వేయి లేగదూడలున్న పశులశాలలోకి పంపినా, తల్లిఆవు తన దూడను సులభంగా గుర్తుపట్టినట్టు ఈ భూగోళం మీది కోట్లాది మనుషుల మధ్య మన కర్మఫలం మనల్ని వెంటాడి గుర్తుపట్టగలదు. పట్టికుడుపగలదు. రోడ్డులో లక్షలాది మంది పయనిస్తూ ఉంటారు. అయితే, ఒక్కడే ఒక్కడు

ప్రమాదానికి లోనవుతాడు. ఇది చాన్స్ వల్ల కాదు, కర్మచేత. ఆ విధంగా కర్మసిద్ధాంతం అత్యంత అద్భుతంగా పనిచేస్తుంది. నెమ్మదిగా పనిచేసినప్పటికీ దానినుంచి ఎవరూ తప్పించుకోలేరు.

ప్ర. 53

కర్మ సిద్ధాంతం గురించి తెలియనివారిని కూడా అది ఎందుకు వదిలిపెట్టడం లేదు?

ఒకసారి ఒకాయన బైకులో వెళుతూ రెడ్‌సిగ్నల్ పడగానే బండిని స్లోచేశాడు. ఆ సమయంలో ఒక దున్నపోతు రెడ్‌సిగ్నల్‌ను పట్టించుకోకుండా రోడ్డులో నడిచివెళ్ళడం అతనికి కనిపించింది. దీనిని చూడగానే అతడు కూడా వెళ్ళడానికి ఉద్యుక్తుడయ్యాడు. ట్రాఫిక్ పోలీసు అతణ్ణి ఆపి, ఫైన్ వేశాడు. అతడు ఆశ్చర్యంగా, 'దున్నపోతు వెళుతూంటే ఫైన్ వేయలేదు, నాకు మాత్రం ఎందుకు వేస్తున్నారు?' అని అడిగాడు. 'నువ్వు పెద్ద దున్నపోతువి గనక!' అని బదులిచ్చాడు పోలీసు.

చట్టాన్ని అర్థంచేసుకునే తెలివి దున్నపోతుకు లేదు. మనుషులకు ఉంది. మనం డ్రైవ్ చేస్తున్నాము అంటే, గవర్నమెంటు చట్టాల గురించి బోధించడం ప్రభుత్వం బాధ్యత కాదు; చట్టాల గురించి తెలుసుకోవడం మన బాధ్యత. అదే విధంగా, మనం ఈలోకంలో గాలి, నీరు, వెలుగు, ఆహారం తీసుకుంటూ జీవిస్తున్నాము అంటే, భగవంతుడు విధించిన చట్టాలను అనుసరించవలసిన అవసరం మనకుంది.

ఒక హోటల్లో ఉంటూ, భోజనంచేస్తూ, నిద్ర పోతూ టీవీ చూస్తున్నారు అంటే హోటల్ సమకూరుస్తున్న సౌకర్యాలకు వారు డబ్బు చెల్లించవలసి ఉంటుంది. బిల్లు చెల్లించక పోతే కొన్ని రిమైండర్లు, హెచ్చరికలు వస్తాయి. ఆపైన కూడా బిల్లు చెల్లించలేదు అన్నప్పుడు కఠినమైన శిక్షకు

లోనుకాకతప్పదు. ఆ సమయంలో 'హోటల్లో ఉన్నందుకు బిల్లు చెల్లించాలని తెలియదు' అని చెప్పి తప్పించుకోలేరు.

అదేవిధంగా, మన బాధ్యతలు ప్రకృతి బోధించవలసిన విషయాలు కావు. మనమే కర్మసిద్ధాంతాలను నేర్చుకోవలసి ఉంటుంది. పదంతస్తుల భవనంపై నుంచి దూకి ఎముకలు విరగ్గొట్టుకుని 'పదో అంతస్తు నుంచి దూకితే కాళ్ళు విరుగుతాయని తెలియదు' అని పసివాడు చెప్పకూడదు. భూమ్యాకర్షణ శక్తి అతణ్ణి క్షమించదు. భూమ్యాకర్షణ శక్తి ఎలా పక్షపాత రహితమో, ఉదాసీనపరచ లేనిదో కర్మసిద్ధాంతం కూడా అలా తప్పించుకోలేనిదే.

దానిని గురించి తెలియదు అంటే, పాపం వదిలిపెట్టదు. క్షమించదు. ఉదాహరణకు ఒకడు నేరం చేసి జైలు పాలవుతాడు. పెద్ద పెద్ద జైళ్ళలో సంస్కర్తలు ఖైదీలను మంచి పౌరులుగా మార్చే ప్రయత్నంగా సలహాలు ఇస్తూ ఉంటారు. అయితే, జైల్లో కూడా ఖైదీలకు మధ్య గొడవలువచ్చి ఒకరి నొకరు కొట్టుకోవడం జరుగుతుంది. అలాంటి వారిని జైల్లోనే చీకటి కొట్లోకి మార్చి వెలుపలినుంచి కిటికీ గుండా ఆహారం అందిస్తారు? అంతకు ముందు అతనికి వచ్చిన అవకాశాన్ని నిరాకరించాడు. ఇప్పుడు సలహాలు అందుకోలేనిచోట బంధించబడ్డాడు.

అదేవిధంగా ఎవరైనా కర్మసిద్ధాంతం గురించి నేర్చుకోలేని సామాజిక స్థితిలో, సాంస్కృతిక వాతావరణంలో పుట్టారు అంటే, అలాంటివారు గత చర్యల ద్వారా తమకు ఆయన చట్టాల గురించి తెలుసుకునే ఆసక్తి లేదని భగవంతుడికి చూపినవారుగానే ఉంటారు. అందుకే వాళ్ళు దేవుణ్ణి గురించి తెలుసుకునే అవకాశం లేనిచోట పడవేయబడ్డారు. ఈ కలియుగం నిజంగా అటువంటి చీకటియుగం. కలియుగంలో జన్మించిన ఆత్మలు, గడచిన సత్య, త్రేతా, ద్వాపరయుగాలలో తమ చర్యల ద్వారా భగవంతుడి చట్టాన్ని లెక్కచేయము అని చాటినవారే. అందువల్లే వారిలో పలువురు భగవంతుడి చట్టాలను గురించి తెలుసుకోలేని పరిస్థితుల్లో పుడుతున్నారు.

అయినప్పటికీ, భగవంతుడు కేవలం న్యాయమూర్తి మాత్రమే కాదు. ఆయన ప్రేమించే తండ్రి కూడా. అందువల్ల, జీవితంలో ఒక్కసారైనా మనం ఎందుకు జీవిస్తున్నాం? జీవిత ప్రయోజనం ఏమిటి? అని ఆలోచించే

పరిస్థితులను మనకు కల్పిస్తున్నాడు. అలాంటి సమయాలలో అజ్ఞానపు తెరలు తొలగిపోయి జ్ఞాన జ్యోతులు గోచరిస్తాయి. అప్పుడు మార్గదర్శనం, వివేకం కోసం భక్తితో వేడుకున్నట్టయితే వాటిని తప్పక పొందే స్థలానికి భగవంతుడు మనలను నడిపించగలడు.

ప్ర. 54

ప్రకృతి విలయాలు వేలాదిమంది అమాయకులను ఎందుకు కబళిస్తాయి?

కొన్ని సంవత్సరాల క్రితం భారత ఉపఖండాన్ని కుదిపేసిన సునామీ దుర్ఘటననే తీసుకుందాం.

ఆ దుర్ఘటన జరిగిన రోజు ఉదయం, సునామీ విరుచుకుపడడానికి కొద్ది సేపు ముందు, కొందరు స్క్యూబాడైవర్లు ముత్యాలకోసం సముద్రంలో డైవింగ్‌కు వెళ్ళారు. వాళ్ళు నీళ్ళ అడుక్కి వెళ్ళినప్పుడు, హఠాత్తుగా ఏదో ఒక బలమైనశక్తి తమను పైకి తోస్తున్నట్టు ఫీలయ్యారు. దాన్ని తట్టుకుని నిలదొక్కుకోవడానికి అది తగ్గేంత వరకు పోరాడారు. ఆ తరవాత నీళ్ళల్లో మరింత లోతుకు వెళ్ళి, తమ వెదుకులాట పూర్తిచేసుకుని, సముద్రజలం ఉపరితలానికి లేచి ఈదుకుంటూ తీరానికి వెనుతిరిగారు – కాని వారికి సముద్రతీరం కనిపించలేదు! వాళ్ళు నీళ్ళఅడుగున ఉన్నప్పుడు సునామీ విరుచుకుపడి అన్నింటినీ నాశనం చేసింది. చూడండి – తీరంలో ఉన్న వారిని సునామీ హతమార్చింది. నీళ్ళలోపలే ఉన్నవారికి ఎలాంటి హానీ జరగలేదు. ఈ స్క్యూబా డైవర్లు కొద్ది ఆలస్యంగా, లేదా ముందుగా సముద్రంలోకి వెళ్ళి ఉండినట్టయితే, వాళ్లు జలాల ఉపరితలంలోనే ఉండి సునామీ మరణ తరంగంలో కొట్టుకుపోయి ఉండేవారు. అయితే, ఆ సమయంలో మరణించకూడదని వాళ్ళ కర్మ ఉండడం వల్ల, సునామీకి చేరువలో ఉన్నప్పటికీ వాళ్ళు మరణించలేదు!

దీన్ని మించిన మరో ఆశ్చర్యకరమైన ఉదాహరణ:

గుజరాత్‌లో భూకంపం సంభవించినప్పుడు, ఒక తల్లి ఇంటిలోపల కుర్చుని తన చంటిపాపకు పాలిస్తూ ఉంది. హఠాత్తుగా భూకంపం. పై కప్పు దూలం విరిగి తల్లి మీద పడింది. తల్లి వెంటనే మరణించింది. దాదాపు ఇరవై నాలుగు గంటల తరవాత, కాపాడే సిబ్బంది వచ్చి, శిథిలాలను తొలగించినప్పుడు, తల్లి శవం బయటపడింది. తల్లి వక్షస్థలాన్ని పట్టుకుని కాళ్ళు చేతులు కదిలిస్తూ శిశువు కనిపించింది. చిన్నపాటి దెబ్బతగిలి ఉన్నా బిడ్డ బతికి ఉండేది కాదు. అయినా ప్రాణంతో ఉంది. ఎందరో ఆరోగ్యకరమైన పెద్దలను పొట్టన పెట్టుకున్న భూకంపం మధ్య నుంచి పసికందు ప్రాణంతో బయటపడింది!

ఇలాంటి సంఘటనల ద్వారా మనకు ఒక విషయం స్పష్టమవుతుంది. ప్రకృతి విలయాలు - సమూహాలను హతమార్చినప్పటికీ అది గుడ్డిగా హతమార్చడంలేదు అన్న వాస్తవమే అది.

రకరకాల చెడుకర్మలు చేసినవారు ఒకచోట గుమికూడినప్పుడు సామూహికకర్మ పనిచేస్తుంది. వాళ్ళ చెడుకర్మల ప్రతిచర్యగా ఇప్పుడు ఈ ప్రపంచాన్ని వదిలిపెట్టవలసి ఉంటుంది. భౌతిక ప్రకృతి వైపరీత్యంద్వారా ఒక్క దెబ్బతో పలువురికి ప్రతిఫలాన్నిస్తుంది. ఉదాహరణకు, అలాంటి మనుషులందరినీ ఒకటిగా ఒక విమానంలోకి చేర్చి, ఆ విమానం ప్రమాదానికి లోనయ్యేలా చేస్తుంది. మరణించే రాతలేని వ్యక్తి ఆ విమానంలోకి వెళ్ళడు. విమానం కోసం వెళ్ళే దారిలో కారు ఇబ్బంది పెట్టి ఆలస్యమై విమానాన్ని మిస్ చేస్తాడు.

ఈ విధంగా, కర్మణా దైవనేత్రేన - కర్మ సిద్ధాంతం భగవంతుడి పర్యవేక్షణలో జరుగుతుంది. సామూహిక విపత్తులలోనూ ఏ ఒక్కరూ గుడ్డిగా చంపబడరు. ప్రతి ఒక్కరూ తమ సొంత కర్మ ఫలాలను మాత్రమే అందుకుంటారు.

ప్ర. 55

భగవద్గీత ఎందుకు హింసకు పిలుపునిస్తుంది?

జీవితం తెలుపు నలుపు మాత్రమే కాదు; రకరకాల రంగుల కలయిక. భగవద్గీత వంటి గ్రంథాలు సాధారణ ధర్మ సిద్ధాంతాల గురించి చెబుతాయి. అయితే, వీటి ఆచరణను గురించి సరైన గురువు ద్వారా అర్థం చేసుకోవాలి. దేశ, కాల, వర్తమాన పరిస్థితులను బట్టి ధర్మం – అధర్మం కావచ్చు. అధర్మం – ధర్మం కావచ్చు. ఉదాహరణకు పురాణాలలో ఒక కథ ఉంది. దానిని చూద్దాం. ఒక కసాయివాడు కత్తినిచేతపట్టుకుని ఆవును చంపడానికి దానివెంటబడ్డాడు. ఆవు భయంతో పరిగెత్తుకుంటూ పోయి, ఒక బ్రాహ్మడి గుడిసె పక్కన ఉన్న పొదరింట దాక్కున్నది. బ్రాహ్మడు దానిని చూశాడు. బ్రాహ్మడు సత్యవ్రతుడు. అబద్ధం అన్నది జీవితంలో ఎన్నడూ చెప్పి ఎరుగడు. కసాయివాడు వచ్చి, 'ఆవు ఇటు వచ్చింది చూశావా, ఎక్కడ ఉంది?' అని అడిగాడు. బ్రాహ్మడు అబద్ధం చెప్పకూడదని ఆవు దాగి ఉన్న పొదరింటిని చూపాడు. కసాయివాడు వెళ్ళి అ అమాయక ప్రాణిని చంపాడు. దానిఫలితంగా బ్రాహ్మడు నరకానికి వెళ్ళవలసివచ్చింది. ఎందుకు? సత్యమే పలకాలి అనే ధర్మాన్ని పాటించినప్పటికీ దానిని ఆచరణలో ఎలా ఉపయోగించాలి అని అతనికి తెలియలేదు. సత్యం పలకడం గొప్ప పరమ ధర్మం. అబద్ధం చెప్పడం పాపం. అయితే, ఈ విషయంలో పరమ ధర్మం ఒక అమాయక జంతువు ప్రాణం పోవడానికి కారణం అయింది. ఆ విధంగా అది పాపంగా పరిణమించింది.

అదే విధంగా హింసను పాపంగా ధర్మం చెబుతుంది. అయితే, కొన్ని విషయాలలో అది అవసరమవుతుంది. మానవజీవితానికి మార్గదర్శిని

భగవద్గీత. అది ఆచరణీయ ఐచ్ఛికాలను మన ముందు ఉంచుతుంది. అది హింసను ప్రచారం చేయదు. అయితే, కొన్ని సందర్భాలలో శాంతిని పరిరక్షించడానికి అది అవసరం అని చెబుతుంది. యునైటెడ్ నేషన్స్ పీస్ కీపింగ్ ఫోర్స్ ఐక్యరాజ్యసమితి శాంతి పరిరక్షణ సేన లాంటిదే అది. పీస్ - ఫోర్స్ (శాంతి - సేన) పరస్పరం విరుద్ధంగా వినిపించడం లేదా? అయినప్పటికీ విరుద్ధం కాదు. శాంతి పరిరక్షణకు కొన్ని సందర్భాలలో సైన్యం, హింస అవసరమవుతాయి. దుర్మార్గపు శక్తులు అమాయక ప్రజలను వేధించడాన్ని అపడానికి, చట్టాన్ని కాపాడడానికి ఉపయోగించే చివరి అస్త్రాలలో ఒకటి హింస. ఒక దుష్టుడు ఇతరులను వేధిస్తూ ఉంటే పోలీసు వేడుకచూస్తూ చేతులు కట్టుకుని కూర్చోడు. హింస చాలా తప్పు అని చెప్పలేదు. నిజానికి, వందలాదిమందిని కాపాడడానికి తప్పు చేసినవాణ్ణి శిక్షించడానికి వెనుకాడ కూడదు. అలా చేసినట్టయితే, తన బాధ్యతను ఉదాసీనపరిచినవాడే అవుతాడు.

మహాభారతంలో కృష్ణభగవానుడూ, పాండవులూ కౌరవులతో యుద్ధం రాకుండా నివారించడానికి సకల ప్రయత్నాలూ చేశారు. నిజానికి, ఉద్యోగ పర్వం పూర్తిగా దాయాదులమధ్య భీకరయుద్ధం రాకుండా చేయడానికి పాండవులు జరిపిన శాంతి మంతనాల గురించే వివరిస్తుంది.

పాండవుల తరఫున శాంతిదూతగా కృష్ణభగవానుడు కౌరవులవద్దకు రాయబారం వెళ్ళినప్పుడు 'శాంతినికోరే పాండవులకు ఒక అయిదు ఊళ్ళిస్తే చాలు. నువ్వు సకల రాజ్యాధినేతగా, భూమండలాధిపతిగా పరిపాలన కొనసాగించవచ్చు' అని దుర్యోధనుడితో ఒక ప్రతిపాదన కూడా చేశాడు. పాండవులు దానితో తృప్తిచెంది దుర్యోధనుడితో కలిసిమెలిసి ఉండగలరని కూడా చెప్పాడు. అంతగొప్పవీరుల మద్దతుతో దుర్యోధనుడు, తనను సవాలు చేసేవారు లేకుండా వెలుగొంది ఉండవచ్చు. యుద్ధం నివారించబడి జనక్షయం జరిగి ఉండేది కాదు. అయితే, దుర్యోధనుడు అందుకు నిరాకరించాడు. ఐదు ఊళ్ళు కాదు కదా, పాండవులకు సూది మొన మోపినంతస్థలాన్ని కూడా ఇవ్వనని చెప్పాడు. ఆఖరికి శాంతి పరిరక్షణకు చేసిన సకల ప్రయత్నాలూ వమ్ముకావడంతో చివరి ఐచ్ఛికమైన యుద్ధం అనివార్యమయింది.

కృష్ణభగవానుడు సాధు సజ్జనులనూ, ధర్మవర్తనులనూ కాపాడదానికి అవతరిస్తూ ఉంటాడు. దుర్యోధన, దుశ్శాసనుల వంటి దుర్మార్గుల నాయకత్వంలో రాక్షస శక్తులచేత లోకం పరిపాలించబడడం ఆయన అనుమతించడు. ఈ కారణంగానే కృష్ణభగవానుడు ఆయుధాలు అందుకుని యుద్ధం చేయమని అర్జునుణ్ణి ప్రోత్సహించాడు. అది ధర్మరక్షణకు జరిగిన యుద్ధం.

చట్టాన్ని కాపాడడం పోలీసుకు ఎలాంటి విద్యుక్తధర్మమో, క్షత్రియుడికి ధర్మ రక్షణ చేయడం అలాంటి గురుతర బాధ్యత. దేశ కాల పరిస్థితులను పరిగణనలోకి తీసుకోకుండా, ఒక నిర్ణయాన్నే పట్టుకు కూర్చోలేము. హింస చెడ్డదే కాని కొన్ని విషయాలలో, ముఖ్యంగా ఎదుటివారి గౌరవాన్ని కాపాడవలసి వచ్చినప్పుడు అదొక్కటే ప్రాక్టికల్ ఆప్షన్‌గా ఆచరణీయ ఐచ్ఛికంగా కనిపిస్తుంది. లక్ష్యసాధన మార్గం కన్నా లక్ష్యాన్ని సాధించడం ప్రధానం. లక్ష్యసాధన, సాధనమార్గానికి న్యాయం సమకూరుస్తుంది. దీనిని కింది ఉదాహరణ చక్కగా నిరూపిస్తుంది.

ఇది ఒక యదార్థ సంఘటన:

ఒకసారి ఇస్కాన్ భక్తుడు ఒకాయన సభను ఉద్దేశించి, కొన్ని సందర్భాలలో హింస అవసరం గురించి ఉపన్యసిస్తున్నాడు. ఆ మాటలు విని సభలోని ఒక వ్యక్తి కోపోద్రిక్తుడై, లేచినిలబడి 'అన్ని సందర్భాలలోనూ అహింస ఒక్కటే పరమధర్మం' అని చెప్పాడు. భక్తుడు ఏం చెప్పదానికి ప్రయత్నిస్తున్నాడని అర్థం చేసుకోవడానికి అతడు సుముఖంగా లేడు. 'హింసను ఒప్పుకోను, ఒప్పుకోను' అని అరుస్తున్నాడు. కొంతసేపయ్యాక భక్తుడు ప్రశాంతంగా ఆవ్యక్తిని ఇలా ప్రశ్నించాడు:

'నీ కళ్ళెదుటే నీ భార్యను వేరొకడు చేయిపట్టి లాక్కెళుతూ ఉంటే, నువ్వు ఏమీ చెయ్యకుండా ఉండగలవా? అప్పుడు కూడా అహింసను పాటిస్తావా?' ఆ ప్రశ్నకు అవతలి వ్యక్తి నిర్విణ్ణుడై పోయాడు. అతడి సమాధానం ఏమై ఉంటుందా అని అందరూ ఎదురుచూడసాగారు. ఆ వ్యక్తి తన అహాన్ని కాపాడుకోవడానికి 'అవును! నేను ఏమీ చేయను,' అన్నాడు. అంతే! ఏం జరిగిందో తెలుసా? అంతవరకు అతని పక్కనే కూర్చునివున్న అతడి భార్య,

భర్త సమాధానం విని పట్టరాని కోపంతో చివాలున లేచి, గది నుంచి గబగబా వెళ్ళిపోయింది.

ఆవిధంగా, ఆచరణీయమైన దానినే భగవద్గీత బోధిస్తోంది. కొన్ని సందర్భాలలో హింస ఆవసరం. ఎందుకు? అమాయకులను, సాధు సజ్జనులను రక్షించి న్యాయాన్నీ, ధర్మాన్నీ కాపాడడం కోసం మాత్రమే. అయినప్పటికీ ఎవరైనా ఆవిషయంలో విచక్షణారహితంగా ప్రవర్తిస్తే తప్పక శిక్షించాలి.

ప్ర. 56

మంచిగా ఉంటూ, ఇరుగుపొరుగుకు మేలు చేస్తే చాలదా? ఇతరులకు హాని తలపెట్టకుండా నేను నిజాయితీగా జీవిస్తే చాలదా? దేవుడి అవసరం నాకు ఎందుకు?

భగవద్గీత మూడురకాల కర్మ గురించి ప్రస్తావిస్తుంది: కర్మ, వికర్మ, అకర్మ.

1. **కర్మ:** మామూలుగా మంచి కర్మలు అనబడే సత్కర్మ లేదా పుణ్యం. అవసరంలో ఉన్నవారిని ఆదుకోవడం. వారికి ఆహారం, దుస్తులు, మందులు, ఆశ్రయం విద్యమొదలైనవి సమకూర్చడం.
2. **వికర్మ:** మాంసభక్షణం, మద్యపానం, జూదం, అక్రమ సంబంధాలు, మోసం చేయడం, అబద్ధాలాడడం, ఇతరులను మాటలతో, చేతలతో వేధించడం మొదలైన పాపకృత్యాలు.
3. **అకర్మ:** భగవత్సంబంధమైన కార్యకలాపాలలో పాల్గొనడం, భగవన్నామ జపం, కీర్తనం, విగ్రహపూజనం, దేవుడి ఆలయాలు నిర్మించడం, ఆయన కీర్తిని, సందేశాలను శ్రవణం చేయడం అంటే వినడం, ఆయన సేవలు విస్తరించడానికి మన ధనం, వస్తువాహనాలను ఉపయోగించడం మొదలైనవి ఈ కోవలోకి వస్తాయి.

సత్కర్మలు శాంతికీ, స్వర్గ సుఖాలకూ, సిరిసందలూ సత్సంప్రదాయాంలా గల సంపన్న కుటుంబంలో పుట్టే అవకాశాలకూ దారితీస్తాయి.

వికర్మ బాధలకూ, తీరనిరోగాలకూ, చిక్కులకూ, ప్రాథమిక అవసరాలూ సైతం తీర్చుకోలేని దారిద్ర్యంలో పుట్టడానికీ కారణమవుతుంది.

భగవత్సేవలో వినియోగించే కొద్దిపాటి సమయం కూడా మనల్ని ఘోర ప్రమాదాలనుంచి కాపాడుతుంది, అన్న సత్యాన్ని ఉత్తర అమెరికాకు చెందిన సత్నాంకౌర్ మహిళ జీవితంలో జరిగిన యదార్థ సంఘటన ద్వారా తెలుసుకోవచ్చు. శిక్కుమత ప్రచారకులు కొందరు తమ పవిత్ర గ్రంథం గురు గ్రంథ్ సాహెబ్ నుంచి సందేశాలను ప్రచారం చేస్తూ ఒక నగరం నుంచి మరొక నగరానికి పర్యటనలో ఉన్నారు. వారు వెళుతూన్న ప్రతి సమావేశం ముందు వరుసలో కూర్చుని ఒక మహిళ శ్రద్ధగా ఆలకించడం ఒక ప్రచారకుడు గమనించాడు. వాళ్ళు వెళ్ళిన ప్రతి చోటికీ ఆమె వెళ్ళి మొదటి వరుసలో కూర్చుంటోంది. ఆమె ఆసక్తి, భక్తి శ్రద్ధల వెనక ఉన్న కారణం తెలుసుకోవాలని, ప్రచారకుడు ఆశించాడు.

ఒక చోట సమావేశం ప్రార్థన ముగించాక, ఆ ప్రచారకుడు, 'మేము వెళుతూన్న ప్రతి చోటా, ప్రతి సత్సంగ్‌లోనూ నిన్ను చూస్తున్నాను. తరవాతి సత్సంగ్ జరిగే చోటు ఐదు వందల కిలోమీటర్ల దూరంలో ఉన్నా వదలకుండా హాజరవుతున్నావు. ఎందుకిలా చేస్తున్నావు. అన్నీ సజావుగా జరుగుతున్నాయి కదా! ఏవైనా ఇబ్బందులను ఎదుర్కొంటున్నావా?' అని అడిగాడు.

ఆమె ఇలా సమాధానం ఇచ్చింది: 'నా పేరు సత్నాంకౌర్. కాదు కూడా. నా కుటుంబం నాకు సాధ్యమైన మేరకు అన్ని విధాలా మద్దతు నిస్తుంది. నన్ను అత్యంత ప్రేమగా చూసుకుంటుంది. అయినా, నా జీవితంలో జరిగిన ఒక సంఘటన, దాని ద్వారా కలిగిన ఒక అనుభూతితో ఒక్క సత్సంగ్‌ను కూడా జారవిడువకూడదన్న నిర్ణయానికి వచ్చాను.

'నా జీవితమంతా – పేదలకు ఆహారం అందించడం, మందులు. దుస్తులు, దుప్పట్లు ఇవ్వడం ఇలా ఎన్నో మంచి పనులు చేస్తూవచ్చాను. వాటికి అంతం అంటూ లేకపోయింది. ఈ పరోపకారకృత్యాలు చేస్తూ వచ్చానే తప్ప, సత్సంగ్ పట్ల ఆసక్తి గానీ, దేవుడి మీద భక్తి గానీ అసలు ఉండేది కాదు. మా కుటుంబంలో నన్ను సత్సంగ్‌కు హాజరుకమ్మని చెప్పేవారు. అయినా, ఏమాత్రం ఆసక్తి చూపేదాన్ని కాదు.

'ఒకసారి మా ఇంట్లో నన్ను బలవంతంగా ఒక తత్సంగ్‌లో కూర్చునేలా చేశారు. అయితే, నాకు విసుగు అనిపించి ఇరవై నిమిషాల్లో అక్కడి నుంచి లేచివచ్చేశాను. ఆ తరవాత కొన్ని రోజులకు నేను చనిపోయాను.

భయంకరమైన ఇద్దరు భటులు నన్ను లాక్కెళుతున్నారు. కింద భగ్గుమంటూన్న ఎడారి ఇసుక. పైన మండిపోతూన్న సూర్యుడు.పైగా వాళ్ళు నన్ను కొడుతున్నారు.

నాకు భరించలేని దాహం వేసింది. నీళ్ళు అడిగాను. 'ఇక్కడ నీళ్ళు లేవు' అంటూ లాక్కెళుతూనే ఉన్నారు. కొంతసేపటికి ఒక నదీతీరానికి లాక్కుపోయి, 'వెళ్ళితాగు,' అన్నారు. నదిలో దగ్గరికి వెళ్ళి చూశాను. మలమూత్రాలతో దుర్గంధ భూయిష్ఠంగా ఉంది. 'నేను తాగలేను,' అని బిగ్గరగా అరిచాను. 'తాగు. నువ్వు ఈ నదిలో ఈదుకుంటూ ఆవలి గట్టుకు వెళ్ళాలి,' అని గద్దించారు వాళ్ళు,

నేను భయంతో గజగజ వణికిపోయాను. ఏం చేయాలో తెలియలేదు. ఇంతలో పదహారేళ్ళ అందమైన అమ్మాయి అక్కడ ప్రత్యక్షమయింది. 'విచారపడకు, నేను నీకు సాయపడతాను' అంటూ, నన్ను అలాగే పైకి ఎత్తి ఎగిరివెళ్ళి ఆవలిగట్టున వదిలిపెట్టింది. నేను ఆమెకు కృతజ్ఞతలు తెలియజేశాను. అయితే ఆమె, నువ్వు నాకు కృతజ్ఞతలు చెప్పనవసరం లేదు. సత్సంగ్‌లో నువ్వు గడిపిన ఇరవై నిమిషాల పుణ్యం ఫలితంగా నేనిప్పుడు నీకు సాయమందించాను,' అన్నది.

నేను దిగ్భ్రాంతితో, 'ఇరవై నిమిషాల సత్సంగా? నేను చేసిన తక్కిన అన్ని మంచిపనుల మాటేమిటి?' అని అడిగాను.

'వాటికి ఆ లోకంలోనే సత్ఫలాలు అందుకోగలవు. అయితే, మన ఆపదలలో ఆదుకుని మనల్ని రక్షంచేది భగవత్ సాంగత్యానికి వెచ్చించిన కాలమూ, శక్తీ మాత్రమే,' అని చెప్పి ఆ అమ్మాయి అదృశ్యమయింది.

ఆ తరవాత నన్ను యమధర్మరాజు సమక్షానికి తీసుకువెళ్ళారు. జీవుల కర్మల మంచిచెడులను అనుసరించి శిక్షలను, సత్కారాలను అందించే విశ్వన్యాయమూర్తి ఆయన.

నన్ను చూడగానే ఆయన తన దూతలతో, 'ఏమిటి ఈమెను తెచ్చారు? మీరు తేవలసింది ఈ సత్నాంకౌర్‌ను కాదు. ఈమె పక్కింట్లో ఉన్న సత్నాం కౌర్‌ను,' అన్నాడు. ఆయన ఇలా చెప్పగానే మెలకువ వచ్చింది. మొదట అంతా కల అనుకున్నాను. అయితే, నాపై తెల్లబట్ట కప్పి, నా బంధువులు నా చుట్టూ చేరి రోదిస్తున్నారు. కొంతసేపటికి మా పక్కింటి నుంచి ఏడుపులు

వినిపించాయి. అప్పుడు నాకు తెలిసింది ఆ ఇంట్లో ఉన్న సత్నాం కౌర్ మరణించిందని. ఇదంతా కలకాదు,నిజమని.

'ఆ రోజే ఆలోచనలో పడ్డాను, ఇరవై నిమిషాల సత్సంగ్, నా పోయిన ప్రాణాన్ని వెనక్కు తీసుకువచ్చి నన్ను కాపాడింది. అంటే, దాని శక్తి అర్థమయింది. ఇక మీదట ఎక్కడ సత్సంగ్ జరిగినా ఒక్కదానిని వదలకుండా అన్నింటికీ హాజరుకావాలని నిర్ణయించాను. అందుకే మీరు నన్ను ప్రతి చోటా చూస్తున్నారు.'

మన సత్కర్మల ద్వారా పుణ్యం సంపాదించుకోవడం మాత్రమే చాలదు అని చెప్పడానికి ఈ ఉదంతం ఒక చక్కటి ఉదాహరణ. మన భక్తి కర్మలు మాత్రమే మనల్ని రక్షించగలవు. అందువల్ల మంచిగా ఉండడంతో పాటు భగవద్భక్తితో ఉండడం కూడా ఎంతయినా అవసరం.

ప్ర. 57

మనుషులు ఆత్మహత్య ఎందుకు చేసుకుంటారు?

బతకడం కన్నా చావడం తక్కువ బాధాకరం అన్న ఆలోచనే ఆత్మహత్య చేసుకోవాలన్న కోరికను పుట్టిస్తుంది. ప్రపంచ ఆరోగ్య సంస్థ ప్రకారం యేటా దాదాపు 700 వేల మంది ఆత్మహత్య చేసుకుంటున్నారు. యుద్ధాలలో, తీవ్ర వాదుల దాడులలో, నేరాలలో చనిపోయే వారి మొత్తం సంఖ్యకన్నా వీరి సంఖ్య అధికం. ఆందోళన కలిగించే ఈ ప్రపంచవైఖరిని ప్రపంచ ఆరోగ్య సంస్థ 'ఒక విషాదకరమైన సామాజిక ఆరోగ్య సమస్యగా' పేర్కొంటోంది.

మనం ఎటుకేసి వెళుతున్నాం! ఈ వివరాల ప్రకారం ఇతరుల చేత చంపబడేవారికన్నా, తమను తాము చంపుకునే వారి సంఖ్య ఎక్కువ అని చూపుతోంది. ఇది భయానకం కాదా? ఒక హత్య జరిగితే బెంబేలెత్తిపోతాం. ఒక యుద్ధం వస్తే ప్రపంచమంతా దానిని గురించి మాట్లాడుతుంది. వీటిలో కన్నా ఎక్కువమంది తమను తామే చంపుకుంటున్నారు. అయినా ఎవరూ దానిని గురించి పట్టించుకోవడం లేదు.

ఆత్మహత్య చేసుకునే దశకు ఏది పురికొల్పుతుంది?

ఒక ఓటమి లేదా ఒక ఎదురుదెబ్బ మన యావజ్జీవితాన్ని కబళించింది అని ఊహించుకున్నప్పుడు ఆ స్థితి దాపురిస్తుంది.

అయినప్పటికీ- ఈ స్థితిని అధిగమించడానికి జీవితం గురించి మరింత విశాలమైన దృక్పథాన్ని కలిగిస్తూ, ఆధ్యాత్మికత సాయపడగలదు.

మన వైదిక గ్రంథాలు- జీవితం అంటే వందమీటర్ల పరుగుకాదు; అది కొన్ని సమయాలలో తడబడి కిందపడే సందర్భాలున్న వెయ్యి కిలోమీటర్ల మారథాన్ అని చెబుతుంది. కిందపడడంతో ప్రపంచం అంతమైపోదు.పైకి లేచి మళ్ళీ పరుగులంకించుకునే అవకాశం ఎల్లప్పుడూ ఉంటుంది.

అదేవిధంగా ఒక్క ఓటమి మన జీవితం మొత్తం ఓటమి అనడానికి నిదర్శనం కాదు. ఒక దుర్దినం మొత్తం జీవితాన్నే దుర్దినం చేయజాలదు. ఎక్కడ. ఎలా తప్పు జరిగిందని తెలుసుకుని సరిదిద్దుకుంటూ ముందుకుసాగాలి. ప్రతి పరిస్థితినీ నేర్చుకునే అనుభవంగా భావించి నిరుత్సాహపరచే ఆలోచనలకు స్వస్తి పలకాలి.

'కొన్ని సమయాల్లో గెలుస్తాం. కొన్ని సమయాల్లో నేర్చుకుంటాం' అన్న సామెత ఉండనే ఉంది.

కొన్ని విషయాలు మన నియంత్రణలో లేనప్పుడు, వాటిని మనం యాజమాన్యం చేయలేమని అనుకుంటాం. అయితే, మన జీవితం మల్టీ ఇన్నింగ్స్ గేమ్ అనీ, కొన్ని విషయాలు మన నియంత్రణలో లేకపోయినప్పటికీ; పూర్తి నియంత్రణ కలిగిన పైవాడు ఉన్నాడనీ ఆధ్యాత్మికత బోధిస్తోంది. అది మన కెంతో నమ్మకాన్ని కలిగిస్తుంది. మనకు నమ్మకం ఉన్నంతకాలం మనం నిలదొక్కుకుంటాం. ఎలాంటి నమ్మకం లేని వారే కనుచూపుమేరలో భవిష్యత్తునూ, వెలుగునూ చూడలేక తమ అస్తిత్వానికి అంతం పలకడానికి నిర్ణయిస్తారు.

నీళ్ళ నుంచి బయటపడ్డ చేప మనం ఎన్ని చేసినా విల విలా తన్నుకుంటూ ఎగిరెగిరి పడుతుంది. మనం ఆధ్యాత్మిక జీవులమనీ అందువల్ల ఆధ్యాత్మిక వాతారణమే మనసహజ వాతావరణమనీ భగవద్గీత వివరిస్తోంది. మనం సహజ వాతావరణంతో ఎంత ఎక్కువ అనుసంధానంతో ఉంటామో, అంత తక్కువ అలజడితో ఉంటాం,

మనుషులకు ఆధ్యాత్మిక జ్ఞానం లేనప్పుడు, సహజంగానే లౌకిక లక్ష్యాల కోసమే జీవిస్తారు. తాము గుర్తింపు పొందామన్న తృప్తి, ప్రయోజకులమన్న తృప్తి – సంపదలు, ఇంద్రియసుఖాలు, అధికార దర్పాలు, కీర్తి ప్రతిష్ఠలు మొదలైన భౌతిక లక్ష్యాలను సాధించుకోవడంలోనే ఉంటారు. ఈ భౌతిక విజయం యొక్క సంకుచిత మనస్తత్వ నిర్వచనంలోనే ఆత్మహత్యా ఆలోచన మూలాలు ఉంటాయి. ఎందుకు? ఇలాంటి లక్ష్యాల కోసం పోరాడే మనుషులు ఎప్పుడో ఒకప్పుడు ప్రతికూల పరిస్థితులను ఎదుర్కోవలసివస్తుంది. అదే విధంగా వీటిని ఇప్పటికే సంపాదించుకున్న వారు పోగొట్టుకునే పరిస్థితులు, లేదా పోగొట్టుకుంటామో ఏమో అని భయపడే పరిస్థితులు

రావచ్చు. అలాంటప్పుడు తమ గుర్తింపునూ, ప్రయోజనాన్నీ కోల్పోతామనీ, ఇక బ్రతికడం వృథా అనే ఆలోచనకు వస్తారు. తమ అస్తిత్వాన్ని చెరిపేసుకోవడం ఒక్కటే తరుణోపాయంగా వారికి కనిపిస్తుంది.

ఉదాహరణకు టాప్ గ్రేడ్స్ సాధించడమే జీవితలక్ష్యంగా భావించే ఒక విద్యార్థి, టాపర్‌గా రాగానే ఆనందాతిరేకంతో పరమానంద భరితుడవుతాడు. అదేవిధంగా టాప్ గ్రేడ్స్ రాలేదంటే ఛిన్నాభిన్నమయ్యే అపాయం కూడా ఉంటుంది. టాప్ గ్రేడ్స్, సాధించడమే జీవిత ఏకైక పరమార్థం అని భావించినప్పుడు, దానిని సాధించలేకపోతే జీవితంలో ఘోరంగా ఓడిపోయినట్టు దానిని తట్టుకోలేక జీవితాన్ని అంతం చేసుకోవడానికి నిర్ణయించుకుంటాడు.

పవిత్రమైన భగవన్నామాలను (హరే కృష్ణ హరే కృష్ణ కృష్ణ కృష్ణ హరే హరే హరే రామ హరే రామ రామ రామ హరే హరే) జపించడం, గానం చేయడం: భగవద్గీత, భాగవతం, రామాయణం లాంటి పవిత్రగ్రంథాలను చదవడం, వినడం, భగవంతుని దివ్యరూపాన్ని స్మరించడం, ధ్యానించడం, సత్పురుషుల సాంగత్యం వంటి ఆధ్యాత్మిక అభ్యాసాలు సానుకూల మానసిక స్థితిలో ఉండడానికి సాయపడతాయి. ఇవి మనల్ని ఆత్మహత్యల్లాంటి ఎత్తుగడల ఆలోచనలనుంచి రక్షిస్తాయి.

తరచూ దైవ ప్రార్థనలు చేయడం, గుడులకు వెళ్ళడం, ఆధ్యాత్మిక గ్రంథాలు చదవడం మొదలైనవి చేసే వ్యక్తిలో ఆత్మహత్య ప్రయత్నాలు, పోకడలు చాలా తక్కువగానే ఉంటాయని ఈ విషయం మీద జరిపిన సామాజిక పరిశోధనలు తెలియజేస్తున్నాయి. ఆధ్యాత్మిక జీవితం పట్ల ఆసక్తి లేని వారిలో ఆత్మహత్య చేసుకోవాలనే ధోరణులు ఎక్కువగా ఉంటాయి అని కూడా చెబుతున్నాయి. అందువల్ల సమాజంలో ఆధ్యాత్మిక జ్ఞానాన్ని విస్తరింపచేసి ప్రజల అర్థవంతమైన సమతుల ప్రశాంత ఆనందమయ జీవితాలు గడపడానికి పాటు పడదాం.

ప్ర. 58

చేసే పని పూజ అవుతుందా?

చేసే పనులన్నీ పూజలే అయినట్టయితే, విపరీతమైన చాకిరీ చేసే గాడిద గొప్ప భక్తి సంపన్నమైనది కావాలి కదా?

'పని' సాధారణంగా ఐహిక అవసరాలను సమకూర్చుకోవడానికి పనికివస్తుంది. ధన సంపాదన, ఇంటిపనులు చేసుకోవడం, శారీరక అవసరాలను తీర్చుకోవడం ఈ కోవలోకి వస్తాయి. 'పూజ' సాధారణంగా దైవ సంబంధమైనది. ప్రార్థన, పారాయణం, జపం, ధ్యానం అంటూ దైవం మీదే దృష్టిని కేంద్రీకరిస్తుంది. అందువల్ల పని, పూజ రెండూ రెండు వేర్వేరు విభాగాలకు చెందినవి. ఒకటి ఐహికం; మరొకటి పారమార్థికం. రెండింటినీ ఒకటిగా జతచేయవచ్చా?

అవును, జత చేయవచ్చు. భగవద్గీత ప్రతిపాదించే కర్మయోగమార్గం అది.

మనం శాశ్వత ఆధ్యాత్మిక జీవులం. సర్వోన్నత భగవంతుడి ప్రేమకు పాత్రులయిన ఆయన బిడ్డలం. అయితే, ప్రస్తుతం ఆయన నుంచి విడివడి ఉన్నాం. మనం ఈ ప్రపంచంలో కర్మలు చేస్తున్నాం. అయితే, ఎక్కువ సమయం, మన శ్రమ ఫలమే మన అంతిమ లక్ష్యంగా ఉంటోంది. దానిని అందుకోగానే తృప్తి చెందుతాం. తృప్తిచెందకపోయినప్పటికీ మన పని మనం చేస్తున్నంతకాలం, అంతా బావుందనుకుంటాం. జీవితం అంటే ఇంతే అని సరిపెట్టుకుంటాం. అయితే, పనిచేయడం ఒక్కటి మాత్రమే చాలదు. మనం చేసే పని మనల్ని సర్వోన్నత భగవంతుడితో మళ్ళీ కలిపినప్పుడే అది పూజ, కర్మయోగం అవుతుంది. అలా కానప్పుడు అది కేవలం కర్మమాత్రమే

అవుతుంది. అది మరిన్ని బంధాలకే దారితీస్తుంది. అదే కర్మసిద్ధాంతం.

మనం ఈలోకంలో ఎలా పని చేయాలో కృష్ణ భగవానుడు భగవద్గీత (8.7)లో చెబుతున్నాడు.

తస్మాత్ సర్వేషు కాలేషు
మాం అనుస్మర యుధ్యచ
మయ్యార్పిత మనో బుద్ధిః
మాం ఏవైష్యసి అసంశయః

'అందువల్ల, అర్జునా! నువ్వు నిరంతరం కృష్ణరూపంలో
నన్ను ధ్యానిస్తూ, అదేసమయంలో నీకు గల బాధ్యత అయిన
యుద్ధాన్ని కొనసాగించాలి. నాకు సమర్పించిన నీ కార్యకలాపాలతో,
నీ మనసునూ, బుద్ధినీ నాయందు నిలిపావంటే నిస్సందేహంగా నన్ను
చేరుకుంటావు.'

అందువల్ల, మనం మన కర్తవ్యాలను నెరవేర్చేప్పుడు- మన మనసును, స్పృహను సర్వోన్నత భగవంతుడి మీద నిలపాలి. అదే మన పనిని పవిత్ర కృత్యంగా చేస్తుంది.

దీనిని సాధించడానికి, మనం భగవంతుడి పవిత్ర నామాలను జపించడం, పవిత్ర గ్రంథ పఠనం వంటి ఆధ్యాత్మిక అభ్యాసాలను రోజూ ప్రాతః కాలంలో క్రమం తప్పకుండా చేయాలి. దీనినే సాధన అంటారు. ఈ సాధన మనలో దైవచింతనతో కూడుకున్న స్పృహను సృష్టిస్తుంది. ఆ స్పృహతో తక్కిన రోజు పనిని ఆధ్యాత్మికం చేయడం సులభమవుతుంది. ఉదయ సమయంలో మన చైతన్యం తడితో కూడుకున్న సిమెంటు లాగా ఉంటుంది. ఆ సమయంలో చేసే పనుల ప్రభావం రోజంతా మన మీద ఉంటుంది. మనరోజును దైవచింతనతో ప్రారంభిస్తే రోజంతా ఆ చింతనను నిలుపుకోవచ్చు. అది మనం ఈ ప్రపంచంలో తామరలా ఉండడానికి సాయపడుతుంది. ఈ లోకంలోనే ఉంటూ, ఆలోకంగా ఉండకపోవడం. తామరాకు నీటిలో ఉన్నపుటికీ, దానికి ఒక చుక్కనీరు అంటదు. ఆ విధంగా

మనం చేసే కర్మలు, కర్మ రహితాలవుతాయి. అవే నిజమైన పూజలు, భగవంతుడికి పెట్టే నైవేద్యాలు అవుతాయి.

మనం సమతౌల్య జీవితం కలిగి ఉండాలి. సమతౌల్యజీవితం అంటే, భౌతికంగా మాత్రమే కాకుండా ఆధ్యాత్మికంగానూ సంపన్నంగా ఉండడం. అదే మానవజీవిత అంతిమ లక్ష్యం. పరమార్థం. భౌతికలక్ష్యాలు కలిగి ఉండాలి. అయితే, వాటినిఆధ్యాత్మిక లక్ష్యాలతో సమన్వయ పరచాలని గుర్తుంచుకోవాలి.

ప్ర. 59

చూడడం విశ్వసించడం ఒక్కటేనా? ప్రస్తుత వైజ్ఞానిక యుగంలో, మనం ఆధ్యాత్మికమైన వాటిని, ప్రత్యేకించి చూడలేని దేవుణ్ణి ఎందుకు విశ్వసించాలి?

దీనికి సమాధానం ఒక ఆసక్తికరమైన కథతో ప్రారంభిద్దాం:

ఒక నాస్తిక తత్వశాస్త్ర అధ్యాపకుడు తరగతిలో– విజ్ఞాన శాస్త్రానికి దేవుడితో ఉన్న సమస్య గురించి ఉపన్యసిస్తున్నాడు.

ఆయన ఒక నూతన విద్యార్థిని ఇలా ప్రశ్నించాడు:

ప్రొఫెసర్: నువ్వు దేవుణ్ణి నమ్ముతావా?

విద్యార్థి: పరిపూర్ణంగా నమ్ముతానండి.

ప్రొఫెసర్: మన చుట్టూ ఉన్న ప్రపంచాన్ని గుర్తించడానికి మనం ఐదు జ్ఞానేంద్రియాలను ఉపయోగిస్తామని విజ్ఞాన శాస్త్రం చెబుతోంది. నువ్వు ఎప్పుడైనా దేవుణ్ణి చూశావా నాయనా?

విద్యార్థి : లేదండి.

ప్రొఫెసర్: నీ దేవుడు మాట్లాడడం ఎప్పుడైనా విన్నావా?

విద్యార్థి: లేదు, సార్.

ప్రొఫెసర్: నువ్వు దేవుణ్ణి ఎప్పుడైనా తాకి చూశావా? రుచి చూశావా? వాసన చూశావా? అంతెందుకు, ఏ జ్ఞానేంద్రియంతోనైనా పసిగట్ట గలిగావా?

విద్యార్థి: లేదండి. దేనితోనూ పసిగట్టిందిలేదు.

ప్రొఫెసర్: అయినా, నువ్వు దేవుణ్ణి నమ్ముతావు?

విద్యార్థి : అవును.

ప్రొఫెసర్: ఎంపిరికల్, టెస్టబుల్, డెమొన్స్ట్రబుల్ ప్రోటోకోల్-అనుభావిక, పరీక్షపూర్వక, ప్రదర్శించగల నియమాల ప్రకారం దేవుడు లేడని సైన్సు చెబుతోంది.

విద్యార్థి మంచి సమాధానం రాలేదు. కొంతసేపు మౌనం తరవాత నోరు విప్పాడు..

విద్యార్థి: ఎప్పుడైనా ప్రొఫెసర్ గారి మెదడు చూసినవారు ఈ తరగతిలో ఎవరైనా ఉన్నారా?

(తరగతిలో అందరూ గొల్లున నవ్వారు.)

విద్యార్థి: ప్రొఫెసర్ గారి మెదడును విన్నవారుగాని, తాకి చూసిన వారుగాని, వాసన చూసినవారు గాని ఎవరైనా ఉన్నారా? ఎవరికీ ఆ అనుభవం లేదనే అనిపిస్తోంది. అందువల్ల సైన్సు చెప్పే ఎంపిరికల్, టెస్టబుల్, డెమొన్స్ట్రబుల్ ప్రోటోకోల్ ప్రకారం, సైన్సు మీకు మెదడు లేదని చెబుతోంది. సవినయంగా ఒక మనవి. అలాంటప్పుడు మీ ఉపన్యాసాలను మేము ఎలా విశ్వసించడం మేస్టారూ?

(గదిలో నిశ్శబ్దం అలముకుంది. ప్రొఫెసర్ విద్యార్థిని అమితాశ్చర్యంతో చూస్తూ ఉండిపోయాడు)

అందువల్ల విశ్వానికి మనమే కేంద్రమా? మనం పరిపూర్ణులమా? మనం ఒక దానిని చూడలేనంత మాత్రాన అది లేదని అర్థమా? మనం నివసించే నగరంలో లక్షలాది మంది నివసిస్తున్నారు. వారినందరినీ మనం చూశామా? మనం దేశంలోని, మన నగరంలోని, ఆ మాటకు వస్తే ప్రపంచంలోని అన్ని ప్రదేశాలనూ చూశామా? 'లేదు' అన్నదే సమాధానం. మనం చూడనంతమాత్రాన అవి లేకుండాపోతాయా? ఎన్నటికీ లేకుండాపోవు. వాటిని చూడాలంటే మనం ఒక పద్ధతి ప్రక్రియ ప్రకారం వెళ్ళి చూడాలి. అందుకు తగ్గ ప్రయత్నం చేయాలి.

మనం చాలా విషయాలను చూస్తాం వాటినన్నింటినీ విశ్వసించడంలేదు.

ఉదాహరణకు మన ముఖాన్ని కాన్కేవ్ మిర్రర్ పుటాకార అద్దంలో చూస్తే అష్టవంకరలతో కనిపిస్తుంది. వాస్తవంలో నిజంగా మనం అలా ఉన్నామా?

గ్లాసునీళ్ళల్లో ఒక ఊచను ఉంచితే, అది వంపుతో ఉన్నట్టు కనిపిస్తుంది. అయితే, నిజంగానే వంగుతుందా?

సుదూరంలో నేలా నింగీ కలిసినట్టు కనిపిస్తాయి. అయితే, నిజంగానే కలుస్తాయా?

అదే విధంగా, మనం చూడలేని విషయాలు చాలా ఉన్నాయి. అయినా ఉన్నట్టు విశ్వసిస్తాం.

ఉదాహరణకు- ప్రాణవాయువు, భూమ్యాకర్షణశక్తి, సూక్ష్మక్రిములు, రేడియోతరంగాలు.

మన ఇంద్రియాల గ్రహణశక్తికి పరిమితులు ఉన్నాయి అనడానికి ఇవి ప్రత్యక్ష నిదర్శనాలు. వాస్తవంలో, వైదిక వాఙ్మయం మానవులు నాలుగు లోపాలతో జన్మిస్తారని పేర్కొంటోంది.

అవి:

1. అనిర్దుష్ట ఇంద్రియాలు (కరపటవ)
2. భ్రమలు (భ్రమ్)
3. పొరబాట్లు చేసే ఫేలసీ హేత్వాభాసం (ప్రమాద)
4. మోసగించే ప్రవృత్తి

అనిర్దుష్ట ఇంద్రియాలలో నేత్రాలనే తీసుకుందాం. ప్రశ్న చూడడానికి సంబంధించినది గనక.

మానవనేత్రాలు 390 నుంచి 700 మిల్లీ మైక్రోనుల ఎలక్ట్రో మేగ్నటిక్ వేవ్స్‌ను చూడగల శక్తి కలిగినవి. ఈ తిన్ బ్యాండ్ కు అవతలనున్నవి ఏవీ మనకు కనిపించవు. ఈ వేవ్ లెంగ్స్ తరంగాల వరుసను మనం చూడలేము. చూడగల వరుసలో సైతం, వెలుతురు మరీ ఎక్కువగా ఉన్నచోటా, మసకగా ఉన్నచోటా; వస్తువు మరీ దూరంలో ఉన్నా, మరీ కంటికి తగ్గరగా ఉన్నా చూడలేము.

మనకళ్ళు - భౌతిక పదార్థాలనే, వస్తువులనే సరిగ్గా చూసే శక్తి లేనప్పుడు, ఆధ్యాత్మికమైన వాటిని ఎలా చూడగలవు?

జ్ఞానంలో ప్రథమ సోపానం వినయం. మనం పరిపూర్ణులంకాము, మనకు మార్గదర్శనం కావాలి అన్న విషయాన్ని అంగీకరించే వినయశీలత.

ఈ స్పృహ కలగగానే సత్యాలు, మనముందు అవిష్కృతమవడం ఆరంభమవుతుంది.

భగవంతుని మనం ప్రత్యక్షంగా చూడలేకపోయినప్పటికీ, ప్రకృతిలోని అనేక అద్భుత విషయాల ద్వారా ఆయన ఉనికిని గ్రహించవచ్చు. చూడవచ్చు. ఆరు రుతువుల కాలచక్రం; సూర్యోదయ అస్తమనాలు; గతి తప్పని గ్రహాల పరిభ్రమణం; భూమ్యాకర్షణ శక్తి పనిచేసే అద్భుతసూత్రం; చుట్టూ ఉన్న రకరకాల జీవరాసులు మొదలైనవి. ప్రతిఒక్కటీ క్రమబద్ధంగా నడుస్తోంది. ఒక సృష్టి ఉన్నదంటే సృష్టికర్త ఉండితీరాలి. విశ్వంలో ఒక క్రమం, డిజైన్ ఉన్నది అంటే దానికి తప్పక ఇంటెలిజెంట్ దిజైనర్ తెలివైన రూపకర్త ఉండి తీరాలి.

ఒక కార్యాలయ భవనంలో అడుగుపెట్టామంటే, అక్కడ అంతా గందరగోళంగా, చిందరవందరగా, అరుపులు కేకలు వినిపించాయంటే, 'వీటినంతా అదుపు చేసేవారు ఎవరూ లేరా? ' అని అడుగుతాం. అయితే, అన్నీ సక్రమంగా పద్ధతిప్రకారం జరుగుతూ కనిపిస్తే, 'వీటన్నిటినీ అదుపు చేసి నడిపించే తెలివైన శక్తి వంతమైన వ్యక్తి ఉంటాడు' అన్న నిర్ణయానికి వస్తాం.

మనం నివసించే ప్రపంచంలో, చుట్టూవున్న సృష్టిలో అద్భుత విషయాలు, క్రమ బద్ధంగా జరుగుతూ ఉండడం వల్ల దీని వెనుక సర్వాన్ని యాజమాన్యం చేసే శక్తివంతమైన మెదడుతో శక్తివంతనమైన వ్యక్తి ఉన్నాడని సులభంగా గ్రహించగలం. ఆయనే దేవుడు.

మనం ఒక అందమైన ముత్యాలహారాన్ని చూసి మురిసిపోయి దాని అందాన్ని గొప్పగా చెప్పుకుంటాం. అయితే, ఆ ముత్యాలను ఒకటిగా కలిపి ఉంచుతున్న దారం వెలుపలికి కనిపించడం లేదు. దారం తెగినట్టయితే, ముత్యాలు చెల్లాచెదరై హారం లేకుండాపోతుంది. అదే విధంగా, ఈ అద్భుతమైన సృష్టి, అందమైన ముత్యాలహారంలాంటిది. దానిని ఒకటిగా పట్టి ఉంచుతున్నవాడు భగవంతుడు. కనిపించని వాడి ఉనికిని కనిపిస్తున్న వాటిలో చూడవచ్చు. ఆయనే స్వయంగా భగవద్గీత (7.7) లో చెబుతాడు:

మత్తః పరతరం నాన్యత్
కించిద్ అస్తి ధనంజయ
మయి సర్వం ఇదం ప్రోతం
సూత్రే మణి గణా ఇవ

'ధనంజయా! నాకన్నా ఉన్నతమైన సత్యం ఏదీ లేదు.
ముత్యాలు, దారంలో కూర్చబడినట్టు సర్వమూ
నా ఆధారంగానే ఉంటున్నాయి.'

'చూడడమే నమ్మడం ' అన్నది కాలం చెల్లిన విశ్వాసం. ఎప్పుడో సైన్సు చేత నిరాకరించబడినది. విజ్ఞాన శాస్త్రవేత్తలు కూడా, తాము చూసిన వాటితో ఒక నిర్ణయానికి వచ్చేముందు, సరిచూడడానికి ప్రయోగాత్మక ప్రక్రియను అనుసరిస్తారు. మరి అదే (చూడడమే నమ్మడం) సూత్రాన్ని మన ఆధ్యాత్మిక పురోగతిని అడ్డుకోవడానికి అనుమతించడం ఎందుకు?

సూక్ష్మజీవులను చూడడానికి సూక్ష్మదర్శిని మైక్రోస్కోప్ కావాలి. దూరంలో ఉన్న వాటిని చూడడానికి టెలిస్కోప్ కావాలి. ఒక దానికి వేరొకటి అటూ ఇటూ మార్చలేము. అదేవిధంగా దేవుణ్ణి చూడడానికి భిన్నమైన పద్ధతి, పరికరం అవసరమవుతాయి. భౌతిక దృష్టి మాత్రమే చాలదు. అయితే, మన చుట్టూ ఉన్న ప్రపంచాన్ని జాగ్రత్తగా పరిశీలించి విశ్లేషించినట్టయితే, సర్వోన్నతశక్తి దేవుడు ఉన్నాడన్న విషయం విశ్వసించి తీరాల్సిందే.

రాల్ఫ్ వాల్డో ఎమర్సన్ ఈ విషయాన్ని చక్కగా చెప్పారు: 'నేను చూసినవన్నీ,, నేను చూడని వాటికి అన్నింటికీ సృష్టికర్త ఉన్నాడని విశ్వసించమని నాకు బోధిస్తున్నాయి.'

ప్ర. 60

మత విశ్వాసం లేకుండా ఆధ్యాత్మిక జీవనం సాగించగలమా?

అవును, 'ఆధ్యాత్మికత' అంటే తెరచిన మనసు; 'మతం' అంటే మూసుకున్న మనస్తత్వం అని అనుకున్నప్పుడు, మతం లేకుండా ఆధ్యాత్మికత సాధ్యమే. ఆధ్యాత్మికత అంటే ఆ స్థితిని అందుకునే ప్రక్రియ అన్నప్పుడు మత విశ్వాసం లేకుండా ఆధ్యాత్మిక జీవనం సాగించడం సాధ్యం కాదు.

'మత సంబంధం లేకుండా ఆధ్యాత్మికంగా ఉండాలను కునే ' ఆశయం ప్రశంసనీయమైనదే. అయితే, దానిని అమలుచేయడం ప్రశ్నార్థకమవుతుంది. సాధారణంగా విశాలమైన మనసుతో ఉండాలి, సంకుచిత మనస్తత్వం పనికిరాదు అన్నదే దీనికి మూలం. ఆశయం గొప్పదే గాని అది సూచించే విషయం నిజమైనదేనా? ఆధ్యాత్మికత మనల్ని విశాలహృదయులుగా చేస్తుంది; మతం సంకుచిత మనస్తత్వం కలవారిగా చేస్తుంది అన్నది వాస్తవమా?

'ఆధ్యాత్మికత' 'మతసంబంధం' ఈ రెండు పదాలు అనేక అర్థాలు కలిగి ఉన్నాయి. వాటి నిర్దిష్ట అర్థం తెలుసుకోకుండా ఫలవంతమైన చర్చ సాధ్యంకాదు. 'ఆధ్యాత్మికత - మత సంబంధం కాదు' అని మనం సాధారణంగా ఉపయోగించే మాటనే తీసుకుందాం: 'ఆధ్యాత్మికత, సాధారణంగా ఉన్నతమైన, లోతైన జీవన పార్శ్వాల అనుభవాలను స్పృశిస్తుంది. 'మతసంబంధం' అన్నది ఒక నిర్దిష్ట సంప్రదాయంలో ఇవ్వబడిన కొన్ని విశ్వాసాలకూ, క్రతువులకూ కట్టుబడి ఉండడాన్ని సూచిస్తుంది.

ఆధ్యాత్మికవాదులు మార్గం ఏదైనప్పటికీ అనుభవాలకు సింసిద్ధులుగా ఉండడం కారణంగా వారిని తెరిచిన మనసులు కలవారుగా భావించడం జరుగుతోంది. అయితే, తమ సొంత మతం చూపుతూన్న మార్గానికి కట్టుబడి, ఇతర మతాలను అవహేళనచేయడం కారణంగా మతవాదులను మూసిన మనసులు గల సంకుచిత మనస్కులుగా చెప్పుకుంటారు.

ఆధ్యాత్మికతకూ, మతానికీ మధ్య ఉన్న అవినాభావ ఆసక్తికర సంబంధం గురించి వేద విజ్ఞాన సంప్రదాయం సూచిస్తుంది. మనం అంతిమంగా భగవంతునితో పునః అనుసంధానం కావడానికి వీలుగా (ఆధ్యాత్మికమైన) ఆత్మతో మళ్ళీ కలవడానికి సాయపడే సోపానం ఆధ్యాత్మికత అని వివరిస్తుంది. ఇది తాత్వికత, మతం ఈ రెండింటి సరయిన సామరస్యం ద్వారానే సాధ్యమవుతుంది. ఈ రెండూ ఆధ్యాత్మికత నడిచే రెండు రైలు పట్టాల వంటివి. ఆధ్యాత్మికత తాత్విక పార్శ్వం – పవిత్ర గ్రంథాల అధ్యయనం, అవగాహనలకు సంబంధించినది; మతం పార్శ్వం – అత్యున్నత ఆధ్యాత్మిక సత్యాలను గ్రహించి అనుభవంలోకి తీసుకురావడానికి దోహదంచేసే కొన్ని నియమాలకు, కట్టుబాట్లకు పాటించడానికి సంబంధించినది.

ఆధ్యాత్మికత ఈ రెండు పార్శ్వాలు ఆధునిక విజ్ఞానశాస్త్రంలోని రెండు పార్శ్వాల లాంటివి: థియరిటకల్, సిద్ధాంతపరమైనవి; ఎక్స్‌పెరిమెంటల్ ప్రయోగాత్మకమైనవి. విజ్ఞానశాస్త్రం సిద్ధాంతపరమైన పార్శ్వం విశ్వంలోని పరికల్పనలను రూపొందిస్తుంది. అది ఆధ్యాత్మికతకు తాత్విక పార్శ్వం వంటిది. విజ్ఞానశాస్త్రం ప్రయోగాత్మక పార్శ్వం కొన్ని నియమాలను అనుసరించి పరికల్పనలను సరిచూడడానికి ప్రయోగాలు చేస్తుంది. ఇది ఆధ్యాత్మికతలోని మతం పార్శ్వం లాంటిది. మనం విన్న వాటిని అమలు చేయకుండా, అంటే ఒకరి మార్గ నిర్దేశంలో కొన్ని నియమ నిబంధనలు గల ప్రక్రియను అనుసరించకుండా ఆధ్యాత్మిక అనుభూతిని సాధించడం అన్నది అసాధ్యం.

సైన్సు సంపూర్ణంగా ఉండడానికి ఒకరకం ఎక్స్‌పెరిమెంటేషన్ అవసరమయినట్టే, ఆధ్యాత్మికత పరిపూర్ణంగా ఉండడానికి ఏదో ఒక మతం కావాలి. అంటే, ఉన్నత అనుభవాలు పొందాలనుకునే ఆధ్యాత్మికవాదులకు,

వాటిని నిరంతరాయంగా పొందడానికి ఒక ప్రక్రియ అవసరమవుతుంది. ఆ ప్రక్రియే వారి మతం అవుతుంది. అందువల్ల ఆధ్యాత్మికత కావాలనుకునే వారికి, ఏదో ఒక విధంగా మత సంబంధం కావలసివస్తుంది.

చాలా మంది తమను నిబద్ధతలేని ఆధ్యాత్మిక అన్వేషకులుగా లేదా విద్యాపండితులుగా భావించుకుంటూ, ఆధ్యాత్మిక గ్రంథాలను చదవడం ఒక హాబీగా కాలక్షేపంగా తీసుకుంటారు. కొన్ని సమయాలలో ఆధ్యాత్మిక ఉపన్యాసాలకు కూడా హాజరవుతూ ఉంటారు. అయితే, ఏమత సబంధమైన విషయాలనూ అభ్యాసం చేయరు. తత్ఫలితంగా తాము చదువుతూన్న విషయాన్ని చాలా అరుదుగా మాత్రమే గ్రహించగలుగుతారు, వాస్తవం అని అనుభూతి చెందగలుగుతారు. వారు మతాన్ని ఆచరించడానికి నిరాకరించడం వల్ల, అలాంటి గ్రహింపుకు, తెలివిడికి దూరమవుతారు. అందువల్ల, ఆధ్యాత్మికతను గురించిన వారి ఆలోచనలు, మాటలు ఆధ్యాత్మిక వాస్తవంతో ఎలాంటి స్పృశించతగ్గ సంబంధం, కలయిక లేకుండా వట్టి మానసిక ఊహాలుగానే ఉండిపోతాయి.

'నేను ఆధ్యాత్మిక వాదిని, కాని మత వాదినికాను,' అనే మాటను చెప్పే ముందు, మనల్ని మనమే మోసగించుకోవడం లేదు కదా అని మనం మనసులోకి చూసుకోవాలి. కొందరయితే, 'నేను కూడా ఆధ్యాత్మిక ఉపన్యాసాలకు హాజరవుతున్నాను!' అని చెప్పుకోవడానికి తమను తాము ఆధ్యాత్మిక వాదులమని ముద్ర వేసుకుంటారు.

ఇంకా కొన్ని సమయాల్లో తమకు ఎలాంటి విశ్వాసాలు లేవనడానికీ, మార్గం పట్ల గల అశ్రద్ధను న్యాయపరచుకోవడానికి సాకుగా ఈ ట్యాగ్ లైన్ ఉపయోగిస్తూ ఉంటారు. అయితే, దేవుణ్ణి గురించి వినడానికీ, చర్చించడానికీ సుముఖంగా ఉండరు. దేవుడు వినా ఆధ్యాత్మికత కేవలం మభ్యపెట్టడం, కాలాన్ని వృథా చేయడం మాత్రమే అవుతాయి. మన ఆధ్యాత్మికత దేవుడికేసి తీసుకువెళ్ళ లేదు అంటే మనం మనల్ని మాత్రమే అనురిస్తున్నామనే అర్థం. దీనికన్నా కరుడు కట్టిన నాస్తికుడిగా ఉండడం నయం. అప్పుడు మనం ఎవరని మనకు తెలియవస్తుంది గనక మనల్ని గురించిన అయోమయం ఉండదు.

'మతంతో సంబంధంలేని ఆధ్యాత్మికత' గలవారుగా ఉండాలనుకునేవారు ఉద్దేశపూర్వకంగానే ఏ మతాన్నీ అనుసరించకుండా ఉంటారు గనక, మెంటల్ స్పెకులేటర్స్ మానసిక ఊహాజీవులుగానే మిగిలిపోతారు. వారు 'ఆధ్యాత్మికత' అని పరిగణించే కొన్ని అనుభవాలను అడపాదడపా పొందవచ్చు. అయితే, నిరంతర హృదయ పరివర్తనను పొందలేరు గనక, శాశ్వత సఫలతను అందుకోజాలరు.

ప్ర. 61

ఈ యుగానికీ, ఇవాళ్టి రోజులకూ అనువైన, సులభమైన ఆచరించ తగిన ఆధ్యాత్మిక అభ్యాసం ఏది?

మనం చేసే ఏ పనికైనా పవిత్ర గ్రంథాల మద్దతు ఉన్నట్టయితే, ఆ పనుల ప్రభావం చిరకాలం నిలిచి ఉంటుంది. ఎందుకంటే, పవిత్ర గ్రంథాలు మానవ జీవితానికి దారిచూపే నిజమైన కరదీపికలు.

మనకు జలుబు చేసిందంటే, దానిని నయంచేయడానికి మార్కెట్లో అనేక ఔషధాలు లభ్యమవుతాయి. అయితే, మనం మందులషాపుకు వెళ్ళి మనకు ఇష్టమైన మందును కొనుక్కుంటామా? కొనుక్కోము! డాక్టర్‌ను సంప్రదించి ఆయన వ్యాధిలక్షణాలను పరిశీలించి ప్రిస్క్రైబ్ చేసే నిర్దిష్ట ఔషధాన్ని మాత్రమే కొనుక్కుంటాము. అదేవిధంగా స్పిరిచ్యువల్ ప్రాక్టీసస్ ఆధ్యాత్మిక అభ్యాసాలకు వచ్చినప్పుడు సుప్రీం డాక్టర్ దేవుణ్ణి సంప్రదించి, ఆయన పవిత్ర గ్రంథాలలో సిఫార్సు చేసిన ఈ యుగానికి (కలియుగం) తగిన ఉత్తమమైన ఆధ్యాత్మిక మార్గాన్నే అనుసరించాలి. దానినే అభ్యాసం చేయాలి. నామ సంకీర్తనమే ఆయన నిర్దేశించిన ఉత్తమ మార్గం. శ్రీమద్భాగవతం (12.3.52) ఇలా చెబుతుంది:

కృతే యద్ ధ్యాయతో విష్ణుం
త్రేతాయామ్ యజతో మఖైః
ద్వాపరే పరిచర్యాయామ్
కలౌ తద్ధారి కీర్తనాత్

'కృతయుగంలో విష్ణు ధ్యానం ద్వారా, త్రేతాయుగంలో యజ్ఞాలు చేయడం ద్వారా, ద్వాపరయుగంలో ఆయన పాదాలను పూజించడం

ద్వారా పొందే ఫలితాన్ని కలియుగంలో శ్రీహరి నామాలను కీర్తనం
చేయడం ద్వారా పొందవచ్చు'

అయితే, భగవంతుడికి అనేక నామాలు ఉన్నాయి. వాటిలో వేటిని గానం చేయడం?

కలి – సంతారన్ ఉపనిషత్తు (1-6, 8-9) లోని ఈ సంభాషణను చూద్దాం:

1. హరిఓమ్! ద్వాపరయుగాంతంలో శ్రీల నారదముని ముల్లోకాలను పర్యటించాక, తన తండ్రీ. గురువూ అయిన బ్రహ్మదేవుని వద్దకు వచ్చి, ఇలా ప్రశ్నించాడు: 'దేవా! ప్రారంభం కానున్న అన్ని విధాలా పతనావస్థలో దిగజారుడుగా కనిపించనున్న కలియుగంలో ప్రాణులు తమను సంరక్షించుకునే తరుణోపాయం ఏమిటి?'
2. బ్రహ్మదేవుడి సమాధానం: 'మానవజాతికి మేలు సమకూర్చే చాలామంచి ప్రశ్న అడిగావు. వైదిక వాఙ్మయంలో నిక్షిప్తమై ఉన్న పరమ రహస్యాన్ని చెబుతాను. దాని సాయంతో ప్రతి ఒక్కరూ అత్యంత అపాయకరమైన కలికాలపు దోషం నుంచి సులభంగా బయటపడవచ్చు.
3. 'సర్వోన్నత భగవంతుడూ, ఆదిమూలమూ అయిన శ్రీ మన్నారాయణుడి దివ్య నామాలను జపించినట్టయితే కలియుగంలో సర్వపాపాలూ తొలగిపోతాయి'
4. నారదముని మళ్ళీ అడిగాడు: 'కలియుగంలో అత్యంత శక్తివంతమైన నిర్దిష్టనామాలు ఏవి?'

సహోవచ హిరణ్య గర్భః
హరే కృష్ణ హరే కృష్ణ కృష్ణ కృష్ణ హరే హరే
హరే రామ హరేరామ రామరామ హరే హరే
ఇతి షోదశకం నామ్నాం, కలికల్మషనాశనం
నతః పరతరోపాయః సర్వవేదేషు దృశ్యతే *(6)*

5-6 బ్రహ్మదేవుడు ఇలా సమాధానం ఇచ్చాడు:
'హరే కృష్ణ, హరేకృష్ణ, కృష్ణ కృష్ణ, హరేహరే
హరే రామ, హరే రామ, రామ రామ హరే హరే –
ఈ పదహారు నామాలు – కలి కల్మష నాశకాలు.
సర్వ వేదాలలో వీటికి మించిన వేరు ప్రత్యామ్నాయాలు కానరావు.'

8. శ్రీల నారదముని మళ్ళీ ప్రశ్నించాడు: 'ఈ మహామంత్రం జపించడానికి గల పద్ధతులు, నియమాలు ఏవి?'
9. బ్రహదేవుడి సమాధానం: 'ఈ మహామంత్రం జపించడానికి ఎలాంటి నియమ నిబంధనలూ లేవు. ఎలాంటి పరిస్థితులలోనైనా దీనిని ఎల్లవేళలా జపించవచ్చు. ధ్యానించవచ్చు. నామకీర్తనం చేయవచ్చు.'

కూర్చున్నప్పుడు, నడుస్తున్నప్పుడు, స్నానానికి ముందూ, తరవాతా చేయవచ్చు. అయితే, ఎప్పుడు జపించినా, వీలయినంత జాగ్రత్తగా దానిని వినడానికి ప్రయత్నించాలి. అప్పుడే దాని పరిపూర్ణ ఫలితాలు, ప్రయోజనాలు అందుకోగలుగుతాము.

ఆవిధంగా శ్రీహరి లేదా కృష్ణ నామాలను జపించడం, కీర్తన చేయడం ఉత్తమమైన ఆధ్యాత్మిక మార్గంగా, అభ్యాసంగా పవిత్ర గ్రంథాలచేత, పూర్వ ఆధ్యాత్మిక గురువులు అందరిచేత ప్రతిపాదించబడింది. కావాలంటే ఇతర పద్ధతులను ప్రయత్నించి చూడడానికి మనకు స్వతంత్రం ఉంది. అయితే, అవి అంత శక్తివంతంగా ఉండవు.

మనం హరే కృష్ణ మహామంత్రాన్ని జపిస్తూ దాని శబ్దం మీద ధ్యానం చేస్తున్నప్పుడు, మన మనసు క్రమ క్రమంగా ప్రశాంతమవుతుంది. ప్రతికూలతలు సమసిపోతాయి. నిజానికి అది మనో ఏకాగ్రతకు చాలా శక్తివంతమైన ఆయుధం.పైగా, మునుముందు మనసులో ప్రతికూల ఆలోచనలు ప్రవేశించకుండా రక్షణకవచాన్ని నిర్మిస్తుంది. జపించేప్పుడు మనసు తిరగవచ్చు. దానిని గ్రహించి, దానిని మంత్ర జపశబ్దంకేసి వెనక్కు తీసుకువచ్చి, ఒకసారి ఒక మంత్రం మీద దృష్టిని కేంద్రీకరించినట్టయితే, ఆవిష్కృతమయ్యే అద్భుత మాయాజాలాన్ని తిలకించవచ్చు.

ప్ర. 62

కర్ణుడు రథం మీద లేనప్పుడు, అర్జునుడు అతణ్ణి వధించడం అన్యాయం కాదా? అది క్షత్రియ ధర్మానికి విరుద్ధం కాదా?

కానే కాదు!

మనం మహాభారతం చదివినట్టయితే, 'అన్యాయం' అన్నపదం కౌరవులకు మరోపేరుగా కనిపిస్తుంది. పాండవులు జన్మించినప్పటినుంచి, కౌరవయువరాజు దుర్యోధనుడూ, అతని సోదరులూ, పాండవులను నిర్మూలించడానికి ప్రతిరోజూ కుట్రలు పన్నుతూనే వచ్చారు. కాని విజయం సాధించలేకపోయారు.

కురుక్షేత్రయుద్ధం ప్రారంభం కావడానికి ముందు, ఇరు పక్షాల యోధులూ, కొన్ని నియమ నిబంధనలను అనుసరించడానికి అంగీకరించారు. పాండవుల సర్వసైన్యాధ్యక్షుడైన ధృష్టద్యుమ్నుడు, తాము యుద్ధధర్మాన్నీ, నియమాలనూ మొదట జవదాటమనీ, అయితే కౌరవసేనలు వాటిని అతిక్రమించినప్పుడు, తాము కూడా వాటికి కట్టుబడి ఉండవలసిన అవసరం లేదనీ స్పష్టంగా ప్రకటించాడు.

రథం లేని యోధుణ్ణి చంపకూడదు అన్నది యుద్ధ ధర్మాలలో ఒకటి. అయితే, కౌరవులు మొదట ఆ ధర్మాన్ని అతిక్రమించారు, యుద్ధం పదమూడవరోజు రథం లేని యువవీరుడైన అభిమన్యుణ్ణి చంపడానికి కర్ణుడితో సహా అరుగురు గొప్ప యోధులు ఒకటిగా గుమిగూడారు. ఆ అతిక్రమణలో కర్ణుడూ భాగస్వామి గనక, అదే అతనికి తిరిగి చెల్లించబడింది.

యుద్ధం పదునాల్గవరోజు, సూర్యాస్తమయం లోపల జయద్రథుని హతమారుస్తానన్న తన శపథాన్ని నెరవేర్చుకోవడానికి పోరాడుతున్నప్పుడు, అతని గుర్రాలు అలిసిపోయాయి. దప్పికతో విలవిలలాడ సాగాయి. శ్రీకృష్ణభగవానుడు వాటిని దూరంగా తోలుకువెళ్ళినప్పుడు, అర్జునుడు రథం నుంచి కిందికి దిగవలసివచ్చింది. అతడు రథారూఢుడై లేడని తెలిశాక కూడా కౌరవసేనలు అతణ్ణి చుట్టు ముట్టి దాడిచేయసాగాయి. నిజానికి హతమార్చడానికి సరైన అవకాశం దొరికిందని మరింత క్రూరంగా విరుచుకుపడ్డాయి. అయినప్పటికీ, అర్జనుడు వారిని సాహసోపేతంగా ఎదురొడ్డాడు. అంతే కాదు. అలిసిన గుర్రాలకు తన బాణాలతో నీడను సమకూర్చాడు. నియమాలను అతిక్రమించి అన్యాయంగా తనమీదికి వచ్చినప్పటికీ, అర్జునుడు ఫిర్యాదు చేయలేదు. ఆ కారణంగానే కర్ణుడు కూడా ఫిర్యాదు చేయలేదు.

యుద్ధం పదిహేడవరోజు అర్జునుణ్ణి ఎదుర్కొన్నప్పుడు కర్ణుడే స్వయంగా ఆ నిర్దిష్ట షరతును అతిక్రమించాడు. కర్ణుడు ఎవరూ అడ్డుకోజాలని నాగాస్త్రాన్ని అర్జునుడి తలకు గురిపెట్టి ప్రయోగించాడు.

అది అర్జునుడి కంఠానికి తగలకుండా, కిరీటానికి తగిలేవిధంగా కృష్ణ భగవానుడు బొటనవేలితో నొక్కి రథాన్ని భూమిలోపలికి వెళ్ళేలా చేశాడు. అర్జునుడి ప్రాణం రక్షించబడింది కాని, రథం భూమిలోపలికి కూరుకుపోయింది. దానిని పైకెత్తడానికి కృష్ణ భగవానుడు కిందికి దిగాడు. అర్జునుడి రథం కదలలేని స్థితిలో ఉన్నప్పటికీ కర్ణుడు అతణ్ణి వదలకుండా దాడిచేశాడు. అయినప్పటికీ, అర్జునుడు చాకచక్యంతో తననుతాను కాపాడుకున్నాడు.

సూర్యాస్తమయం తరవాత ఎవరి మీదా దాడిచేయకూడదు అన్నది యుద్ధ నియమాలలో ఒకటి. ఈ నిమయం కూడా కౌరవుల చేత అతిక్రమించబడింది. ఇక తాము ఓడిపోక తప్పదని గ్రహించిన కౌరవులు, పాండవుల మీదికి కారుచీకటిలో విరుచుకుపడ్డారు. అయినప్పటికీ, మహావీరుడైన ఘటోత్కచుడి సాయంతో పాండవులు, కౌరవసేనలను దీటుగా ఎదుర్కొన్నారు.

అందువల్ల, చివరి ఘట్టంలో, కర్ణుడు క్షత్రియధర్మం గురించి ప్రస్తావించడం అన్నది చాలా కపటంతో కూడుకున్నది. కర్ణుడు మహోన్నత నీతి వాక్యాలు వల్లించడానికి ప్రయత్నించినప్పుడు, కృష్ణభగవానుడు, గతంలో కర్ణుడు నీతి బాహ్యంగా నడుచుకున్న సందర్భాలన్నింటినీ గుర్తు చేశాడు. దాంతో కర్ణుడు మౌనంగా సిగ్గుతో తలదించుకోక తప్పలేదు.

'షతో షత్యం' సూత్రాన్ని శ్రీకృష్ణుడు ప్రదర్శించాడు. దుర్మార్గుడి పట్ల దుర్మార్గంగానే నడుచుకోవాలి, కర్ణుడి మీదికి బాణం ప్రయోగించు అని అర్జునుణ్ణి ఆదేశించాడు. అర్జునుడు పదునాల్గవ రోజు యుద్ధంలో చేసినట్టు, కర్ణుడు నేలమీద నిలబడే యుద్ధం చేసి ఉండవచ్చు. అయితే, అతడు అలా చేయకుండా ధర్మ పన్నాగాలు వల్లిస్తూ, అది చాలా అన్యాయం అని చెప్పడానికే పూనుకున్నాడు. ప్రాణాలు కోల్పోయాడు.

ఉభయులూ పరస్పరం అంగీకరించిన నియమాలను పాటిస్తూనే పాండవులు యుద్ధం చేశారు.కౌరవులే వాటిని అతిక్రమించడానికి మాటిమాటికీ ప్రయత్నించారు.

ప్ర. 63

కురుక్షేత్ర యుద్ధం ఆఖరున భీముడు ఎందుకు దుర్యోధనుణ్ణి యుద్ధ ధర్మానికి విరుద్ధంగా నడుముకింద కొట్టి హతమార్చాడు?

తల్లి గాంధారి వరం కారణంగా దుర్యోధనుడి శరీరం అభేద్యం. ఆ విధంగా భీమ దుర్యోధనుల మధ్య జరిగిన గదాయుద్ధం – ఇద్దరు సమాన వీరుల మధ్య జరిగిన సాధారణ యుద్ధం కాదు, దుర్యోధనుడు తల్లి వరం రక్షణగా కలిగి ఉండడం వల్ల, భీముడు ఎంత చాకచక్యంతో, శక్తితో కొట్టినా అతనికి ఎలాంటి హానీ జరగదు. భీముడికి అటువంటి రక్షణ ఏదీలేదు.

అటువంటి పరిస్థితిలో భీముడు ఎంతకాలమని తనను ఎదుర్కొని గాయపరుస్తూన్న దుర్యోధనుడితో పోరాడగలడు? దుర్యోధనుడు ఇచ్చిన గదా ఘాతాలకు ముఖ్యంగా, చివరి రెండు దెబ్బలకు వేరెవరైనా అయితే, అప్పటికప్పుడే మరణించి ఉండేవారే. భయంకరమైన దెబ్బలకు భీముడు ఘోరంగా గాయపడినప్పటికీ, తనకున్న మానవాతీత యుద్ధస్ఫూర్తితో, ఎలాంటి బలహీనతనూ బయల్పరచకుండా వైరాగ్యంతో పోరాడుతూ వచ్చాడు.

దెబ్బ మీద దెబ్బ, భరించరాని దెబ్బలు. భీకరమైన దుస్థితి భీముడికి. ఎందుకు? బౌలర్‌ను తాకి పడగొట్టే బాట్స్‌మేన్ బాడీలైన్‌ను బౌల్ చేసి గాయాలతో పక్కకు తప్పుకోవడం మాత్రమే కదా బౌలర్ చేయవలసిన పని. భీముడు అలాంటి పనే చేయవలసి వచ్చింది. అందుకు తప్పుపట్టలేము.

ఇంకొక విషయం, విధిబలీయం అని మనం తెలుసుకోవాలి. ఈ కింది కారణాలవల్ల ఆ యుద్ధం అలా జరిగింది.

1. దుర్యోధనుడు తొడలు విరిగి చస్తాడు అన్న మైత్రేయ ఋషి శాపం ఉంది. ఆ శాపం ఫలించడానికి భీముడు కేవలం పరికరం మాత్రమే.
2. దుర్యోధనుడు తన తొడలను చూపి ద్రౌపదిని వచ్చి కూర్చోమని చెప్పి ఆమెను నిండు సభలో అవమానించాడు. అప్పుడు భీముడు ఆగ్రహంతో వాడి తొడలను విరగకొడతానని శపథం చేశాడు. ఆ శపథాన్ని నెరవేర్చుకున్నాడు.

కృష్ణభగవానుడు చెప్పినట్టు భీముడు గెలుపొందాలంటే వేరొక మార్గం లేదు. అందుకే దానిని అనుసరించాడు. దుర్యోధనుడు మరణించాలి. ఈ విధంగానే మరణించాలి అన్నది విధి.

ప్ర. 64

దేవుడు అన్నింటినీ సృష్టించాడు అంటే దేవుణ్ణి సృష్టించింది ఎవరు?

'దేవుడు' అనే పదమే 'అన్నిటికీ, అందరికీ మూలం' అని సూచిస్తుంది. అందువల్ల అన్నిటికీ, అందరికీ మూలంగా ఉన్నవాడికి మూలం ఎలా ఉంటుంది? వైదిక వాఙ్మయం దేవుణ్ణి ఇలా నిర్వచిస్తుంది: 'సర్వ కారణ కారణం' (కారణాలన్నింటికీ కారణమైనవాడు) మన చుట్టూ ఉన్న విషయాలన్నింటి పుట్టుకలను వెతుక్కుంటూ వెళితే, ఎక్కడ ఇక ముందుకు వెళ్ళలేక ఆగిపోతామో అదే దేవుడు, అని ఈ నిర్వచనం సూచిస్తోంది. దేవుడికి ఒక ఒక మూలం గనక ఉంటే, అదే దైవం అవుతుంది. ఎందుకంటే, శుద్ధతర్కం ప్రకారం కూడా అన్నింటికీ మూలాధారమైన వాడికి మూలం ఉండదు. అందువల్ల, ఈ ప్రశ్న అతార్కిక అవగాహన నుంచి పుడుతుంది గనక ప్రశ్నే అతార్కికం.

ఒకడు తన జీవితంలో మొదటిసారిగా నవలను చదివాడు. ఆ నవలను ఒక రచయిత రాశాడని తెలియగానే 'నవలలో రచయిత ఎక్కడ?' అని అడిగాడు. పై ప్రశ్న కూడా అలాంటిదే. నవలలో రచయిత ఉండదు. అతడొక కథాకాలాన్నీ, కథాంశాన్నీ, పాత్రలనూ సృష్టిస్తాడు. కాని దానికి వెలుపల ఉంటాడు. అదే విధంగా దేవుడు కాలాన్నీ, ప్రదేశాన్నీ, అన్నింటినీ మనందరితో సహాసర్వస్వాన్నీ సృష్టించాడు. అయితే, కాలదేశాలకు నేతకు అతీతంగా ఆయన వెలుగొందుతూ ఉంటాడు. అందువల్ల, కాలదేశాలలో కనిపించే ప్రతిఒక్కదానికీ ఆరంభం, కారణం అవసరమవుతాయి. అయితే, వీటికి

వెలుపల ఉన్న దేవుడికి కారణం అవసరం ఉండదు. ఎందుకంటే అయనే కాలదేశాలకు కారణం. ఆయన సృష్టికర్త, సృష్టి చక్రానికి వెలుపల వెలుగొందుతూ ఉంటాడు.

ప్ర. 65

గురువు అంటే ఎవరు? ఆయనను కనుగొనడం ఎలా?

మానవుడిగా పుట్టిన ఎవరికైనా సరే గురువు కావాలి. ఎందుకు? మానవజీవితంలో పరిపూర్ణతను సాధించడానికి.

ఎనభైనాలుగు లక్షల జీవరాసులలో ఒక మానవజన్మ కు మాత్రమే ఎడతెగని ఆత్మ జననమరణాల చక్రం నుంచి బయటపడే ప్రత్యేక సామర్థ్యం ఉన్నది. ఇది ముఖ్యంగా దేవుణ్ణి తెలుసుకోవడానికి ఉద్దేశించబడింది. దానిని సాధించడానికి మనకు సాయపడడానికి గురువు తప్పక కావాలి.

ఏరంగంలోనైనా సరే, మనం డాక్టర్ కావాలనుకున్నా, ఇంజినీరు కావాలనుకున్నా, క్రీడాకారుడు కావాలనుకున్నా, ఆ రంగంలో నిపుణుల సాయం మనకు అవసరం. అతణ్ణి మనం కోచ్, గైడ్, మెంటర్ అని చెబుతాం. అధ్యాత్మికతకు వచ్చేసరికి ఆయన్ను 'గురువు' అని సంబోధిస్తాం.

అయితే, నిజమైన గురువు ఎవరు?

మంచి వక్తను గురువుగా భావించవచ్చా?

ఆకర్షణీయమైన వ్యక్తిని గురువని చెప్పవచ్చా?

సుప్రసిద్ధులైనవారిని గురువులు అని చెప్పవచ్చా?

ప్రపంచవ్యాప్తంగా అనుచరగణం కలవారిని గురువు అని చెప్పవచ్చా?

అన్ని ప్రశ్నలకూ ఒకే సమాధానం, అతి పెద్ద **చెప్పకూడదు!**

దురదృష్టవశాత్తు ఇవే ఇవాళప్రమాణాలై కూర్చున్నాయి. ఆతరవాత తాము మోసగించబడ్డామని పలువురు వాపోతూ ఉంటారు. మనం

మోసపోవడం వల్లే మోసగించబడ్డాము. మనం మన పవిత్ర గ్రంథాలు చెప్పేమాట విని ఉంటే మోసపోయేవాళ్ళం కాదు. మన ప్రాచీన పవిత్ర గ్రంథాలలో గురువు స్థానం స్పష్టంగా నిర్వచింపబడింది.

1. మనల్ని దేవుడితో అనుసంధానంచేసేవాడే గురువు.

ఉదాహరణకు, ఒక కంపెనీలో ఆర్థిక విషయాలతో వ్యవహరించడానికి చీఫ్ ఫైనాన్షియల్ ఆఫీసర్ పదవి ఏర్పరచబడుతుంది. అతడు తన బాధ్యతను సక్రమంగా నిర్వర్తించలేదు అనుకుంటే ఆయన ఆ పదవి నుంచి తొలగించబడతాడు.

అదే విధంగా భగవంతునికేసి మనల్ని నడిపించడానికి భగవంతునిచేత గురువు అనే స్థానం సృష్టించబడింది, అ పని సక్రమంగా నిర్వర్తించని వ్యక్తిని గురువుగా తిరస్కరించాలి. నిజంగా ఒక మోసగాడిగా అతడు తొలగించబడాలి.

2. గురువు భగవద్భక్తుడై ఉండాలి.

మనకు ఉన్న వాటినే మనం ఇతరులకు ఇవ్వగలం. గురువుకే భక్తీ, అనుసంధానం లేనట్టయితే, ఆయన ఇతరులకు వాటిని ఇచ్చి తన అసలైన బాధ్యతను ఎలానిర్వర్తించగలడు?

భగవంతుని ఎరిగినవాడే నిజమైన గురువు. భగవత్సేవకు అంకితమై తనను అర్పించుకున్నవాడు. తన అనుచరులను కూడా అందుకే వినియోగించేవాడు.

నిజానికి, గురువు కృష్ణభగవానుడి భక్తుడు కానప్పుడు, దివ్యజ్ఞానాన్ని అర్థం చేసుకోలేడు. ఆ జ్ఞానాన్ని ఇతురులకు ఇవ్వడం కలలో కూడా ఊహించలేడు.

తమను గురువులని చెప్పుకునే వారు తరచూ, మనకు తారసపడుతూ ఉంటారు. అయితే, భగవంతుడు అంటే ఎవరు అని కూడా వారికి తెలియదు. అలాంటప్పుడు ఆయనతో ఎలా అనుసంధానం కాగలరు? ఇతరులను ఆయనతో ఎలా కలుపగలరు? అలాంటివారు దేవుడంటే ప్రకృతి, దేవుడు

అంటే ప్రేమ, దేవుడు నిరాకారుడు లేదా ప్రతి ఒక్కరూ దేవుడే అని చెబుతూ ఉంటారు. వారు అలాంటి అస్పష్టమైన సమాధానాలే ఇస్తూ ఉంటారు. ఎందుకంటే వారికి ఏమీ తెలియదు గనక. ఆ విధంగా అమాయక ప్రజలను మోసం చేస్తూ ఉంటారు.

3. ఒక గురువు – గురుశిష్య పరంపర– కలిగి ఉండాలి.

కృష్ణ భగవానుడు తనను గురించిన జ్ఞానాన్ని పంచే సాధికారతను నాలుగు గురు పరంపరలకు ప్రసాదించాడని పద్మపురాణం తెలియజేస్తుంది. అవి:

1) **శ్రీ సంప్రదాయం:** లక్ష్మీదేవి నుంచి ఆవిర్భవించింది. భూలోక ఆచార్యుడు లేదా ఆధ్యాత్మిక గురువు: శ్రీరామానుజాచార్యులు.
2) **కుమార సంప్రదాయం:** నలుగురు బ్రహ్మకుమారుల అధిపత్యంలోనిది. (సనకుడు, సనాతనుడు, సనందనుడు, సనత్కుమారుడు.)
   భూలోక ఆచార్యుడు: శ్రీ నింబార్కాచార్య.
3) **రుద్ర సంప్రదాయం:** శివుడు అధిపతిగా గలది. భూలోక ఆచార్యుడు: శ్రీ విష్ణుస్వామి.
   శ్రీవల్లభాచార్యులు ప్రారంభించిన పుష్టిమామార్గం కూడా రుద్ర సంప్రదాయంలోని భాగమే.
4) **బ్రహ్మసంప్రదాయం:** బ్రహ్మదేవుడు అధిపతి.
   భూలోక ఆచార్యుడు: శ్రీమధ్వాచార్యులు.

ఏ గురువయినా సరే ఈ నాలుగు గురుశిష్యపరంపరలలో ఏదో ఒకదానికి చెందినవారై ఉండాలి.

ఈ పరంపరలకు చెందని వారినుంచి ఉపదేశం పొందినట్టయితే (అలా పొందడం పూర్తిగా మన ఐచ్ఛికం) అది పరిపూర్ణమైనదిగా ఉండదు.

4. నిజమైన గురువు వైష్ణవుడై ఉండాలి.

పద్మ పురాణం ఇలా చెబుతుంది:

సత్కర్మ నిపుణోవిప్రో మంత్ర తంత్ర విశారదః
అవైష్ణవో గురు న స్యద్ వైష్ణవః స్వపచోగురుః

ఒక బ్రాహ్మణుడు సత్కర్మలు చేయడంలో నిపుణుడిగానూ, మంత్ర తంత్రాలలో సకలం ఎరిగినవాడుగానూ (యజ్ఞయాగాదులు చేయడం, బోధించడం దాన ధర్మాలు చేయడం, పుచ్చుకోవడం) ఎంతగొప్ప వాడుగా ఉన్నప్పటికీ వైష్ణవుడు కానివాడు (కృష్ణభక్తుడు గానో, విష్ణు భక్తుడిగానో లేనివాడు) గురువు కాలేడు. వైష్ణవుడిగా ఉండి, అస్పృశ్య కుటుంబంలో పుట్టినవాడు అయినప్పటికీ గురువు కాగలడు.

5. నిజమైన గురువు ఇంద్రియ నిగ్రహం కలవాడై ఉండాలి.

ఉపదేశామృత (1.1) లో శ్రీ ల రూపగోస్వామి ఇలా సెలవిచ్చారు:

వాచో వేగం మానసః క్రోధావేగం
జిహ్వావేగం ఉదరోపస్థ వేగం
యేతన్ వేగన్ యో విషహేత ధీరాః
సర్వం అపిమామ్ పృధివిమ్ సశిష్యాత్

'అధికంగా మాట్లాడాలనే యావనూ, మనసు కోరికలనూ, కోపాన్నీ, జిహ్వాచాపల్యాన్నీ, కడుపు, జననేంద్రియాల ఉద్వేగాలనూ నియంత్రించుకున్న నిర్మలుడే ప్రపంచవ్యాప్తంగా శిష్యులను ఏర్పరచుకో తగ్గవాడు.'

6. నిజమైన గురువు వేదశాస్త్రాలు క్షుణ్ణంగా ఎరిగినవాడై, ఉదాహరించగలవాడై ఉండాలి.

తాను చెబుతూన్న వాటికి మద్దతుగా వేద శాస్త్రాలను ఆధారంగా ఉదహరించలేకపోయినట్టయితే, తన సొంత అభిప్రాయాలను మాత్రమే చెబుతూన్న వాడయినట్టయితే, ఆయన గురువుకాడు. తనకు తోచిన వాటిని మాట్లాడే సామాన్యమానవుడే అవుతాడు.

ఒక గురువు దేవుడి దూత. అందువల్ల ఆయన శాస్త్రాలలో ఉన్న భగంతుడిసందేశాన్ని మాత్రమే మళ్ళీ తెలియచెప్పాలి.

ఒకరిని శిష్యుడిగా అంగీకరించేముందు, ఒక గురువు అతనిని పరీక్షించే విధంగానే, శిష్యుడు కూడా ఒకరిని గురువుగా అంగీకరించే ముందు పైన పేర్కొన్న కొలమానాలతో పరీక్షించి చూడాలి.

మనం విశ్వసించతగిన గురువును చేరడం ఎలా? భగవంతుని మనం గ్రహించాలన్న ప్రయత్నంలో ఉన్నప్పుడు లేదా గురువును చేరాలని సంకల్పించిన వెంటనే, మన హృదయంలో పరమాత్మగా కొలువైయున్న భగవంతుడు అందుకు ఏర్పాటుచేస్తాడు. ఆయనప్రతినిధిగా ఉన్న గురువు మన ముందుకు వస్తాడు. లేదా మనమే ఆ గురువును చేరే మార్గం చూపుతాడు.

అయితే, ఏ రకం గురువు మన జీవితంలోకి ప్రవేశిస్తాడు అన్నది మన హృదయ నైర్మల్యం, నిజాయితీ మీద ఆధారపడి ఉంటుంది.

మన కోరిక యాభై శాతం నిజాయితీగా ఉన్నట్టయితే, అలాంటి వ్యక్తే మన జీవితంలో ప్రవేశిస్తాడు. భగవంతుని తెలుసుకోవడం అనే మానవ జీవిత అంతిమ పరమ లక్ష్యాన్ని చేరుకోవాలన్న కోరిక మనలో మరీ తీవ్రంగా ఉన్నట్టయితే, అందుకు తగిన గురువునే భగవంతుడు పంపగలడు.

అందువల్ల, మనం నిజమైన గురువును కనుగొనడం లేదా ఆయన మనల్ని కనుగొనడం అన్నది పూర్తిగా మన సొంతకాంక్షమీదే ఆధారపడి ఉంటుంది.

ప్ర. 66

భిన్నమతాల దేవుళ్ళు భిన్నమైనవారా?

కాదు! అన్ని మతాలూ ఒకే దేవుణ్ణి చేరుకోవడానికి గల భిన్నమార్గాలు. ఈ ఒక్క సిద్ధాంతాన్ని అపార్థం చేసుకోవడమే మతంపేరుతో అనేక యుద్ధాలకు దారితీశాయి.

ఒకే విషయాన్ని బోధించడానికి ఒకే విశ్వవిద్యాలయంలో విభిన్న కళాశాలలు ఉన్నట్టు, విభిన్న మతాలు ఒకే దేవుణ్ణి గురించి బోధిస్తాయి. అయితే, ఆ మతానుయాయుల మేధాశక్తిని దృష్టిలో ఉంచుకుని కొద్దిపాటి భిన్నమార్గాలను అనుసరిస్తాయి. కాల, దేశ, పరిస్థితులను అనుసరించి ఆ దేవుడు వివిధ మతాలలో వివిధ రకాలుగా చెప్పబడ్డాడు. ఉదాహరణకు సూర్యుణ్ణి – సూర్యుడు, రవి, భాస్కరుడు, దినకరుడు అని పిలుస్తారు. విభిన్న భాషలలో విభిన్న నామాలు ఉంటాయి. అదే విధంగా ఒకేశక్తి పరిపూర్ణ సత్యం – దేవుడు – వివిధ మతాలలో వివిధ నామాలతో ప్రస్తావించబడుతున్నాడు.

భగవంతుడి పరమకరుణనూ, దయాస్వభావాన్నీ అల్లా చాటవచ్చు. జహోవా నామం సర్వశక్తినీ, ప్రేమనూ సూచిస్తుంది. శ్రీరాముడు అన్న నామం ఆదర్శ గుణగణాలనూ, ఆనందాన్నీ సూచిస్తుంది. కృష్ణభగవానుడు సర్వాకర్షణ స్వరూపుడని కీర్తించబడ్డాడు.

గొప్పమత గ్రంథాలయిన – బైబిల్, ఖురాన్, భగవద్గీతలను – మనం జాగ్రత్తగా పరిశీలించినట్టయితే, అవి భగవంతుణ్ణి ఒకే విధమైన లక్షణాలతో అభివర్ణించడం చూడవచ్చు. ఉదాహరణకు బైబిల్ ఇలా చెబుతుంది: 'నేనే సర్వానికీ ఆల్ఫా మరియు ఒమేగా'

భగవద్గీత (10.20) లో కృష్ణ భగవానుడి ఉవాచ ఇది:

అహం ఆత్మా గుడాకేశ
సర్వభూతాశయ – స్థితః
అహం ఆదిశ్చ మధ్యంచ
భూతానాం అంతయేవ చ

'నే నే పరమాత్మను. ఓ అర్జునా! సకలజీవరాసుల హృదయాలలో కొలువై ఉన్నాను. నేనే సకల ప్రాణుల ఆది, మధ్యం, అంతం మొదలు, నడిమి, తుదియునై ఉన్నాను.'

అదే విధంగా ఖురాన్ అల్లా ఎలా అన్నింటికీ ఆది, మధ్యం, అంతమై ఉన్నాడో తెలియచెబుతుంది. అందువల్ల, మనం గనక సూర్యుడి పేర్లను దాటి చూసినట్టు, ఉన్మాద విశ్వాసాలను దాటి పరిశీలించినట్టయితే, పేర్లు వేరయినప్పటికీ వస్తువు ఒక్కటేనని గ్రహించవచ్చు.

ప్రతి ఒక్కరూ దేవుడు (సర్వోన్నత భగవంతుడు) ఒక్కడే అని అంగీకరిస్తారు. పలు సర్వోన్నతాలు ఉండజాలవు. అయితే, ఆ తరవాత మనుషులు 'నాదేవుడే మెరుగయినవాడు, గొప్పవాడు, లేదా నాదేవుడు ఒక్కడే మార్గం' అని చెబుతారు. అజ్ఞానం, పరిపక్వత లేకపోవడమే ఇలా చెప్పడానికి కారణం. ఒకే విశ్వపిత ఉన్నాడని గుర్తించినప్పుడే విశ్వమానవ సౌభ్రాతృత్వం సాధ్యం.

ప్ర. 67

పేదలకు సాయం, వైద్య సేవలు చేయగలిగినప్పుడు మనం దేవాలయాలకు వ్యయం చేయడం ఎందుకు?

మనం తప్పక పేదలకు సేవలందించాలి. వైద్యశాలలకు విరాళాలు ఇవ్వాలి. అయితే, ఈ రెండు కార్యకలాపాలను పరస్పరం పోటీగా ఎందుకు భావించాలి? భగవత్సేవను ఎందుకు పేదలకు సేవలు చేయడానికీ వైద్యశాలలు తెరవడానికీ పోటీగా చూడాలి?

దేవాలయాల విషయానికి వచ్చినప్పుడే మనుషులు ఇలాంటి వైఖరిని ప్రదర్శించడం; తమ వ్యక్తిగత వినోదాల విషయంలో ఏమాత్రం చూపకపోవడం చాలా వింతయిన విషయం.

డబ్బును పొదుపు చేసి పేదలకు సేవచేయాలి అనుకున్నప్పుడు– క్రికెట్ మ్యాచ్‌చూడడం, సినిమాలు చూడడం వంటి మిగతా విషయాల్లో ఎందుకు ప్రయత్నించకూడదు. మనుషులు సినిమాలు చూడ్డానికి ఖర్చుచేసే ధనం ఇరవై తరాల పేదల అన్నదానానికి చాలినంతగా ఉంటుంది. ఎంటర్‌టైన్‌మెంట్ ఇండస్ట్రీకి అంత ఆదాయం వస్తోంది. ఇది అతి పెద్ద మొత్తం కాదా?

పార్టీలలో, పెళ్ళిళ్ళలో ఎంతో ఆహారం వృథా అవుతోంది. వాటి ఆడంబరాలకు అయ్యే ఖర్చు ఇంతా అంతా కాదు.

అయితే, మనం వాటిని ప్రశ్నించం. భగవత్సేవల విషయానికి వస్తే చాలు, మనకు పేదలపట్ల ఉన్న ప్రేమ పొంగిపొరలుతుంది. ఇది కపటనాటకం కాదా?

మనం వివాహాలకు ఖర్చుచేయకూడదని చెప్పడం లేదు. ఎందుకంటే, అది చాలా పవిత్రమైన విషయం. అలాంటి వాదాలను ముందుకు తీసుకువచ్చేప్పుడు, ఎలా అలా మాట్లాడుతున్నామని అర్థం చేసుకోవడానికి మనం మన జీవితాలను నిజాయితీగా విశ్లేషించుకోవలసిన అవసరం ఎంతయినా ఉంది. అది పేదలపట్ల నిజమైన ప్రేమతోనా లేక దేవుడి పట్లా, భగవత్సేవ పట్లా లోతుగా వేళ్ళూనిన ద్వేషంతోనా?

పైన చెప్పుకున్న భగవత్సేవ, మానవసేవ అనే రెండు కార్యకలాపాలు ఒక దానితో ఒకటి పోల్చతగినవి కావు.

భక్తి లేదా భగవత్సేవ అన్నది మన జీవితంలోని ఒక భాగం. సామాజిక సేవ అన్నది జీవితంలోని వేరొకభాగం. రెండూ రెండు రకాల భిన్నమైన కార్యకలాపాలు. రెండింటికీ మన జీవితాలలో స్థానం ఉంది. వినోదకార్యక్రమాలను సామాజిక సేవతో ఎలా పోల్చలేమో, అలాగే సామాజికసేవను భగవద్భక్తి సేవలతో పోల్చలేము. అన్నింటికీ మన జీవితాలలో చోటు ఉన్నది. ఒక దానికి ఒకటి పోటీ కాజాలవు.

ఒకటి శరీరస్థాయి సేవ. మరొకటి ఆత్మస్థాయి సేవ. భగవద్గీత చెబుతున్నట్టు, మనం శాశ్వత ఆత్మలం. ఇదే మన నిజమైన గుర్తింపు. మనం శరీరం కాదు. ఆవిధంగా ఆత్మస్థాయి సేవలే నిజమైన సేవలు. నిజానికి అత్యంత ముఖ్యమైన సేవలు. దేవాలయాలు ఈ సేవలను అందిస్తున్నాయి. అవి ఆకలిగొన్న ఆత్మకు ఆహారం అందిస్తాయి.

విద్యాసంస్థలు ఒక విధంగా, వైద్యశాలలు ఒక విధంగా సమాజానికి సేవలు అందిస్తున్నట్టే, దేవాలయాలు ఒక నిర్దిష్టమార్గంలో సేవలు అందిస్తున్నాయి. జబ్బు పడ్డ మనసుకు వైద్యశాలల్లా సేవలు చేస్తాయి. బాహ్య దారిద్ర్యానికి మూలకారణమైన హృదయ దారిద్ర్యాన్ని తొలగిస్తాయి.

మనుషులు ఎందుకు పేదలుగా ఉన్నారు? ఈ ప్రపంచంలోని దారిద్ర్యానికి వనరుల కొరత కారణం కాదు. వనరులను సరిగ్గా యాజమాన్యం చేయలేకపోవడం. 2021 జూన్ 9 వ తేదీ ప్రపంచ ఆరోగ్యసంస్థ గణాంకాల ప్రకారం:

* 1975 నుంచి ప్రపంచవ్యాప్తంగా ఒబిసిటీ ఊబకాయం దాదాపు మూడింతలు పెరిగింది.
* 2016 లో 1.9 బిలియన్ యుక్త వయస్కులు 18 యేళ్ళు అంతకు పైబడిన వయసుగలవారు అధికబరువుతో ఉండేవారు. వీరిలో 690 మిలియన్ మరీ బరువుగల ఊబకాయులు.
* 2016లో 18 సంవత్సరాలకు పైబడిన జనాభాలో 39 శాతం మంది అధిక బరువుతోనూ 13 శాతం మితిమించిన బరువు ఒబిసిటీ ఊబకాయంతోనూ ఉండేవారు.
* ప్రజలు అధికబరువుతోనూ, ఊబకాయంతోనూ ఉన్నదేశాల్లోనే ప్రపంచ అధిక జనాభా నివసిస్తున్నారు. అక్కడే తక్కువ బరువుతో ఉన్నవారికన్నా ఎక్కువబరువు ఉన్నవారు అధికంగా మరణిస్తున్నారు.
* 2020 లో 5 యేళ్ళలోపు 39 మిలియన్ పిల్లలు అధికబరువు ఊబకాయంతో ఉన్నారు.
* 2016లో 5-19 యేళ్ళలోపు యువ వయస్కులలో 340 మిలియన్‌కుపైగా అధికబరువు ఊబకాయంతో ఉన్నారు.

అదే నివేదిక ఇంకా ఇలా చెబుతుంది;

* 1.9 బిలియన్ పెద్దలు అధిక బరువు లేదా ఊబకాయంతో ఉన్నప్పటికీ 462 మిలియన్ మంది అండర్ వెయిట్ ఉండవలసిన దానికన్నా తక్కువ బరువుతో ఉన్నారు.

అంటే, ఎక్కువ మంది ప్రజలు ఆహారం లభించకపోవడం కన్నా మితిమించిన ఆహారం తినడం వల్ల బాధపడుతున్నారు. ఒక్క అమెరికా ప్రజలు బరువును తగ్గించుకోవడానికిచేసే ఖర్చు, ప్రపంచంలో ఆకలితో అలమటిస్తున్న ప్రజలకు ఆహారం అందించడానికి సరిపోతుంది. ఆవిధంగా ఇక్కడ సమస్య కొరతకాదు. కాని నియంత్రణ లేని మనసు, పేరాశ, ఇక్కడే ఆధ్యాత్మికత ద్వారా, ఆలయాలు ప్రముఖపాత్ర వహిస్తున్నాయి. మన హృదయాలనుంచి సకల అనుమానాలను ప్రక్షాళనం చేసే వాతావరణాన్నీ, ప్రక్రియనూ సమకూరుస్తున్నాయి.

ఆధ్యాత్మిక పునాది లేకుండా చేసే చాలా సేవలు దురదృష్టవశాత్తు ఓటి కుండలోకి నీరుపోసినట్టే అవుతున్నాయి.

అమెరికాకు చెందిన ప్రముఖ ఆలోచనాపరుడు హెన్రీ డేవిడ్ థోరో 'విషవృక్షం కొమ్మలను వెయ్యి సార్లు నరకడం కన్నా, వేళ్ళను ఒక్కసారి నరకడం గొప్ప విషయం' అన్నాడు. వెయ్యి కొమ్మలను నరికినా చెట్టు మళ్ళీ మళ్ళీ చిగురిస్తూనే ఉంటుంది. చెట్టును కూకటి వేళ్ళతో పెకలిస్తే, ఆ తరవాత నిలదొక్కుకుని బతకజాలదు. అందువల్ల, ఎవరికైనా ఆకలిగా ఉంటే ఆహారం ఇవ్వవచ్చు. వ్యాధిగ్రస్తుడైతే మందులివ్వవచ్చు. ఇవి చాలా మంచిపనులు. అయినా జబ్బు మళ్ళీ రావచ్చు. ఆధ్యాత్మికత - సమస్య మూలకారణం దగ్గరికి వెళుతుంది: మొదట మనిషి ఎందుకు అలాంటి పరిస్థితికి లోనవుతాడు? గత కర్మల ఫలితంగా అన్నది సమాధానం. ఆహారం లేదా ఔషధాలు ఇవ్వడం సమస్యను బాహ్యంగా పరిష్కరిస్తుంది కాని, ఆవ్యక్తి గత కర్మలను ఏమీ చేయలేవు. అది భగవంతునితో అనుసంధానం ద్వారానే సాధ్యం. అందువల్ల ప్రజలలో దేవుడి పట్ల గల చైతన్యాన్ని పెంచడం మరింత గొప్ప సంక్షేమ చర్య అవుతుంది. మనం పేదలకు భౌతిక సాయం తప్పక అందించాలి. సేవలు చేయాలి. అయితే అదే సమయంలో వారి కర్మ ప్రభావాలు నశించే విధంగా దేవుని సంబంధాన్ని పెంచడానికి కూడా ప్రయత్నించాలి. అప్పుడే భవిష్యత్తులో వారికి అలాంటి బాధలు పునరావృతం కాకుండా ఉంటాయి.

సమాజంలో ఉన్న ఇతరులకు సంబంధించినంతవరకు, ఆలయాలు ప్రసాదించే ఆధ్యాత్మికత- తమలోని మెరుగైన భాగాన్ని వెలుపలికి తీసుకువచ్చే సాధికారతను సమకూరుస్తుంది. వారిని మరింత ఆత్మనిగ్రహం, దాతృత్వ స్వభావం కలిగి ఉండేలా చేస్తుంది. ఇదే చెట్టువేరును నరకడంలాంటిది. ఇదే చిరకాలం నిలబడగల పరిష్కారం.

అందువల్ల, అవును! మనం పేదలను సేవించాలి. దేవుణ్ణి సేవించాలి. ఎందుకంటే ఈ మొత్తం సృష్టి ఆయన శరీరం లాంటిది. ఆయన ఆనందం చుట్టు పక్కల సంతోషాన్ని నెలకొల్పుతుంది. శ్రీమద్భాగవతం (4.31.14) చెబుతున్నట్టు.

యథా తరోర్మూల – నిషేచనేన
త్రిప్యంతి తత్స్కంధ – భుజోప శాఖః
ప్రణోపహరాచ్ చ యతేంద్రియానామ్
త ధైవ సర్వార్హనాం అచ్యుతేజ్య

'చెట్టు వేళ్ళకు పోసేనీరు ఆ చెట్టు బోదెకూ, కొమ్మలకూ, రెమ్మలకూ ఆకులకూ అన్నింటికీ శక్తిని ఇచ్చే విధంగా; కడుపుకు తీసుకునే ఆహారం సకల ఇంద్రియాలకూ, అవయవాలకూ అంది శక్తి సంపన్నం చేసేవిధంగా, సర్వోన్నత భగవంతునికి భక్తితో చేసే సేవలు, ఆ అచ్యుతునిలో అంతర్భాగమైన అందరికీ తృప్తిని ప్రసాదిస్తుంది.'

పైన పేర్కొన్న సిద్ధాంతం పట్ల విశ్వాసాన్ని మరింత బలోపేతం చేయడానికి దేవాలయాలు సాయపడతాయి.

ఆవిధంగా, దేవాలయాలలో దేవుణ్ణి సేవించడం సమాజసేవకన్నా వేరైనది కాదు. దాని మరింత పరిపూర్ణరూపం.

ప్ర. 68

వేదశాస్త్రాలు ఈ కాలానికి చెల్లుబాటు కాగలవా?

దేన్నయినా సరే గుడ్డిగా విశ్వసించడం తప్పక హానికరమే. అయితే, ఒక దాన్ని గుడ్డిగా నిరాకరించడం అంతకన్నా హానికరం.

మనకు విశ్వాసం లేనందువల్ల మనల్ని మనం సైన్సు విద్యార్థులుగా చెప్పుకుంటాం. అయితే, ఒక విషయాన్ని గుర్తుంచుకోవాలి. సైన్సు కూడా సరైన ప్రయోగాలు చేసి చూశాకే ఒక థియరీని అంగీకరించడమో నిరాకరించడమో చేస్తుంది.

శాస్త్ర గ్రంథాలు కాలపరీక్షకు నిలబడ్డాయి. వాటి సాధికారతను సత్యాన్ని తనిఖీ చేయడానికి మనకు మూడు మార్గాలు ఉన్నాయి.

1. మాన్యువల్స్.
2. (ఆక్సియో మేటిక్) స్వయంసిద్ధ సత్యాలు.
3. అబ్బురపరచే భవిష్యత్తు సూచనలు.

1. మాన్యువల్స్ : మనం ఒక గాడ్జెట్ ఎలక్ట్రానిక్ పరికరం కొన్నప్పుడు దాంతో పాటు ఒక మాన్యువల్ చిన్న పుస్తకం ఇస్తారు. గాడ్జెట్ నిర్దిష్టమైన పనులు చేయడానికి ఏం చేయాలి; ఏ ఏ బటన్లు నొక్కాలి అని మాన్యువల్ చెబుతుంది. అందులో చెప్పినట్టు గాడ్జెట్ పని చేసినట్టయితే మాన్యువల్ నిజమని అర్థం.

అదే విధంగా, మనకు శాస్త్రగ్రంథాలలో విశ్వాసం లేదనుకుంటే వాటిని త్రోసి పుచ్చకూడదు. వెంటనే నిరాకరించకూడదు. వాటిలో చెప్పబడిన

సిద్ధాంతాలను మన జీవితాల్లో ఉపయోగించి, పనిచేస్తాయా లేదా అని చెక్ చేసుకోవాలి. పనిచేయలేదంటే వాటిని నిరభ్యంతరంగా వదిలిపెట్టవచ్చు. ఇవాళ మన చుట్టుపక్కల కలయచూశాము అంటే మెడిటేషన్, ధ్యానం, యోగా, కీర్తనం వంటివి అవి కలిగించే ప్రయోజనాల వల్ల ప్రపంచ వ్యాప్తంగా, రోజురోజుకూ అధిక ప్రాచుర్యం పొందుతున్నాయి. వీటిని చేసే విధానాలు, అభ్యాసాలు మన శాస్త్ర గ్రంథాలనుంచే వచ్చాయి. వాటిని మన జీవితంలో అభ్యసించి అవి చూపే ప్రభావాన్ని మనమే స్వయంగా తెలుసుకోవచ్చు.

2. **స్వయంసిద్ధ సత్యాలు (యాక్సియోమాటిక్ ట్రూత్స్) :** నిరూపణ అవసరం లేని సత్యాన్ని ఆక్సియోమాటిక్ ట్రూత్ స్వయంసిద్ధ సత్యం అని అంటారు.

అటువంటి చాలా సత్యాలు వేదశాస్త్రాలలో చెప్పబడ్డాయి. ఇవి తొలుత నిరాకరించబడినప్పటికీ, ఇప్పుడు పరీక్షించి చూశాక సరైనవే అని సైన్సు చేత అంగీకరించబడ్డాయి.

వాటిలో కొన్ని:

* ఆవుపేడ పరిశుద్ధమైనది. ఒక జంతువు పేడ పరిశుద్ధంగా ఉంటుందని ఎవరూ నమ్మరు. శాస్త్రగ్రంథాలు ఒక్క ఆవుపేడను మాత్రమే పరిశుద్ధమైనదని పేర్కొంటున్నది. ఇతర జంతువుల పేడను పరిశుద్ధమైనదని చెప్పదు. కొన్ని సమయాలలో యజ్ఞాలు చేసేముందు, ఆ స్థలాన్ని ఆవుపేడతో అలకడం మనం చూడవచ్చు. అగ్నికుండంలో ఆవుపేడతో చేసిన పిడకలను ఉపయోగించడం కూడా చేస్తారు. ఇది మరే ప్రాణికీ వర్తించదు.
* భూమి గుండ్రంగా ఉంటుంది. పూర్వం ఇది చదునుగా ఉందని అందరూ భావించేవారు.
* మొక్కలకు ప్రాణం ఉంది. 1950లలో జగదీష్ చంద్రబోస్ మొక్కలకు ప్రాణం ఉందని నిరూపించాకే ఈ వాస్తవాన్ని అందరూ అంగీకరించడం ప్రారంభించారు.
* గర్భస్థ శిశువు స్థితి. తల్లిగర్భంలో శిశువు పెరగడాన్ని ఇటీవలే(1970

ప్రాంతంలో) సోనోగ్రఫీ ద్వారా తెలుసుకున్నాడు. అయితే, వ్యాసదేవుడు దాదాపు ఐదువేల సంవత్సరాలకు పూర్వం సంకలనం చేసిన గొప్ప పురాణం శ్రీమద్భాగవతం మూడవ స్కందంలో ఈ విషయం సవివరంగా చెప్పబడింది.

3. **అబ్బురపరచే భవిష్యత్తు సూచనలు:** వేదశాస్త్రాలు భవిష్యత్తులో జరగబోయే మహానుభావుల అవతారాలను గురించి ముందుగానే స్పష్టంగా తెలియజేశాయి.కొందరు మహానుభావులు జన్మిస్తారని ముందుగానే తెలియజేసిన గ్రంథ వివరాలను ఇక్కడ చూడవచ్చు.

* బుద్ధుడు (శ్రీమద్భాగవతం (1.3.24)
* చాణక్యుడు (శ్రీమద్భాగవతం 12.1.11)
* చైతన్య మహాప్రభు (మహాభారతం 1.92.15, శ్రీమద్భాగవతం 11.5.32)
* చంద్రగుప్తుడు, ఆశోక చక్రవర్తి (శ్రీమద్భాగవతం 12.1.12)
* ఏసుక్రీస్తు, మహమ్మదు (భవిష్యపురాణం, అధర్వ వేదం కాండం 20, సూక్తం 127, 1-3)

కలి (ప్రస్తుత) యుగంలో జరగబోయే పతనాలను గురించి కూడా స్పష్టంగా వివరించబడింది. వాటిలో కొన్ని:

* ఆహారం అంగడి వీధిలో ప్రత్యక్షంగా అమ్మబడుతుంది. (గతంలో ఆహారాన్ని అసలు అమ్మేవారు కాదు. దానంగా ఇచ్చేవారు. అయితే, ఇవాళ్టిరోజుల్లో ప్రతి మూడో అంగడీ అహార పదార్థాలను అమ్ముతోంది.)
* బలమే ధర్మమవుతుంది. (గతంలో ఒక వ్యక్తిని ఆయన విద్యను బట్టి గౌరవించేవారు. ఇవాళ సంపద లేదా అధికారమే గౌరవించబడుతోంది.)
* జంధ్యం వేసుకోవడం ద్వారానే ఒక బ్రాహ్మణుడు గుర్తించబడతాడు. (శాంతస్వభావం, ఆత్మనిగ్రహం, తపస్సు మొదలైన బ్రహ్మలక్షణాలు కలిగిన వాడే నిజమమైన బ్రాహ్మణుడు.)

వేదశాస్త్రాలను మనుషులే గనక రచించి ఉన్నట్టయితే, ఆధునిక విజ్ఞానశాస్త్రం ఇటీవల కనుగొడం ప్రారంభించిన ప్రగాఢసత్యాలను ఎలా చెప్పగలిగారు?

భవిష్యత్తులో జరగబోయేవాటిని గురించి ముందుగానే అంత స్పష్టంగా ఎలా చెప్పగలిగాయి? సమాధానం ఇదే: వేదశాస్త్రాలు భూత భవిష్యత్ వర్తమానాలను ఎరిగిన సర్వజ్ఞుడి నుంచే వచ్చి ఉంటాయి. అంటే, వేదాలు భగంతుడి వాక్కులు. ఆవిధంగా నిర్దుష్టమైనవి.

ప్ర. 69

ఏకలవ్యుడికి ఎందుకు అన్యాయం జరిగింది?

ఏకలవ్యుడు నిషాదవంశానికి అంటే సహజంగానే హింస చేసే బోయజాతికి చెందినవాడు. అందువల్లే, వాళ్లు అడవుల్లో కొండకోనల్లో వన్యమృగాల మధ్య నివసించే వాళ్ళు. వాళ్ళు గనక మామూలు సామాజంలో ఉన్నట్టయితే, వాళ్ళ నైజం ప్రకారం నడుచుకుని సామరస్యానికి భంగం కలిగించేవారే. వైదిక సంస్కృతి ప్రతిఒక్కరికీ స్థానం కల్పిస్తుంది. అయితే, అదే సమయంలో అది గుడ్డిగానూ ఉండదు.

ద్రోణుడి గురుకులం ఉన్నత వర్గానికి చెందినది. సుప్రసిద్ధ గౌరవనీయమైన కుటుంబాల నుంచి వచ్చిన క్షత్రియ విద్యార్థులకు మాత్రమే అది నిర్దేశించబడింది. ఏకలవ్యుడి తెగ, గతంలో కురువంశానికి వ్యతిరేకంగా మసలుకున్నది. ద్రోణుడు కురువంశానికి పురోహితుడు గనక, ఏకలవ్యుణ్ణి తన గురుకులంలో చేరడానికి అనుబతించలేదు. అది న్యాయమైనదే.

ద్రోణుడి వద్ద విద్య సభ్యసించాలన్న కోరిక తప్ప మరొకటి లేని కారణంగా, ఏకలవ్యుడు ద్రోణుడి మట్టిబొమ్మను చేసి, దాని ముందు విలువిద్య నభ్యసించడానికి నిర్ణయించాడు. ద్రోణుడు విద్యార్థులకు బోధించే విలువిద్యను, చెట్టు చాటునుంచి చూసి రహస్యంగా నేర్చుకుని ఆ తరవాత ద్రోణుడి విగ్రహానికి నమస్కరించి ఆశీస్సులు స్వీకరించి ధనుర్విద్యాభ్యాసం చేసేవాడు. ఆవిధంగా నైపుణ్యం పెంచుకుని అసాధారణమైన విలుకాడయ్యాడు.

విలువిద్యను నేర్చుకున్నాక, సహజంగానే అతనిలో తన నైపుణ్యాన్ని ప్రదర్శించాలన్న కోరిక కలిగింది. ఒకనాడు అడవిలో అభ్యాసం చేస్తున్నప్పుడు,

ద్రోణుడూ, అర్జునుడూ అటువైపు వెళుతూ ఉండగా కుక్క మొరగడం వినిపించింది. ఏకలవ్యుడు కూడా కుక్క మొరగడం విన్నాడు.దాని నోరు మూయించాలని ఏడు బాణాలు వేసి కుక్క నోటిని తెరవనీయకుండా బాణాలతో పూర్తిగా మూసివేశాడు. అర్జునుడు, ద్రోణుడు దీనిని చూడగానే ఆ కుక్క నోటిని అలా తెరవకుండా చేసిన విలుకాని నేర్పుకు అబ్బురపడ్డారు.

అయినా, కుక్క అపాయకరమైన జంతువుకాదు. అది మొరగడం సహజం. కుక్క మొరిగిందని దాని నోటిని అలా చేయడం దారుణంగా కనిపించింది.

కుక్కను చూస్తూ నిలబడ్డ ద్రోణుడి వద్దకు వచ్చిన ఏకలవ్యుడు, ఆయనకు నమస్కరించి, 'నేను తమ శిష్యుణ్ణి. మీ నుంచే విలువిద్య అభ్యసించాను' అన్నాడు.

ద్రోణుడు అతణ్ణి గుర్తుపట్టి, 'నువ్వు నిన్ను నా శిష్యుడిగా భావించినట్టయితే, నాకు గురుదక్షిణ ఇవ్వాలి కదా!' అన్నాడు.

'ఏం కావాలి గురుదేవా!'

అతని కుడి బొటనవేలిని అడిగాడు ద్రోణుడు. ఏకలవ్యుడు ఇచ్చాడు. తన బొటనవేలిని గురుదక్షిణగా ఇవ్వడం ఏకలవ్యుడి అపార గురుభక్తికి నిదర్శనం.

అయినప్పటికీ, ద్రోణుడు అలాంటి గురుదక్షిణను ఎందుకు కోరాడు? తనకు తానుగా నేర్చుకుని శ్రమించి అద్భుతమైన విలుకాడుగా తయారైన వీరుడి ఉజ్వల భవిష్యత్తును ద్రోణుడు ఎందుకు నాశపరిచాడు?

ద్రోణుడు, పరిస్థితిని దూరదృష్టితో పరిశీలించడం వల్ల. ఒక వ్యక్తి తనజీవితంలో నిర్మాణాత్మకంగా భాగప్రదానం చేయడానికి సామర్థ్యం, సత్ప్రవర్తన రెండూ అవసరమవుతాయి. సత్ప్రవర్తనలేని సామర్థ్యం ప్రమాదభరితం. ఉదాహరణకు, ప్రాణాలు కాపాడవలసిన నిపుణుడైన డాక్టర్‌కి సత్ప్రవర్తన కొరవడితే ప్రాణాలు తీయవచ్చు.

ఏకలవ్యుడు ఒక నిర్దిష్ట తెగకు చెందినవాడు కావడంతో, అతని ప్రవర్తన ఎలాంటిదై ఉంటుందో, అన్న అనుమానం ద్రోణుడికి కలిగింది. మన పరిసరాల వాతావరణం, కుటుంబం మొదలైన వాటి ప్రభావం మన ప్రవర్తనను నిర్ణయిస్తాయి గనక, తన విలు విద్యాపాటవాన్ని ఏకలవ్యుడు

సమాజానికి మేలు చేయడానికి ఉపయోగించగలడా అన్న విషయంలోనూ ద్రోణుడికి అనుమానం కలిగింది. ఏకలవ్యుడు తన నేర్పును ఉపయోగించి కుక్కనోటిని తెరవకుండా చేయడం చూసిన ద్రోణుడికి, ఏకలవ్యుడు గొప్ప విలుకాడే గాని, దానిని ఎప్పుడు ఎలా ఉపయోగించాలి అన్న వివేచన కలవాడు కాడని తెలిసిపోయింది, విచక్షణారహితంగా తన నైపుణ్యాన్ని ఉపయోగించినవాణ్ణి శిక్షించాలి. అయితే, నేరస్థుణ్ణి శిక్షించినట్లు కాకుండా వాడి శక్తులను తగ్గించడం ద్వారా శిక్షించాలి.లేకుంటే ఇతరులకు హాని కలిగించగలడు.

ఏకలవ్యుడి బొటనవేలును అడగడం అతని శక్తిని అదుపుచేయడంకోసం. ద్రోణుడు దానిని అడిగింది, అతడు తన విలువిద్యల శక్తిని దుర్వినియోగం చేయకుండా చూడడానికే గాని, అర్జునుణ్ణి ఎదురులేని ఉత్తమ విలువిద్యా వీరుడిగా చేయడానికి కాదు.

ఏకలవ్యుడు, ఆఖరికి కృష్ణభగవానుడితో యుద్ధంచేసిన రాక్షసరాజు జరాసంధుడి సైన్యంలో చేరాడని మహాభారతం చెబుతోంది. కృష్ణభగవానుడే ఏకలవ్యుణ్ణి చంపాడు. ఏకలవ్యుడు రాక్షసరాజు జరాసంధుడి పక్షం వహించడంవల్ల, అతడు తన శక్తియుక్తులను ఇతరులను కాపాడడానికి ఉపయోగించేవాడు కాడని తెలిసిపోతూనే ఉంది. అధికారబలం హానికలిగిస్తుంది. అవినీతిపరులకు ఆసక్తి ఉన్నట్టయితే, ప్రతి ఒక్కరికీ నాశకారకం అవుతుంది.

దురదృష్టవశాత్తు, మంచివారిని అరుదుగా ప్రశంసిస్తూ, దుర్మార్గులను బాధితులం అని చెప్పుకోవడానికి అనుమతిస్తూన్న సమాజంలో మనం నివసిస్తున్నాం.

ఏకలవ్యుడు గురుభక్తితో తన గురువుకు చేసిన ఒక కృత్యం, అతడు చేసిన తక్కిన అకృత్యాలను లేకుండా చేయలేవు. ఒక వ్యక్తి మంచి చెడులను తీర్మానించే ముందు ఆ వ్యక్తి మొత్తం ప్రవర్తనను విశ్లేషించాలి. ఒక్క సంఘటన ఆధారంతో ఒక నిర్ణయానికి రాకూడదు.

ప్ర. 70

మేథోవైకల్యం గల బిడ్డ ఎలాంటి కర్మనూ చేయజాలదు గనక ఆ బిడ్డ భవిష్యత్తును నిర్ణయించేది ఏది?

మనకు జరిగేవన్నీ కూడా మన నియంత్రణలో లేనివే. అయితే, వాటికి మనం ఎలా స్పందిస్తామన్నది మన చాయిస్ ఐచ్ఛికం. గత జన్మలో వదిలిపెట్టిన చోటి నుంచి మన ప్రస్తుత జీవితాన్ని ప్రారంభిస్తాం.

ఒకలోపంతో శిశువు పుట్టడానికి కారణం ఎలాంటి కర్మ అయిన్పటికీ, ఆ నిర్దిష్ట కర్మ అడుగంటిపోయిందని మనం తెలుసుకోవాలి. ఆ బిడ్డ ఆ కర్మను పొందింది.

బిడ్డకు మిగిలిఉన్న ఎలాంటి కర్మ అయినా, అది సానుకూలమైనది అయినా, ప్రతికూలమైనది అయినా– ఆ బిడ్డ తరవాతి ప్రారంభ బిందువును ఎప్పుడు ఎక్కడ ఎలా పుట్టాలి అన్న విషయాలను నిర్ణయిస్తుంది. ఎందుకంటే, కర్మచక్రం అనేక జన్మలకు కొనసాగుతూనే ఉంటుంది గనక.

అయితే, మన భావి స్వరూపం, గమ్యం మనం పెంపొందించుకునే చైతన్యం మీద ఆధారపడి ఉంటుంది అన్న విషయం కూడా తెలుసుకోవాలి.

అటువంటి పరిస్థితిలో తల్లిదండ్రులు, ముఖ్యమైన పాత్ర పోషించవచ్చు. బిడ్డ భక్తిని ప్రేరేపించి, ఆధ్యాత్మిక అభివృద్ధిని ప్రోత్సహించవచ్చు. భక్తి ప్రేరణ బిడ్డ చైతన్యాన్ని ఆధ్యాత్మికం చేస్తుంది. భగవన్నామాలను కల్యాణ గుణాలను, దివ్యలీలలను గానం చేసే సంగీతాన్ని బిడ్డకు వినిపించవచ్చు. తల్లిదండ్రులు బిడ్డకోసం ప్రార్థించవచ్చు. ఒకరి మంచిని కోరుకుంటూ మనస్ఫూర్తిగా చేసే ప్రార్థనలు ఎల్లప్పుడూ నెరవేరుతాయి.

మన ఈ జన్మ పనులు మన గత కర్మచేత మలచబడినట్టే, జరగబోయేవి మన ప్రస్తుత పనుల చేత ప్రభావితమవుతాయి. బిడ్డ ఎలాంటి కర్మా చేయజాలదు. అయితే, తల్లిదండ్రులకు బిడ్డలో ఆధ్యాత్మికతను ప్రేరేపించడానికి ఇక్కడ ప్రత్యేక అవకాశం ఉంటుంది.

జీవితంలో అంతా ఛాన్స్, వాటంతట జరుగుతాయి, మనం దురదృష్టవంతులం అని అంగీకరించవచ్చు. లేదా జీవితంలో ఏదో ఒక విధమైన ప్రణాళిక ఉంది; అది ఫలానా అని ఎల్లప్పుడూ కనుగొనలేకపోతున్నాం అని కూడా అంగీకరించవచ్చు.

మనకు స్వార్థరహిత ప్రేమను నేర్చుకునే అవకాశం కల్పించడానికే ఆ బిడ్డ మన జీవితంలోకి వచ్చింది. తల్లిదండ్రులు అలాంటి బిడ్డను ప్రేమిస్తున్నారు అంటే అదే నిస్వార్థ ప్రేమ.

మామూలుగా బిడ్డమీద ప్రేమలో ప్రతిఫలాపేక్ష ఉంటుంది. నా బిడ్డ పెరిగి పెద్దవాడై నా పేరు నిలబెడతాడు. నాకు కీర్తి ప్రతిష్ఠలు తీసుకువస్తాడు. అన్న ఆశలు ఉంటాయి. అయితే మేథో వైకల్యంతో, బుద్ధిమాంద్యతతో పుట్టిన బిడ్డ ఆ పని చేయలేడు. అదే సమయంలో, భగవత్సంకల్పం ఏర్పాటు ప్రకారమే ఈ బిడ్డ మన జీవితంలోకి వచ్చాడు.ఈ బిడ్డకోసం మనం చేసే ప్రతి ఒక్కపనినీ, ఈ బిడ్డ ద్వారా తనకు అందేసేవగా దేవుడు స్వీకరిస్తాడు.

తను దేవుడిపట్ల చైతన్యవంతంగా ఉండాలి అని ఆ బిడ్డకు తెలియకపోవచ్చు. అయితే, ఆధ్యాత్మిక వాతావరణాన్ని సమకూర్చినట్టయితే, బిడ్డ ఆధ్యాత్మిక చైతన్యం సంతరించుకోగలగుతుంది. బిడ్డ పూర్తిగా ఆధ్యాత్మిక చైతన్యం సంతరించుకోగానే, విముక్తి పొందుతుంది.

అందువల్ల కొన్ని సందర్భాల్లో, చెడ్డ విషయాలు ఇంకా భయంకరమైన విషయాలు మన జీవితాల్లో చోటుచేసుకోవచ్చు. అయితే, మనం ఆధ్యాత్మిక చైతన్యం, స్పృహ కలిగివుండడం వల్ల, కలిగే బాధను తగ్గించుకోవచ్చు. అలాంటి వ్యతిరేక పరిస్థితిలో సైతం ఆ వ్యక్తి ఆధ్యాత్మిక అభివృద్ధికీ, మన ఆధ్యాత్మిక అభివృద్ధికీ అవకాశాలను కనుగొనవచ్చు.

ప్ర. 71

కలలు నిజమా కాదా?

అవును మరియు కాదు!

పద్దెనిమిదవ శతాబ్దంలో జీవించిన ప్రముఖ వైష్ణవ ఆధ్యాత్మిక ఆచార్యులు శ్రీల బలదేవ్ విద్యాభూషణ్ 'కలలలో మనం గమనించేవారుగానో లేదా పాల్గొనేవారు గానో ఉంటాము తప్ప, వాటిని నియంత్రించే వారము కాము,' అన్నారు.

ఒక అర్థంలో కలలు వాస్తవం. కొందరు నిరంతరం వ్యాధిగ్రస్తులుగానూ. ప్రియమైన వారిని లేదా ఉద్యోగాలను కోల్పోయినవారుగానూ ఉంటారు. మనం అందరం బాధలను అనుభవిస్తాం. అయితే, కొంతమందికి కొన్ని కొన్ని సందర్భాలలో ఒకేసారి చాలా సమస్యలను ఎదుర్కోవలసి వస్తుంది. ఎందుకు? కర్మ సిద్ధాంతం ప్రకారం ఒక్కొక్క చర్యకూ ప్రతిచర్య ఉండితీరుతుంది. మనం చేసే ముఖ్యమైన కర్మలకు భౌతికస్థాయిలో కర్మఫలాలు ఎదురవుతాయి. గాయాలు తగలడం, ఉద్యోగాలు కోల్పోవడం, ప్రియమైన వారు దూరం కావడం లాంటి బాధలు వస్తాయి. ఇవి ముఖ్యమైన ప్రతిచర్యలు. అయితే, మనంచేసిన చిన్నపాటి కర్మలకు, మన కలలలో ప్రతి చర్యలు చోటుచేసుకుంటాయి. అందువల్ల ఒక చెడ్డ కల వచ్చిందంటే అది కూడా మనం చేసిన ఒక నిర్దిష్ట కర్మ, లేదా పలుకర్మల ప్రతి చర్యగానే వస్తుంది. ఆవిధంగా కొందరికి మంచికలలు వస్తే, కొందరికి చెడ్డ కలలు వస్తూ ఉంటాయి.

కలలలో వచ్చేవాటిని మనం అనుభవిస్తాం గనక, అవి వాస్తవమని కూడా చెప్పవచ్చు. ఆనందం, దుఃఖం అనుభవిస్తాం. అది కూడా గతంలో మనం చేసిన కర్మకు ప్రతిచర్య.

అయినప్పటికీ, కలలు మనల్ని మానసిక అవ్యవస్థతతో జీవించే స్థితికీ, చిత్త భ్రమకూ నెట్టుకుపోకూడదు.కొన్ని కలలు మునుముందు జరగబోయే వాటిని సూచిస్తాయి. అవి నిజం కావచ్చు. వాటిలో కొన్ని కేవలం మానసిక భ్రమలుగా ఉంటాయి. ఊహలు, కల్పనలు గానూ ఉంటాయి. కొన్ని సమయాలలో– మన మనసు చైతన్యంలోని, సుప్తచైతన్యంలోని భయాలు పీడకలలకు కారణమవుతాయి.

మనకు ఏదైనా దుష్టస్వప్నం వచ్చినట్టయితే, హడలిపోవలసిన అవసరం లేదు. సర్వోన్నత కృష్ణభగవానుని స్మరించుకుని ఆయన దివ్యనామాలను స్మరిస్తే చాలు:

హరే కృష్ణ హరేకృష్ణ కృష్ణ కృష్ణ హరే హరే
హరే రామ హరే రామ రామ రామ హరే హరే

ఇది సకల విధ అశుభాలనూ హరిస్తుంది. నిజానికి, భగవంతుని స్మరించడం ద్వారా భయానక విపత్తులను సైతం తొలగించుకోవచ్చు.

ప్ర. 72

భక్తులు తిరుపతి వేంకటేశ్వర స్వామికి తల నీలాలు ఎందుకు సమర్పిస్తారు?

తిరుపతి ప్రపంచంలోని అత్యంత పవిత్ర క్షేత్రాలలో ఒకటి. పవిత్రక్షేత్రాలను దర్శించడం, మన సంస్కృతిలో ప్రధాన అంగం. యేటా ప్రతిరోజూ అసంఖ్యాకమైన భక్తులు ఈ దివ్యక్షేత్రానికి వస్తూ ఉంటారు. మహావిష్ణువయిన శ్రీవేంకటేశ్వరస్వామి కొన్ని క్షణాల దర్శనం కోసం, గంటల తరబడి వరుసలలో కాచుకుని నిలబడి ఉంటారు.

భగవంతుని దర్శించే ముందు పలువురు భక్తులు తలనీలాలు సమర్పించుకుంటారు. తలనీలాలు సమర్పించడం అంటే, గుండు గీయించుకోవడం ఈ ఆలయంలో చిరకాల సంప్రదాయంగా వస్తోంది.

పవిత్రక్షేత్రాల సందర్శనంకోసం యాత్రచేయడంలోని ఉద్దేశం భగవంతునితో మనకు ఉన్న సంబంధాన్ని పెంచుకోవడం. ఐహిక బంధాలను తగ్గించుకోవడం. ఇది రెండు విధాలుగా జరుగుతోంది:

1. పవిత్రక్షేత్రాలకు వెళ్ళి, భగవంతుని దర్శించుకోవడం. ఆయన కల్యాణ గుణగణాలకీర్తనలను ఆలకించడం, కానుకలు, మొక్కుబడులు చెల్లించడం, దానధర్మాలు చేయడం.
2. మనకు ఇష్టమైనవాటిని, మనకు వ్యక్తిగతంగా సంతృప్తినీ, సంతోషాన్నీ ఇచ్చే కొన్నిరకాల ఆహారాలు, మన శిరోజాలు మొదలైనవాటిని వదులుకోవడం.

కలియుగంలో జరగబోయే వాటిని గురించి చెబుతూ శ్రీమద్భాగవతం పన్నెండవ స్కందంలో ఈ యుగంలో మానవులు తమ శిరోజాల పరిరక్షణకూ, అలంకారానికీ ఎంతోసమయాన్నీ, శక్తియుక్తులనూ వెచ్చిస్తారని చెప్పబడింది. ఇవాళ అదే జరగడం మనం చూస్తున్నాం. శిరోజాలను సౌందర్య చిహ్నాలుగా భావిస్తున్నాం.

మనుషులకు తమ జుట్టు పట్ల మహా వ్యామోహం, బంధం. ఆధ్యాత్మిక కోణం నుంచి చూస్తే, శిరోజాలపట్ల ఆసక్తి చూపకపోవడం బంధం లేకుండా చేసుకోవడానికి ఒకమార్గం. కొందరు మునులు, సన్యాసులు జడలు కట్టే విధంగా జుట్టును వదిలివేయడానికి ఇదే కారణం. మరో మార్గం శుభ్రంగా గుండు గీయించుకోవడం.

భగవంతుడి సమక్షంలో మనకు ఇష్టమైన దానిని త్యజించడం ఐహిక విషయాలపట్ల మన బంధరాహిత్యాన్ని ప్రదర్శించడమే అవుతుంది. దీని వెనక ఉన్న ఉద్దేశం ఇదే.

శిరోజాలు అందానికి చిహ్నాలు గనక, మన అహంకారాన్ని పెంచుతాయి. వాటిని వదులుకోవడం– మన అహంకారాన్ని భగవంతుడి పాదపద్మాల వద్ద వదులుకోవడాన్ని సూచిస్తుంది. అది వినయానికి చిహ్నం. భగవంతుడి హృదయాన్ని స్పృశించే ప్రధమగుణం.

ఇంకా, సర్వం ఉన్నదంతా భగవంతుడికి చెందినదే. ప్రతి ఒక్కటీ ఆయన సేవకు ఉపగించడానికే ఉన్నది. మనకు సంబంధం ఉన్న దానిని మనకెంతో ప్రీతి కరమైన దానిని ప్రత్యక్షంగా దేవుడి సేవకు ఉపయోగించవచ్చు. ఉదాహరణకు, మన సంపదను ఆయన సేవకు ఉపయోగించవచ్చు.

అయితే, మనకు సంబంధం ఉన్నవి అపరిశుభ్రమైనవిగా పరిగణించబడి నప్పుడు వాటిని భగవత్సేవకు ఉపయోగించలేము. మన జుట్టు అటువంటివాటిలో ఒకటి. అలాంటివాటిని వదులు కోవడంవల్ల దేవుడికి ప్రీతి కలిగించవచ్చు. ఒక పిల్లవాడు తల్లిదండ్రులకు సంతోషం కలిగించడానికి వారికి ఇష్టమైన దానిని ఇవ్వడం ఒకమార్గమయితే, నచ్చని వాటిని వదులుకోవడం మరొకమార్గం.

అయినప్పటికీ, ఇవాళ మానవులు తమ భౌతికమైన కోరికలు తీరగలవన్న ఆశతోనే గుడికి వెళ్ళి గుండు గీయించుకుంటారు. చాలామంది

శిరోజాలు ఇచ్చి మొక్కులు తీర్చుకుంటారు. ఇది తప్పుకాదు కాని, శిరోజాలు సమర్పించడంలోని అసలు ఉద్దేశాన్ని, భావాన్ని మరిచిపోతున్నారు. సరైన భావం, అవగాహన వినా ఏ క్రతువు అయినా ఖాళీ బుల్లెట్ లాంటిదే. శబ్దం పెద్దగా ఉంటుందే గాని ఫలితం సున్న.

తలనీలాలు అర్పించడంలోని అసలు ఉద్దేశం, సారం – భగవంతుడి పట్ల మనకున్న దృష్టిని దారిమళ్ళించే ఐహిక బంధాలను త్యజించడం. సదాసర్వవేళలా మనం మన మీదే కాంక్షతో ఉన్నట్టయితే, మనహృదయాలు సర్వాకర్షణ స్వరూపుడైన భగవంతుడి వైపు ఎలా ఆకర్షింపబడతాయి. అదే కదా పవిత్రక్షేత్రాల యాత్రకు గల ఏకైక పరమ ప్రయోజనం! అది ఎప్పుడు సమకూరుతుంది?

ప్ర. 73

ఉల్లిపాయలు, వెల్లుల్లిపాయలులేని ఆహారాన్నే తీసుకోమని ఆధ్యాత్మికవాదులు ఎందుకు చెబుతారు?

'మనం ఏం తింటామో అదే మనం,'

మానవజీవితం చాలా ప్రత్యేకమైనది. 'నేనెవరు?', 'జీవితలక్ష్యం ఏమిటి' 'దేవుడు ఎవరు?' మొదలైన ప్రశ్నలకు సమాధానాలు అన్వేషించడం కోసం నిర్దేశించబడినది. ఇది ఆధ్యాత్మికవేత్తలకు మాత్రమే కాదు. ప్రతి మనిషికీ వర్తిస్తుంది.

ఉన్నత విషయాలను అన్వేషించి వాటిని గుర్తించి, ఆలోచించడానికి మంచి మనోస్థితిలో ఉండాలి. ఇంద్రియాల నిగ్రహం, ఓర్పు, వివేకం, బాధ్యతల పట్ల శ్రద్ధ, సత్యసంధత, కరుణ, సర్వవేళలా తృప్తి, దయ, ఇంద్రియసుఖాలను త్యజించడం, ఆధ్యాత్మిక గురువుపట్ల అచంచల విశ్వాసం, భక్తిశ్రద్ధలు; సరైనవి కాని పనులను చేయడం పట్ల లజ్జ, దానం, నిరాడంబరత, వినయ విధేయతలు, ఆత్మతృప్తి ఇవీ మంచి మనోస్థితి లక్షణాలు. వీటిని సాధించడంలో మనం తీసుకునే ఆహారం కీలకపాత్ర వహిస్తోంది.

భౌతిక విషయాలలో సైతం మనం ప్రశాంతంగా ఉన్నప్పుడు పరిస్థితులతో మెరుగ్గా వ్యవహరించడం గమనించవచ్చు.

భగవద్గీత (17.7) వివిధ మనోస్థితులకూ, గుణాలకూ, ఆహారానికీ గల సంబంధం గురించి వివరిస్తుంది:

ఆహారస్తు అపి సర్వస్య
త్రివిధో భవతి ప్రియః

'ప్రతి వ్యక్తీ తీసుకునే ఆహారం కూడా మూడు భౌతిక స్వభావాలను అనుసరించి మూడు విధాలుగా ఉంటుంది.'

ఉల్లిపాయలు, వెల్లుల్లి తమోగుణానికి సంబంధించినవి. ఉల్లి, వెల్లుల్లి ఉపయోగించి చేసిన ఆహారాన్ని మనం తీసుకున్నప్పుడు, వాటికి సంబంధించిన సోమరితనం, అలసత్వం, నిద్ర మొదలైనవి మనలో పెరిగే ఆస్కారం ఉంది.

భగవానుడు భగవద్గీత (14.8) లో చెప్పినట్టు:

తమస్తు అజ్ఞానజం విద్ధి
మోహనాం సర్వ దేహినాం
ప్రమాదాలస్య – నిద్రాభిస్
తన్ నిబధ్నాతి భారత

'ఓ అర్జునా! తమోగుణం అజ్ఞానం నుంచి వచ్చినది.దీని ఫలితంగా సకల ప్రాణులలో మోహం కలుగుతుంది. అలసత్వం నిద్ర వీటిచేత బంధింపబడతాయి.'

ఉల్లి, వెల్లుల్లి తినడం మాంసాహారం తినడానికి సరిసమానం కాదు కాని, అది మన చైతన్యం మీద, స్వభావం మీద ప్రతికూల ప్రభావాన్ని చూపుతుంది. అది మన బుద్ధిని కప్పేస్తుంది. మసకబారేలా చేస్తుంది. ఆ విధంగా మన నిర్ణయాలు తీసుకునే సామర్థ్యాల మీద, ప్రత్యేకించి మానవ జీవితంలోని కీలక పార్శ్వమైన ఆత్మజ్ఞానం, భగవద్విషయాలమీద మరీ ఎక్కువ ప్రభావం చూపుతుంది. మనం మంచి మానసికస్థితిలో ఉన్నప్పుడే, అసలైన శాంతిని నిజంగానే ఆస్వాదించి, అనుభవించి సత్యమైన నిత్యసంతోషం కోసం కృషి చేయడం సాధ్యమవుతుంది.

ఆవిధంగా ఉల్లి, వెల్లుల్లి లాంటి కొన్ని ఆహారపదార్థాలను వదులుకోవడం అన్నది కేవలం ఐచ్ఛికం కాదు అనీ, అలా వదులుకోవడం వెనుకవున్న ఉద్దేశాన్ని అర్థంచేసుకున్నట్టయితే, అది ముఖ్యమైన అవసరం అనీ తెలుస్తుంది.

ప్ర. 74

పరమశివుడు గంజాయి పీల్చేవాడా?

శ్రీమద్భాగవతం పరమశివుడి స్థానాన్ని ఇలా వివరిస్తుంది:

నిమ్నగణాం యథా గంగా
దేవానాం అచ్యుతో యథా
వైష్ణవానాం యథా శంభుః
పురాణానాం ఇదం తథా

'నదులన్నింటిలో గంగానది గొప్పది అయినట్టే – దేవతలందరిలోకీ అచ్యుతుడు (శ్రీకృష్ణుడు) సర్వోన్నతుడు. వైష్ణవులలో శంభు (శివుడు) గొప్పవాడు. పురాణాలన్నింటిలోకీ శ్రీమద్భాగవతం గొప్పది.'

వైష్ణవులు సిద్ధాంతరీత్యా ఎలాంటి మత్తు పదార్థాలనూ ముట్టుకోరు. శివుడు మహాగొప్ప వైష్ణవుడు గనక, అతడు గంజాయి పీల్చే ప్రసక్తే అసలు లేదు.

మీదుమిక్కిలి, ఏపురాణంలోగాని దీనిని గురించిన ప్రస్తావన లేదు.

తాము గంజాయి పీలుస్తూ, తమ వ్యసనాన్ని న్యాయపరచుకోవడానికి, మేమేకాదు శివుడు కూడా పీల్చేవాడని కొందరు చెప్పుకునే నమ్మదగని విషయం ఇది. దీనినే 'అనుకరించడం' అంటారు.

పరమశివుడే పీల్చేవాడు. మేము కూడా పీల్చవచ్చు. పీల్చితే తప్పేమిటి? అన్నది వాళ్ళ వాదన.

సరే, మాటవరసకు దీనిని అంగీకరించామనే అనుకుందాం. మరి పరమ శివుడు ఈ ఒక్కపనేనా చేశాడు? ఆయన చేసిన దీనిని మాత్రం అనుకరించి తక్కినవాటి జోలికి వెళ్ళకపోవడం ఎందుకని? పరమశివుడు పాలకడలి నుంచి వెలువడిన కాలకూట విషాన్ని తాగాడు. పాములను మెడలో ధరించాడు. శ్మశానాలలో నివసించి అక్కడి బూడిదను ఒళ్ళంతా అలముకున్నాడు. శివుణ్ణి తమకు మద్దతుకు పిలిచే వ్యసనపరులు ఈ పనులన్నిటినీ చేవచ్చు కదా? శివుడి పేరుకు కళంకం కల్పించే ముందు, ఇలాంటి అసాధారణ కార్యాలు చేయవచ్చు కదా! అసలు చేయలేరు. వ్యసనానికి బలైపోయి 'శివుడు చేశాడు గనక మేమూ చేస్తున్నాం' అని సాకు చెబుతారు.

గంజాయి పీలుస్తూ, శివుడు కూడా పీల్చేవాడని చెప్పేవారు మొదట ఆయన చేసినట్టు విషాన్ని తాగి, ప్రాణాలు నిలుపుకుని తమ శక్తిని నిరూపించుకోవాలి.

తుదిపలుకులు

అరకొర జ్ఞానం అపాయకరమైనది. మనకు ఏదైనా ఒక సమాచారం తెలిసినప్పుడు, దానిని గురించి ఒక నిర్ణయానికి వచ్చే ముందు, అందులోని నిజానిజాలను సాకల్యంగా తెలుసుకోవడం అవసరం.

తప్పుడు సమాచారాన్ని వ్యాపింపచేయడం అన్నది మనుషులకు స్వతస్సిద్ధంగా వచ్చిన స్వభావం. ఇవాళ సోషల్ మీడియా నెట్‌వర్క్ కారణంగా సమాచార వనరులు విస్తృతమయ్యాయి. సరైన సమాచారంతో పాటు తప్పుడు సమాచారం కూడా వేగంగా వ్యాపిస్తోంది.

మనం చూడలేని వాటిపట్ల ఆసక్తి చూపం.మనకు పూర్తిగా తెలియనివాటిని గురించి తెలుసుకోకుండా మనం ప్రత్యక్షంగా అందుతూన్న సమాచారం మీదే ఆధారపడుతూ ఉంటాం. మనకు ఏదైనా కాస్త సమాచారం అందితే చాలు. ఆ అరకొరసమాచారాలకు జతచేసి మంచి కథలు మనమే అల్లేసుకుంటాం. దీనితో పాటు మనలో స్వతస్సిద్ధంగా మరో స్వభావం కూడా ఉంది. దానిని కాగ్నిటివ్ బయసస్ ప్రజ్ఞాపక్షపాతాలు అంటారు. వాటిలో వాస్తవతనిఖీ ఒకటి. నిత్యజీవితంలో ముందుకుసాగడానికి ఇది సాయపడినప్పటికీ, స్పష్టంగా కనిపిస్తున్న కొన్ని సరైన విషాయాలను పట్టించుకోకుండా చేస్తుంది.

మనం అందుకునే సమాచారం కన్నా ఎక్కువయినది వాస్తవం. అందులో సాధికార వనరుల నుంచి లభించే సమాచారం కూడా ఉంటుంది. అలాంటి వనరులలో అత్యంత శక్తివంతమైనవి వేదశాస్త్రాలు, పురాణాలు, స్మృతులు. అవి మానవజాతికి దారిచూపే చట్ట పుస్తకాలు. ప్రత్యేకించి జీవింతం గురించీ, దాని వివిధ పార్శ్వాల గురించీ ప్రశ్నలు ఎదురయినప్పుడు అవి ఎంతగానో ఉపయోగపడతాయి.

'సన్యాసిని అడగండి' గందరగోళం నుంచి స్పష్టతకూ, చీకటి నుంచి వెలుగుకూ, అజ్ఞానం నుంచి జ్ఞానానికీ సాగుతూన్న మన ప్రయాణం గురించిన ప్రశ్నోత్తరాల మాలిక!

బృహదారణ్యక ఉపనిసత్ ప్రార్థనతో కలిసి మనమూ ప్రార్థిద్దాం:

అసతోమా సద్గమయ, తమసోమా జ్యోతిర్గమయ
మృత్యోర్మా అమృతం గమయ

'అసత్యం నుంచి సత్యానికీ, చీకటినుంచి వెలుగుకూ, మృత్యువునుంచి
అమృతత్వానికీ మమ్మల్ని నడిపించు!'

కృతజ్ఞతలు

పరమసత్యం గురించి విచారించడానికి తమ అనుచరులకు నిరంతరం స్ఫూర్తిని కలిగించి శిక్షణనిచ్చిన దివ్య కరుణాస్వరూపులు ఎ.సి.భక్తి వేదాంత స్వామి శ్రీల ప్రభుపాద (ఇస్కాన్ వ్యవస్థాపక ఆచార్యులు) గారికి నేను శాశ్వతంగా రుణపడి ఉన్నాను. వారికి నా హృదయపూర్వక కృతజ్ఞతలు తెలియజేస్తున్నాను.

ఈ పుస్తకం పుటలలో ప్రతిబింబించే అవగాహనను తమ వాక్కులతో చిక్కబరచిన నా ఆధ్యాత్మిక గురువు హిస్ హోలీనెస్ రాధానాథ్ స్వామి మహరాజ్ గారికి నా హృదయపూర్వక కృతజ్ఞతలు.

తమ (the spiritual scientist.com) ప్రశ్నోత్తరాల ద్వారా చాలా క్లిష్టమైన విషయాలకు ఎంతో స్పష్టతను సమకూరుస్తున్నారు చైతన్య చరణ్ ప్రభు. వారికి కృతజ్ఞతలు.

ఈ పుస్తకంలోని విషయాలను ఒకటిగా గుదిగుచ్చడానికి నాకు సాయమందించిన రేషమ్ మెహతా, స్నేహ మఖీజా గార్లకు నా కృతజ్ఞతలు.

ఈ పుస్తకాన్ని రికార్డు టైములో ప్రచురించడానికి ఎంతగానో సాయమందించిన గుర్విన్ చాదా, పెంగ్విన్ టీమ్ కు హృదయపూర్వక కృతజ్ఞతలు. వారి సాయానికి నేను శాశ్వతంగా కృతజ్ఞత కలిగి వుంటాను. వారందరి మీదా కృష్ణ భగవానుడు తన కరుణాకటాక్ష దీవెనలు వర్షించుగాక!

తొలి నుంచి నా ప్రతి ప్రాజెక్టు మీద అత్యంత ఆసక్తిని కనబరుస్తూ, దృఢమైన మద్దతునిచ్చే వ్యక్తి దీప్తి పటేల్ (word famous.in). ఆమె నన్ను పెంగ్విన్ టీమ్ తో పరిచయం చేయడంవల్లే, ఆ తరువాత అన్నీ జరిగాయి. అందుకు ఆమెకు కృతజ్ఞతలు తెలియజేస్తున్నాను.

సంవత్సరాల తరబడి తమ ప్రశ్నలద్వారా, పరస్పర సంభాషణల ద్వారా, ఇలాంటి పుస్తకం తీసుకురావలసిన అవసరం కల్పించిన అన్ని వయసుల నా మిత్రులందరికీ, ఈ పవిత్ర ప్రయాణంలో పాల్గొన్నందుకు కృతజ్ఞతలు.

చదవండి! సంతోషించండి!